ఆబాల గోపాలం కోసం

ఆర్య చాణక్య 'రాజనీతి సూత్రాణి' లోంచి పుట్టిన

విజ్ఞాన వినోద కథాసాగరం

పంచతంత్రం

రచన :

బ్రహ్మశ్రీ తాడంకి వెంకట లక్ష్మీ నరసింహారావు

జె.పి. పబ్లికేషన్స్

గోగావారివీధి, ఏలూరు రోడ్, విజయవాడ-520002.

ఫోన్ : 0866-2439464.

PANCHATANTRAM

by

Tadanki Venkata Lakshmi Narasimha Rao

Cell : *97032 96667, 90320 68522*

© Publishers

ISBN 978-81-920538-5-1

First Edition: 2018

Second Edition: 2019

Fourth Edition: 2022

Cover Design   :   N.V.RAMANA

DTP   :   SRI SIVA RATNA GRAPHICS
Vijayawada.

Published by   :   **JP PUBLICATIONS**
Gogavari St, Eluru Road,
Vijayawada - 2.
Pn : 0866 - 2439464

Price   :   ₹. 300-00

All disputes subject to Vijayawada Jursidiction

మా మాట

పాఠకులకు నమస్కారాలు!

ఇంటిల్లపాదికీ వినోదాన్ని, చిన్నారులకి వినోదంతోపాటు విజ్ఞానాన్ని అందించే **'పంచతంత్రం'** నీతికథా గ్రంధాన్ని మీకు సమర్పిస్తున్నాం.

'పంచతంత్రం' అనేక భాషలలో ప్రచురితమవుతూ పిల్లలతోపాటు పెద్దలని కూడా అలరిస్తూ పాఠకుల హృదయాల్లో సుస్థిరస్థానం సంపాదించుకున్నది.

'పంచతంత్రం' గ్రంథరచయిత **'విష్ణుశర్మ'** అని కొందరు, **'నారాయణ పండితుడు'** అని కొందరు పేర్కొన్నారు. అయితే యీ గ్రంథంలో కథానాయకుడైన **'విష్ణుశర్మ'** యీ **'పంచతంత్రం'** సంస్కృతంలో రచించినట్లు ఆ పాత్రపేరు ద్వారా మనం భావించవచ్చు.

సంస్కృతంలోని పంచతంత్రం మొదటి రెండు భాగాలను మహాపండితుడైన **'పరవస్తు చిన్నయసూరి'** తెనుగులో రచించగా, మూడు-నాలుగు భాగాలను **'కందుకూరి వీరేశలింగం'** గారు తెనుగించారు. ఐదవభాగాన్ని **'చెరుకువాడ వెంకటరామయ్య'**గారు రచించారు.

ఆ తర్వాత ఎందరో యీ కథలను రచించారు. ఎవరి శైలి వారిది.... ఎవరి కథనం వారిది...

ఇప్పుడు, ఆర్యచాణక్యుని **'రాజనీతి సూత్రాణి'** ఆధారంగా ఈ **'పంచతంత్రం'** మీ ముందుకు తెస్తున్నాం. దీనిపై వాదోపవాదాలకి ఆస్కారం యివ్వకుండా... దీనిని మా స్వీయరచనగా భావించి ఆదరించమని కోరుతున్నాం.

ఈ **'పంచతంత్రం'** మీ ఆదరాభిమానాలను పొందుతుందని ఆశిస్తూ...

మీ

తాడంకి వెంకట లక్ష్మీనరసింహారావు

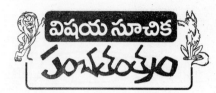

4

విషయ సూచిక

పంచతంత్రం

ప్రస్తావన...	7
ఎవరీ చాణక్య...	10
సుదర్శనుడి కథ...	23
మధురభాషిణి చెప్పిన సూక్తి...	26
వింతల విందు చేస్తున్న విష్ణుశర్మ ఆశ్రమం...	31
మిత్రలాభం	39
చిత్రగ్రీవుడి మిత్రలాభం...	45
పులి-బంగారు కడియం...	47
హిరణ్యకుడు-లఘుపతనకం...	52
హిరణ్యకుడు-లఘుపతనకం...	52
జిత్తులమారిన నక్క కథ...	53
మోసకారి పిల్లి కథ...	56
హిరణ్యకుడి పూర్వకథ...	62
కోడితొక్కిన నువ్వులు కథ...	63
ఆశపోతు నక్క కథ...	66
చిత్రాంగుడు చెప్పిన పూర్వకథ...	71
మిత్రభేదము	77
సంజీవకం అనే ఎద్దు కథ...	77
కరటకుడు చెప్పిన వృత్తాంతము...	80
తెలివితక్కువ కోతి కథ...	82
గార్ధభం - కుక్క కథ...	85
నక్క - నగారా శబ్దము కథ...	90
ఆషాఢభూతి కథ...	96
సర్పాన్ని నాశనం చేసిన కాకి కథ...	101
ఒంటికాలి కొంగ కథ...	102
సింహం - తెలివైన కుందేలు కథ...	110
దమనకుడు వేసిన ఎత్తు...	115
చీరపేను - నల్లి కథ...	117
నక్క - పులి - కాకి - ఒంటె కథ...	122

సింహము - వడ్రంగి కథ...	127
రెండు పావురాలు - సింహం కథ...	130
మూడు చేపల కథ...	131
హింసలు - తాబేలు కథ...	132
కోతులు - పక్షి కథ...	136
పులితోలు కప్పుకున్న గాడిద కథ...	138
నీచబుద్ధి గల పావురం కథ...	142
అడవి పక్షి - కోతులు కథ...	144
రంగుమచ్చల నక్క కథ...	148
గ్రద్దలపై పగ తీర్చుకున్న కాకి కథ...	153
తెలివైన ఎలుక - పిల్లి కథ...	157
ముంగిస - యజమానురాలు కథ...	160
మిత్రద్రోహి మల్లుడి కథ...	163
ఉపాయంలో అపాయం కథ...	165
ఇంద్రపాలితుడు - ధనగుప్తుడు కథ...	168

విగ్రహము

	175
కాకి - ఉలూకముల కథ...	177
మదపుటేనుగులు - కుందేలు కథ...	179
రుద్రాక్షపిల్లి - కుందేలు - పావురం కథ...	182
హంసలు - నెమ్మళ్ళు - ఆధిపత్యం కథ...	187
ముంగిస - కొంగల జంట కథ...	197
పాలపిట్ట - కోతిమూక కథ...	213
తుంటరులు - మోసపోయిన పండితుని కథ...	215
బ్రాహ్మణుడు - సర్పము కథ...	221
బోయవాడు - పావురాల జంట కథ...	224
దొంగ - బ్రహ్మరాక్షసుడు - బ్రాహ్మణుడి కథ...	226
రెండు పాములు - రాకుమారి కథ...	228
మానవకన్యగా మారిన ఎలుక కథ...	231
నక్క - సింహం - మాట్లాడే గుహ కథ..	235
కప్పలు - తెలివైన సర్పం కథ..	240

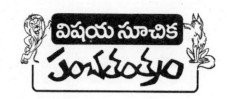

విషయ సూచిక

సంధి

	246
మందబుద్ధి మొసలి - తెలివైన కోతి కథ...	249
మండూకరాజు - తెలివితక్కువ సర్పం కథ...	255
సింహం - తెలివితక్కువ గాడిద కథ...	258
రాజు - కుమ్మరివాడు కథ...	262
పనికిమాలిన నక్క కథ....	264
నందుడు - వరరుచి కథ...	266
రెంటికీ చెడ్డ నక్క కథ...	268
మూర్ఖపు ఒంటె కథ...	270
ఉపాయంతో ఆహారాన్ని దక్కించుకున్న నక్క...	273

అపరీక్షిత కారత్వం

	280
బద్ధవిరోధులైన తండ్రి-కొడుకుల కథ...	283
బ్రాహ్మణుడు - కృతజ్ఞత లేని పాము కథ...	288
అకారణ శత్రువులైన కోడిపిల్ల - పావురం కథ...	291
దురాశతో కుటుంబాన్ని నాశనం చేసుకున్న కథ...	295
విష్ణుశర్మ చెప్పిన అపరీక్షిత కారత్వం...	301
చిక్కులు ఎదుర్కొన్న మంగలి కథ...	303
నడినెత్తిన చక్రం మోసిన లోభి కథ...	307
పండితులై లోకజ్ఞానం లేని ముగ్గురు మూర్ఖుల కథ...	312
దైవానుగ్రహం లేని రెండు చేపల కథ...	315
కుందేలు - గాత్రశుద్ధి లేని గాడిద కథ...	318
మూర్ఖపు కోరిక కోరిన సాలెవాడి కథ...	321
కలలు కంటూ పిండి పోగొట్టుకున్న బ్రాహ్మడి కథ...	325
అవినీతి పరుడైన చంద్రసేనుడి కథ...	326
ఆపదలో ఇరుక్కున్న కోతి కథ...	332
రెండు ముఖాల పక్షి కథ...	335
బ్రాహ్మణుడు తోడు తెచ్చుకున్న తోడేలు కథ...	340
తుదిపలుకు...	

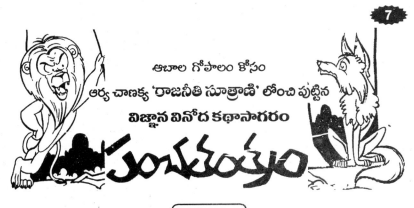

ఆబాల గోపాలం కోసం

ఆర్య చాణక్య 'రాజనీతి సూత్రాణి' లోంచి పుట్టిన

విజ్ఞాన వినోద కథాసాగరం

పంచతంత్రం

ప్రస్తావన

నేడు భారతదేశంలోని వివిధ భాషలలోనూ, ప్రపంచంలో అనేక భాషలలోనూ ప్రచురితమై పిల్లలను, పెద్దలను అలరిస్తున్న విజ్ఞాన వినోద కథాసాగరం **'పంచతంత్రం'**.

జంతువులు, పక్షులు మనుషుల్లా మాట్లాడతాయని, మానవుల్లా ఆలోచిస్తాయని, ప్రమాదాలు ముంచుకు వచ్చినప్పుడు అవి ఐకమత్యంతో కలిసికట్టుగా ఆపదలను ఎదుర్కొంటాయని... నోరులేని జీవులు కూడా తెలివితేటలు, సమయస్ఫూర్తిని ప్రదర్శిస్తాయని చాటిచెప్పిన అద్భుత కథనం **'పంచతంత్రం'**.

మనుషుల్లా మాట్లాడలేని జీవులే సమయస్ఫూర్తితో వ్యవహరిస్తున్నప్పుడు... బుద్ధీ, జ్ఞానమూ, ఆలోచన, విచక్షణ కలిగిన మనిషి ఎందుకు జ్ఞానవంతుడు కాలేడు?

మూర్ఖుడు మహాత్ముడుగా మారలేడా?

మారగలడు.... మూఢుడు సైతం విజ్ఞానవంతుడు కాగలడని.... కాలానికి తగ్గట్టు లౌక్యంతో, సమయస్ఫూర్తితో సమస్యలను 'చక్కబెట్టుకోగలడని' ప్రబోధించిన విజ్ఞాన వినోద కథాసాగరం యీ **'పంచతంత్రం'**.

చిన్న చిన్న కథలు... ప్రతి కథలో ఏదో ఒక నీతి...

మందబుద్ధులను **'మహాజ్ఞానులు'**గా మార్చే జ్ఞానామృతం **'పంచతంత్రం'**.

కాబట్టే ప్రపంచ ప్రజలందరూ యీ **'పంచతంత్రం'** చదివి ఆనందిస్తున్నారు. ఆలోచిస్తున్నారు. అంతో, ఇంతో... నేర్చుకుంటున్నారు.

ఇంతటి ప్రాముఖ్యత పొందిన **'పంచతంత్రం'** పుట్టినిల్లు మన భారతావని.

మొదట వేదాలు... వేదాల్లోంచి ఉపనిషత్తులు, పురాణాలు, శాస్త్రాలు... వాటిల్లోంచి అనేక నీతికథాసాగరాలు.... అలాంటి కథా సాగరాల్లో సుప్రసిద్ధమైన యీ **'పంచతంత్రం'** మూలగ్రంథం. **'రాజనీతి సూత్రాణి'**. పిల్లలని జ్ఞానవంతుల్ని చెయ్యడం కోసం ఎనిమిది అధ్యాయాలతో... సూక్తులతో... రచింపబడిన **'రాజనీతి సూత్రాణి'** గ్రంథకర్త **'ఆర్య చాణక్యుడు'**. ప్రపంచ ప్రసిద్ధిగాంచిన **'అర్థ శాస్త్రము'** రచించిన వేద వేదాంగవేత్త.

ఆ **'ఆర్య చాణక్య'**.... కేవలం పిల్లలకోసం రచించిన **'రాజనీతి సూత్రాణి'**లోంచి ఊపిరిపోసుకున్న విజ్ఞాన వినోద కథాసాగరం... **'పంచతంత్రం'**.

'ధర్మ, అర్థ, కామ, మోక్షము'లనే నాలుగు **'చతుర్థ పురుషార్థములు'** అవే మానవజీవితంలో పాటించవల్సిన నాలుగు ధర్మములు.

'సామ, దాన, భేద, దండో' పాయములనేవి నాలుగు రాజనీతి సూత్రములు. ఈ నాలుగు ఉపాయాలు ఉపయోగించే ప్రభువులు పరిపాలన సాగించాలి. దేశాన్ని రక్షించాలి.

ఆనాడే కాదు... ఈనాడు కూడా... ఈ **'చతుర్థ పురుషార్థములు'** ప్రతివారికీ ఆచరణీయం. అట్లే ప్రజాపాలకులు పాటించవల్సిన మార్గములు కూడా **'సామ, దాన, భేథ, దండోపాయము'** నాలుగే.

'సామము' అంటే... శాంతిపథం. అంటే సామరస్యం. దీనివల్ల **'మిత్రలాభం'** కలుగుతుంది.

'దానము' అంటే... ఔదార్యం, క్షమ... దీనివల్ల శత్రువులుసైతం దాసోహం అవుతారు.

'భేదము' అంటే... ఇద్దరి మధ్య విరోధం... దీనివల్ల మిత్రుడు శత్రువై, శత్రువు మిత్రుడవుతాడు.

'దండన' అంటే... శిక్ష... పై మూడు పద్ధతులు ఫలించనప్పుడు చివరగా ప్రయోగించేది.

ఈ నాలుగు ఉపాయాలు వేదకాలం నుంచి ఆచరణలో వున్నాయి.

వీటికి **'చతుర్విధోపాయాలు'** అని పేరు.

కృతయుగములో రాక్షస సంహారానికి, త్రేతాయుగములో రావణాదుల సంహారానికి, ద్వాపరయుగములో దుర్యోధనాదుల సంహారానికి భగవంతుడు యీ చతుర్విధోపాయాలనే ఉపయోగించాడు. **'ధర్మరక్షణ'** గావించాడు.

అంటే... కేవలం 'ధర్మ పరిరక్షణార్థం' మాత్రమే యీ **'చతుర్విధోపాయాలు'** ఉపయోగించాలని భగవంతుడే తెలియజెప్పాడన్నమాట!

అయితే కలియుగం వచ్చేసరికి ఒక్కసారిగా పరిస్థితులు తారుమారయ్యాయి. 'ఏది ధర్మ'మో అది **'అధర్మం'** గానూ... ఏది **'అధర్మమో'** అది **'ధర్మం'** గాను కొత్త భాష్యాలు, సిద్ధాంతాలు పుట్టుకొచ్చాయి. విపరీత పోకడలు వెల్లువెత్తాయి. స్వార్థం ప్రతి ఒక్కరి నరనరాల్లోనూ జీర్ణించుకుపోయింది.

'స్వలాభమే' పరమావధిగా ప్రవర్తిల్లే స్వార్థపరులు అధికమయ్యారు.

'ధర్మం' మారలేదు. అదెప్పుడూ ఒకేవిధంగా ఉంది.

'ధర్మం' పేరిట చెప్పే భాష్యాలు, ఆచరించే విధానాలు, అర్థాలు మారిపోయాయి.

ఇలాంటి దుస్థితి నించి సమాజాన్ని బైటపడేసి మరల ధర్మాన్ని పునః ప్రతిష్ఠించవల్సిన అవసరాన్ని భగవంతుడు గుర్తించాడు.

ధర్మస్థాపనకోసం... ఆర్షధర్మ పరిరక్షణకోసం... ఒక విలక్షణమైన మానవుడిని సృష్టించాలని సంకల్పించాడు భగవంతుడు.

ఆ విలక్షణ పురుషుడే... **'ఆర్య చాణక్య'**.

ధర్మస్థాపన కోసం ఆ చాణక్య ఉపయోగించిన ఐదో సాధనమే... **'కౌటిల్యం'**.

'కౌటిల్యం' పంచమ రాజనీతిగా భావించాడు చాణక్య. అదే 'పంచతంత్రం'. ఆ **'పంచతంత్ర'** ప్రయోగానికి మొట్టమొదట గురైనవాడు **'జగజ్జేత అలెగ్జాండర్'**. ఆ తదుపరి **'నవనందులు'** అనంతరం ఎందరో రాజన్యులు...

ఇందరినీ తన కౌటిల్యంతో చిత్తుచేసి భారతావనిలో ధర్మస్థాపన గావించాడు చాణక్య.

'పంచతంత్రం' ప్రయోగించి **'తలరాతలనే'** తారుమారు చేసిన మహామేధావి చాణక్య.

ఎవరీ చాణక్య?

షుమారు రెండువేల మూడువందల యాభై సంవత్సరాలకి పూర్వం...

పరమపావనమైన భారతావనిలో...

వేదాధ్యయనము, వేదాభ్యాసము గురుకులాల్లో క్రమశిక్షణతో సక్రమంగా జరుగుతున్న రోజులు అవి.

ఐనా, దేశం శాంతిభద్రతలతో సుస్థిరంగా లేదు. ధర్మం నాలుగు పాదాలమీద నడవడం లేదు. ప్రజలు సుఖశాంతులతో స్వేచ్ఛగా జీవించడం లేదు. కారణం....?

భారతావని అనేక రాజ్యాలుగా, సామ్రాజ్యాలుగా చీలిపోయి వివిధ రాజన్యుల ఏలుబడిలో, వివిధ చక్రవర్తుల పాలనలో 'ఇష్టారాజ్యం'గా అధర్మవర్తనుల చేతుల్లో చిక్కి విలవిల్లాడుతోంది.

మునుపు అనేకసార్లు భారతావనిపై దాడిచేసిన తురుష్కులు, పారశీకులు, మహమ్మదీయులు, చైనీయుల ధాటికి ఎన్నో ఎదురుదెబ్బలు తిన్నామన్న కనీస ఇంగితం కూడా లేకుండా హైందవరాజులందరూ తమలో తాము కలహించుకుంటున్న రోజులవి....

ఇంకొకవైపునించి... 'ఎలాగైనా ప్రపంచాన్నంతటినీ తమ ఏలుబడిలోకి తెచ్చుకోవాలని' యవనులు కలలుకంటున్న రోజులవి....

అలాంటి పరిస్థితుల్లో కూడా **'ధర్మబోధనే ధ్యేయంగా – ధర్మరక్షణే'** పరమార్థంగా ఆంధ్రరాజ్యములోని గౌతమీ నదీ పరివాహక ప్రాంతంలోని ఒక శ్రోత్రీయ బ్రాహ్మణ అగ్రహారంలో నిత్యవేదఘోషతో విరాజిల్లుతోంది ఆ వేదపాఠశాల. దానికి అధిపతి వేదవేదాంగపారంగతుడైన 'చణకుడు', అద్వితీయ మేధాసంపన్నుడు. ఆయన అర్థాంగి 'దేవకి' నిరంతర విష్ణుపూజా దురంధరురాలు, మహాపతివ్రత.

ఆయన వేదాగ్ని అయితే, ఆవిడ పావన గంగాభవాని. అంతటి పుణ్య దంపతులకూ వయస్సు మీద పడుతున్నా సంతానం కలగలేదు. వారు నోచని నోములు లేవు; చెయ్యని వ్రతాలు లేవు, కానీ ఎందుకనో వారికి సంతానభాగ్యం కలగలేదు.

అలా చాలా సంవత్సరాలు గడిచాక.... దేవకి ఇష్టదైవం శ్రీమన్నారాయణుడు ఆమెని కరుణించాడు. ఒకనాటి రాత్రి స్వప్నంలో ఆమెకి

దర్శనమిచ్చాడు దేవదేవుడు.

భారతావనిలో ధర్మగ్లాని జరిగిందని, శ్రీహరి ధర్మ పరిరక్షణార్థం భారతావనిలో అవతరించాల్సిన సమయం ఆసన్నమైందని చెప్పి ప్రార్థించిన భూదేవి, నారదులకి అభయమిస్తూ...

"నా ప్రియ భక్తురాలు దేవకి గర్భాన 'అధర్వణ వేదము' ఆర్ష ధర్మ రక్షకుడిగా... క్షాత్ర పౌరుషాలు మూర్తీభవించిన వేదవేదాంగ పారంగత సద్బ్రాహ్మణుడిగా జన్మిస్తుంది. సార్వభౌమోచిత లక్షణాలతో జన్మించే ఆ స్థితప్రజ్ఞుడు **'రాచరికాన్ని'** చేపట్టకుండానే ధరణీతలముపైనున్న రాజులందర్నీ శాసిస్తాడు. ధర్మరక్షణకోసం ధర్మాంగాలనే తారుమారు చేస్తాడు.... కౌటిల్యానికీ, కాఠిన్యానికీ మారుపేరుగా భావించబడే ఆ బ్రహ్మతేజస్వి... అతి త్వరలో... నా ప్రియ భక్తురాలు, చణకుని ధర్మపత్ని దేవకిగర్భాన జన్మించనున్నాడు" అని తెలిపాడు శ్రీహరి.

ఆ స్వప్న వృత్తాంతాన్ని గ్రహించి మహదానందంతో మేల్కొన్న దేవకి భగవంతుడు తనకి యిచ్చిన వరాన్ని భర్తకి చెప్పబోయింది. కానీ ఆ **'దేవరహస్యం'** లోకానికీ తెలియకుండా ఆమెకి మాయ కమ్మింది. అయితే భగవంతుడిచ్చిన వరం వృథా కాలేదు.

నాలుగు సంవత్సరాల సుదీర్ఘ నిరీక్షణ అనంతరం...

తన కల 'కల్లగానే' మిగిలిపోతుందని దేవకి నిశ్చయించుకున్న అనంతరం...

తమకిక సంతానం కలుగదని చణకులవారు గుండె రాయి చేసుకున్న అనంతరం...

ఒకనాటి ప్రాతఃకాలంలో చణకుల వారికి ధ్యానంలో వారి వంశ మూలపురుషుడైన **'కుటల మహర్షి'** దర్శనమిచ్చి "నాయనా చణకా.... నిన్నూ, నన్నూ, మన గోత్రనామాన్ని తరింపజెయ్యగల యోగ్యుడు నీ

నట్టింట జన్మించబోతున్నాడు...” అని చెప్పి ఆశీర్వదించాడు.

అదే సమయంలో చణకుల వారి అత్తగారు సంబరంగా పరిగెత్తు కొచ్చి “అల్లుడుగారూ శుభవార్త... మన దేవకి తల్లికాబోతోంది.... మీ కుటల వంశ వారసుడు పుట్టబోతున్నాడండీ...” అని చెప్పింది సంతోషంతో.

అలనాడు దేవకీ గర్భాన ‘అష్టమ గర్భంగా’ తాను జన్మించ బోతున్నట్లు ముందుగా తెలిపి భగవంతుడు ‘శ్రీకృష్ణుడు’గా జన్మించి నట్లుగా...

ఇలా... ఈనాడు ఈ దేవకీ గర్భాన **‘అధర్వణ వేదమే’** జన్మించ బోతున్నట్లు ముందుగా తెలిపిన భగవంతుడు... సుదీర్ఘ నిరీక్షణ తర్వాత... తన భక్తురాలైన యీ దేవకిని కరుణించాడు.

దేవకికి క్రమంగా నెలలు నిండాయి. ఒకనాటి వేకువ ఝామున ఆమెకి పురిటినొప్పులు ప్రారంభమయ్యాయి. ఆమె యధాప్రకారం **‘విష్ణు సహస్రనామస్తోత్రం’** పారాయణ చేస్తుండగా, ఆమెకి పురిటినొప్పుల బాధ తెలియకుండానే సుఖప్రసవమైంది. పుత్రుడు జన్మించాడు. అందరూ ఆనంద తరంగాలలో తేలిపోతుండగా... ఒక అద్భుత విషయం బైటపడింది.

సృష్టికి విరుద్ధంగా... మానవజన్మకి విరుద్ధంగా... ఆ పసిబిడ్డడి అంగిట్లో... ధవళకాంతులతో తళ తళ మెరుస్తూ... రెండు దంతాలు... పాలబుగ్గల నోట్లో జ్ఞానదంతాలు... పుట్టుకతోటే దంతాలు... ఈ దృష్టాం తరం దేనికి సూచన...?

చణకుల వారు ఖిన్నులయ్యారు. తమకి లేక లేక పుట్టిన మగబిడ్డ... పుడుతూనే దంతాలతో పుట్టడం ఏ విపరీతానికి దారితీస్తుందోనని భయపడ్డారు. అయితే పండితులంతా ఆ బిడ్డడి జన్మ లగ్నాన్ని బట్టి జాతకాన్ని పరిశీలించి ‘ఆ బిడ్డడు మహర్జాతకుడనీ, కోటికొక్కరు అలాంటి లగ్నంలో జన్మిస్తారనీ... ఆ బాలుడు వేదవేదాంగ పారంగతుడై రాజాది

రాజులను సైతం శాసిస్తాడని, ధర్మపరిరక్షణ గావిస్తాడని' చెప్పి, అశుభ సూచకంగా పుట్టుకతో వచ్చిన ఆ రెండు దంతాలను పురిటిశుద్ధినాడు తీసివేయించారు.

అలా పుట్టుకతోటే అసాధారణ రీతిలో పుట్టిన ఆ బాలుడికి నామకరణం చేస్తూ...

'కుటల మహర్షి' గోత్రీకుడై నందున **'గోత్ర నామ్నే కౌటిల్య...'** అనీ....

తల్లి విష్ణుస్తోత్రపారాయణం చేస్తుండగా పుట్టినందున **'దేవ్యనామ్నే విష్ణుగుప్తశర్మ'** అనీ...

తండ్రి చణకులవారి పేరు కల్సివచ్చేలా **'వ్యవహార నామ్నే చాణక్య'** అనీ....

మాతామహులకి ఉత్తరగతులకి అధికారి అయినందున వారి 'శ్రీవత్స' గోత్రము కల్సివచ్చేలా **'మాతా మహగోత్ర అధికారస్య... శ్రీవత్స గోత్రనామ్నే వాత్స్యాయన నామధేయస్య...'** అనీ...

అలా ఒకేసారి నాలుగు పేర్లు... **కౌటల్య... విష్ణుగుప్తశర్మ... చాణక్య... వాత్స్యాయన...** అని బారసాలనాడు ఆ బాలుడికి నామకరణం చేశారు.

చణకులవారి పుత్రుడైనందున **'చాణక్య'** అను వ్యవహారనామంతో ప్రసిద్ధుడై, వేదవేదాంగ పారంగతుడై, సర్వశాస్త్ర విశారదుడై, తక్షశిలా విశ్వ విద్యాలయములో అర్థశాస్త్ర విభాగమునందు ఆచార్యుడై, తనకుతానే సాటియై భాసిల్లాడు **'ఆచార్య చాణక్య'.**

చాణక్య రచించిన **'అర్థశాస్త్రము'** యొక్క ప్రతిష్ఠ లోకవ్యాప్తమై, గ్రీకు దేశాధినేత **'అలెగ్జాండర్'** దాకా చేరింది. అతడు ఆ సమయంలో సర్వప్రపంచాన్ని జయించి **'జగజ్జేత'** అనిపించుకోవాలన్న తహతహలో

వున్నాడు. అతని గురుదేవుడు, ప్రపంచ ప్రఖ్యాత తత్త్వవేత్త అయిన **అరిస్టాటిల్ వారు** అలెగ్జాండర్‌ని ప్రపంచ యుద్ధయాత్రకి ప్రోత్సహిస్తూ "హిందూదేశాన్ని జయించు... దేశాన్ని జయించలేకపోయినా తక్షశిల విశ్వ విద్యాలయ ఆచార్యులను జయించు. వారిని నయానో, భయానో ఒప్పించి వారి విజ్ఞాన శాస్త్ర సంపదతో సహా వారిని మన ఏథెన్స్ నగరానికి రప్పించు... ముఖ్యంగా ఆ **'అర్థశాస్త్రము'**ను దాని రచయిత చాణక్యనితో సహా..." అని ఆదేశించాడు.

చాణక్య అంటే పదిరూకలకి ఆశపడే బడుగుబాపడు అన్న భావనతో హిందూదేశంలో, ముఖ్యంగా తక్షశిల రాజ్యంలో అడుగుపెట్టిన అలెగ్జాండర్‌కి ప్రథమ సమాగమంలోనే తన తడాఖా చూపించాడు చాణక్య.

"నీవేదో 'అర్థశాస్త్రం' రచించావట గదా...? తక్షణం దాన్ని మాకప్పగించు.... పది గ్రామాలు 'యీనాం'గా పారేస్తాం" అన్నాడు అలెగ్జాండర్ దర్పంగా. ఆ మాటవింటూనే తోకతొక్కిన కోడెత్రాచులా కస్సున లేచాడు చాణక్య.

"పారేస్తావా...? పది గ్రామాలు యీనాంగా పారేస్తావా...? ఈ దేశం నాది... ఈ నేల నాది.... నేను పుట్టిన ఈ మట్టిగడ్డ మీదకి రాజ్యకాంక్షతో దండెత్తి వచ్చిన యవనధూర్తుడివి... నువ్వెవడివిరా, నా భూమిని నాకు యీనాంగా పారెయ్యడానికి? నేనెవరో తెల్సా? చాణక్య... నేను తల్చుకుంటే నిన్నూ, నీ యవన సైన్యాన్నీ మా దేశపు పొలిమేరల దాకా తరిమి... తరిమి కొట్టగలను, జాగ్రత్త..." అంటూ ఆగ్రహావేశాలతో హెచ్చరించాడు చాణక్య.

అలా తక్షశిలా రాజ్యసభలో అందరి సమక్షంలో నిర్భయంగా అలెగ్జాండర్ని హెచ్చరించి నిర్భీతిగా ఆ సభనించి నిష్క్రమించిన నిష్కళంక దేశభక్తుడు చాణక్య... చిన్న చిన్న రాజ్యాలూ, బలహీనమైన రాజన్యుల

కారణంగా భారతావనికి రాబోతున్న విదేశీ ప్రమాదాలను పసిగట్టి...

ఎలాగైనా సరే, దేశంలోని రాజ్యాలన్నింటినీ 'సమర్థుడైన చక్రవర్తి', 'ఏకఛత్రాధిపత్యం' క్రిందకి తీసుకువచ్చి అఖండ భారతాన్ని బలీయమైన శక్తిగా నిర్మించాలని సంకల్పించాడు చాణక్య. నాటి స్వార్థపూరితులైన రాజన్యులు యవన సామ్రాట్ అలెగ్జాండర్‌కి దాసోహమవుతుంటే చూసి భరించలేక.... అవసరమైతే వారినందరినీ నయానో భయానో, లేదా **'కుతంత్రం'** ద్వారానో ఒప్పించి.... అలా వీలుకాకుంటే వారిని హత మార్చో... తద్వారా భారతావనిలో 'ధర్మాన్ని పరిరక్షించాలని'.... మనకి మాత్రమే స్వంతమైన **'అమూల్య వేదశాస్త్ర గ్రంథ సంపద'** పాశ్చాత్య దేశాలకి తరలిపోకుండా కాపాడుకోవాలని సంకల్పించాడు చాణక్య.

కార్యం అసాధారణమైంది. ఆ కార్యనిర్వహణకి సహకరించే రాజులెవ్వరూ ఆనాడు లేరు. అందుకే...

"నాకొక సార్వభౌముడు కావాలి... దేశాన్ని ముక్కలు చేసి ఏలు కుంటున్న దుష్టరాజన్యులందర్నీ జయించి... ఈ దేశాన్నంతటినీ ఏకఛత్రాటిపై ఏకైకశక్తిగా నిలిపి విదేశీయులను తరిమికొట్టగల సార్వభౌముడు కావాలి.... ఆనాడు ధర్మసంస్థాపనార్థం పార్థుడిని ఆయుధంగా ప్రయోగించి కురుక్షేత్ర సంగ్రామం జరిపించి దుష్టసంహారం చేయించాడు శ్రీకృష్ణుడు.... నేను శ్రీకృష్ణ పరమాత్ముడంతటి వాడిని కాను. కానీ... నాకొక పార్థుడు లభిస్తే... దుష్టసంహారం జరిపించి... మరల సువిశాల హైందవసామ్రాజ్యాన్ని నిర్మించి తీర్తాను...." అని ప్రతిజ్ఞ చేశాడు చాణక్య.

అతడిది స్వీయ ప్రయోజనాలు ఆశించి చేసిన ప్రతిజ్ఞ కాదు. ధర్మబద్ధమైన సువిశాల హైందవ సామ్రాజ్య నిర్మాణం కోసం విశాల దృక్పథంతో చేసిన ప్రతిజ్ఞ.

'ధర్మో రక్షతి రక్షితః....'... ధర్మాన్ని మనం నిలబెడితే అదే ధర్మం

మనని రక్షిస్తుంది.

ఈ సత్యాన్ని చాటడానికే శ్రీకృష్ణ పరమాత్మ అనేక **'తంత్రాలు'** నడిపి ధర్మాన్ని నిలబెట్టాడు.

'ధర్మాచరణకు అనుసరించే విధానాల్లో విభేదాలు ఉండవచ్చేమో గానీ ధర్మం మారదు' అన్న సూత్రాన్ని త్రికరణ శుద్ధిగా విశ్వసించి, ఆచరణలో పెట్టాడు చాణక్య. అందుకే, పార్థుడు దొరక్క పోయినా అతడికొక భావి సామ్రాట్టు **'చంద్రగుప్తుడు'** దొరికాడు.

ఆ కాలంలో భారతావనిలో అత్యంత బలమైన రాజ్యం మగధ. దానికి రాజధాని పాటలీపుత్రం. మగధరాజ్యానికి నందవంశజుడైన మహానందుడు మహారాజు. ఆతడు సంతానం లేనందున 'సునంద' అనే క్షత్రియ కన్యని వివాహం చేసుకొని ఆమెద్వారా ఇద్దరు పుత్రులను పొందాడు. అయితే మహారాజు వద్ద క్షురకుడుగా పనిచేసే పద్మపాదుడు, రాణి సునందని లోబర్చుకొని, ఆమె సహకారంతో మహారాజుని, ఆయన ప్రధమ భార్య మురాదేవిని ఏకాంత భవనంలో బంధించి, 'రాజుకి భయంకరమైన కుష్ఠువ్యాధి సంక్రమించిందని' ప్రకటించి రాజ్యాన్ని ఆక్రమించుకొని రాణి సునందని పెళ్ళాడి ఆమె ద్వారా ఎనిమిదిమంది పుత్రులను పొందాడు. అతనితోపాటు అతని కొడుకులని కలిపి **'నవనందులు'** అని ప్రజలు పిలిచేవారు. పద్మపాదుడు కూడా తన

పేరుని 'మహాపద్మనందుడు'గా మార్చుకొని నందవంశాన్ని వర్ణసంకరం చేశాడు. సునంద మొదటిబిడ్డల్ని కూడా 'వింతవ్యాధి' పేరిట విషమిచ్చి చంపించి తాను స్థిరపడ్డాడు. జరిగిన మోసం తెలుసుకున్న రాణి సునంద ఆత్మహత్య చేసుకుంది.

ఈ విశేషాలన్నీ అతికష్టం మీద తెల్సుకున్న మహానందుడు 'నవ నందుల' మీద ప్రతీకారం తీర్చుకోవాలన్న తపనతో, మగధకి నందవంశ వారసుడినే అధిపతిని చెయ్యాలన్న లక్ష్యంతో ఆ వార్ధక్యదశలో తనకి తోడుగా వున్న మహారాణి మురాదేవితో సంగమించి సుపుత్రుడిని పొందాడు. అతడే చంద్రగుప్తుడు.

'ఎప్పటికైనా, ఎలాగైనా చంద్రగుప్తుడిని మగధకి రాజుని చేస్తానని' మురాదేవితో ప్రమాణం చేయించుకొని, రహస్యమార్గం ద్వారా మురా చంద్రగుప్తులను చెరనించి బైటకి పంపించాడు మహారాజు. ఆ రాత్రి జరిగిన అగ్నిప్రమాదంలో చెరసాల పూర్తిగా దగ్ధమై మహారాజు కూడా మరణించాడు.

మగధకి అసలు సిసలైన వారసుడు చంద్రగుప్తుడని నిశ్చయించుకున్న చాణక్య అతడిని మగధ సింహాసనం ఎక్కించాలని, ఆ తదుపరి ఆతడి సార్వభౌమత్వం నీడన సువిశాల భారత సామ్రాజ్యాన్ని స్థాపించాలని ప్రయత్నాలు ప్రారంభించాడు. నేపాళ రాజ్యాధిపతి పర్వతకుడు నందులకు మిత్రుడు. అయితే సందర్భం కల్సివస్తే మగధని కూడా ఆక్రమించాలన్న దురాశతో వేచిచూస్తున్నాడు.

'మగధకి చంద్రగుప్తుడిని రాజును చెయ్యడానికి సహకరిస్తే అర్ధరాజ్యం ఇస్తామని' ఆశపెట్టి పర్వతకుడితో ఒప్పందం కుదుర్చుకొన్నాడు చాణక్య.

పాంచాల భూపతి పురుషోత్తముడి మేనకోడలు శాంతవతిని చంద్రగుప్తుడికి వివాహం చేయించి పాంచాల, సింహపురి రాజ్యాలకి అతడిని

ప్రభువుగా పట్టాభిషిక్తుడిని చేయించాడు. ఇదే **'మిత్రలాభం'**.

నవనందులు దుర్మార్గులైనా మగధ సామ్రాజ్యాన్ని ఇతరులు కన్నెత్తి కూడా చూడలేకపోవడానికి ఒక మేధావి ప్రజ్ఞాపాటవాలు కారణం. అతడే రాక్షసామాత్యుడు. పర్వతకుడికి ప్రాణమిత్రుడు. అలాంటి రాక్షసుడూ - పర్వతకుడికి మధ్య విభేదాలు కల్పించాడు చాణక్య. **ఇదే 'మిత్ర భేదం'**. ఇందువల్ల స్వార్థపరుడైన పర్వతకుడు నశించి, రాజభక్తుడైన రాక్షసుడు మగధకి లభించాడు.

ఏమాత్రం పరిచయం లేని ఇద్దరు వ్యక్తుల మధ్య విరోధాన్ని కల్పించడమే **'విగ్రహం'**. ఇది స్వయంగా చాణక్య ఆచరించాడు. పాటలీపుత్రంలోని ధర్మశాలలో ప్రవేశించిన చాణక్య ఒక పథకం ప్రకారం నవనందుల వల్ల అవమానాన్ని కోరితెచ్చుకొని 'తనని శిఖపట్టిలాగి పరాభవించిన నవనందులని తుదముట్టించి మగదకి సిసలైన వారసుడిని సింహాసనమెక్కిస్తానని' శపథం చేస్తాడు. కేవలం చంద్రగుప్తుడిని మగధకి రాజుని చెయ్యడానికే, తనకి అప్పటివరకూ ముఖపరిచయమైనా లేని నందులతో విరోధం కల్పిస్తాడు చాణక్య. ఈ కారణం సాకుగా చూపించే నందులను నాశనం చేయిస్తాడు. ఇదే **'విగ్రహం'**. ఇలా ప్రజాకంటకులైన రాజులను శిక్షించాడు.

రాక్షసామాత్యుడు మహామేధావి. పరిపాలనా చతురుడు. మగధకి మహామంత్రి. అంతకుమించి నందుల పట్ల స్వామిభక్తి పరాయణుడు. నందుల మరణానంతరం చంద్రగుప్తుడు సింహాసనం ఎక్కకుండా ఎన్నో తంత్రాలు చేస్తాడు రాక్షసుడు. వాటినన్నింటినీ తన అమేయ మేధా ప్రతిభతో త్రిప్పికొట్టి, శత్రువులాంటి రాక్షసుడిని చంద్రగుప్తుడికి విధేయుడుగా, హితుడుగా మార్చి అతడికే మహామాత్య పదవిని కట్టబెడతాడు చాణక్య. ఇదే **'సంధి'**.

ఇహ ఐదవది **'అపరీక్షిత కారత్వం'**. అంటే ఏ కార్యాన్ని అయినా, పూర్తిగా తెల్సుకోకుండా విచారించకుండా, అర్థం చేసుకోకుండా చేయ కూడదని అర్థం. దీనినే చాణక్య తన లక్ష్యసాధనకోసం బ్రహ్మాస్త్రంలా ప్రయోగించాడు. ఈ **'తంత్రం'** బారినపడి పర్వతకుడు, వైరోచనుడు, నందులు, మరెందరో అగ్నిపై కురికిన శలభాల్లా మలమల మాడిపోయారు. చాణక్య **'తంత్రాన్ని'** పసిగట్టలేక అతడి ప్రతిపాదనలను విచారించకుండా, వాటిలోని ఆంతర్యాలను అర్థం చేసుకోకుండా తొందరపాటుగా వ్యవహ రించి నాశనమైపోయారు. చాణక్య శపథం నెరవేరడానికి **'ముందుచూపు లేకుండా'** బలిపశువులయ్యారు. ఈ **తొందరపాటుతనమే 'అపరీక్షిత కారత్వం' ఇదే చాణక్యుడి ఐదవ తంత్రం. 'తంత్రం' అంటే 'ఉపాయం'.**

వేదాలలో పేర్కొన్న సామ, దాన, భేద, దండోపాయాలకు 'తంత్రం' జోడించి **యీ 'పంచతంత్రం'తో** ప్రజాకంటకులూ స్వార్థపరులూ అయిన పరిపాలకులను తొలగించి సమర్థులైన వారిని పరిపాలకులుగా, చంద్ర గుప్తుడికి సామంతులుగా నియమించి సువిశాల, సుస్థిర 'మౌర్య సామ్రా జ్యాన్ని' నిర్మించాడు చాణక్య. అవినీతిపరులను దండించి **'నీతి'కి** పట్టం గట్టాడు.

కేవలం ధర్మప్రతిష్ఠాపన కోసం చాణక్య యీ పంచతంత్రాలను ఉపయోగించాడు. ఆర్షధర్మాన్ని పరిరక్షించాడు. తక్షశిలా విశ్వవిద్యాలయం లోని అసంఖ్యాక అపూర్వ వేదశాస్త్ర విజ్ఞాన సర్వస్వం 'విదేశాలకు తరలి పోకుండా' అడ్డుపడి చిరస్మరణీయుడు అయ్యాడు.

ధర్మాన్ని రక్షించడానికి **'ధర్మాన్ని కాపాడటమే అంతిమలక్ష్యం'** అయినప్పుడు.... **'చివరికి మిగిలేదీ, నిలిచేదీ ధర్మమే'** అయినప్పుడు దానికోసం **'ఏ తంత్రాన్ని ఆశ్రయించినా తప్పులేదన్నది'** చాణక్య సిద్ధాంతం. ఈ సిద్ధాంతమే మూలంగా తన గోత్రనామమైన **'కౌటిల్య'** పేరుతో **'అర్థ**

శాస్త్రం' రచించాడు. పంచతంత్రాలను సమన్వయం చేస్తూ నడిచిన ఈ గ్రంథం **'కౌటిల్యుని అర్థశాస్త్రం'**గా ప్రపంచ ప్రసిద్ధి గాంచింది. ఈ గ్రంథ **రచనకే అత్యున్నతమైన 'ఆర్య' పురస్కారాన్ని పొందాడు చాణక్య.**

అట్లే తన మాతామహుల గోత్రమైన **'శ్రీవత్స'** కల్సివచ్చేలా తనకిపెట్టిన **'వాత్స్యాయన'** పేరుతో ఆదర్శదాంపత్యజీవనాన్ని ప్రతిబింబించే కామసూత్రాలు' రచించాడు. ఇది **'వాత్స్యాయన కామసూత్రాలు'**గా లోకప్రసిద్ధమైంది.

చాణక్యకి పుత్రసంతానం లేదు. ఏకైక కుమార్తెకి వివాహం చేసి ఆమెవల్ల **'పౌత్రుడిని'** పొందాడు. **'రాధాగుప్తుడు'** అన్న పేరుతో పెరిగిన ఇతడే అనంతరకాలంలో చంద్రగుప్తుడి కుమారుడు **'బిందుసారుడి'**కి మహామంత్రిగా, ఆ తర్వాత ఆతని కుమారుడు **'సామ్రాట్ అశోక'** వద్ద మహామంత్రిగా నియమితుడయ్యాడు.

వానప్రస్థ ఆశ్రమదీక్షని స్వీకరించాలని నిశ్చయించుకున్న చాణక్య తన భార్య అభ్యర్థన మేరకు బాలలకోసం ఒక గ్రంథాన్ని రచించాడు. బాలలకి సులభంగా అర్థమయ్యేలా **చిన్న చిన్న వాక్యాలతో 8 అధ్యాయాలతో 562 సూత్రాలతో రచించిన యీ గ్రంథానికి 'రాజనీతి సూత్రాణి' అని పేరు పెట్టాడు.** ధర్మపరిరక్షణ కోసం తాను ఆచరించిన **'పంచతంత్రాలను' యీ 'రాజనీతి సూత్రాణి'** ద్వారా బాలలు అధ్యయనం చెయ్యడానికి వాటిని ఆచరించి **'బాలలు భావిమేధావులు'** కావడానికి యీ గ్రంథాన్ని **'మార్గ దర్శనం'** చేశాడు ఆర్యచాణక్య. ఏది చెయ్యవచ్చో, ఏది కూడదో నిర్దేశిస్తుంది ఈ **'రాజనీతి సూత్రాణి'**.

ఈ 'రాజనీతి సూత్రాణి' ఆధారంగానే 'పంచతంత్రం' కథలు పుట్టాయి. ఈ కథలకి ఆద్యుడైన పండితుడు 'విష్ణుశర్మ' పాటలీపుత్రం నివాసి. చాణక్య పంచతంత్రాలకి కూడా కార్యస్థానం పాటలీపుత్రమే. అట్లే

చాణక్య నామాల్లో ఒకటి **విష్ణుగుప్తశర్మ**. ఈ పేరులోంచి 'గుప్త' తొలగిస్తే అతడి పేరు '**విష్ణుశర్మ**'. కనుక చాణక్యుడే భావిభారత బాలబాలికల కోసం 'విష్ణుశర్మ' పేరుతో 'పంచతంత్రం' రచించివుంటాడు. లేదా 'మరో విష్ణుశర్మ' దీనిని రచించాడనుకున్నా ఆ 'పంచతంత్రానికి' ఆధారం చాణక్యుడి 'రాజనీతి సూత్రాణి' అని భావించవచ్చు.

ఈ భావనతోటే చాణక్యుడి '**రాజనీతి సూత్రాణి**'లోని సూత్రాలు ఆధారంగా ఈ 'పంచతంత్రం' రూపుదిద్దుకుంది. ఎవరు, ఏ భాషలో రచించినా బాలబాలికలకు విజ్ఞాన వినోదాలను అందించడమే 'పంచ తంత్రం' యొక్క పరమార్థం.

ఆ సదుద్దేశంతోటే, ఆబాలగోపాలానికీ వినోదాన్ని, దానితో విజ్ఞానాన్ని కలిపి అందించే ధ్యేయంతోటే మీ ముందుకు వచ్చింది యీ 'పంచతంత్రం'.

చదవండి! చదివించండి!! ఆనందించండి!!!

తాడంకి వెంకట లక్ష్మీనరసింహారావు రచించిన '**ఆర్యచాణక్య**' చారిత్రాత్మక గ్రంథంలో ఈ '**రాజనీతి సూత్రాణి**' పొందుపర్చబడింది.

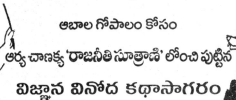

ఆబాల గోపాలం కోసం

ఆర్య చాణక్య 'రాజనీతి సూత్రాణి' లోంచి పుట్టిన

విజ్ఞాన వినోద కథాసాగరం

పంచతంత్రం

కథా ప్రారంభంలో
సుదర్శనుడి కథ

అనగనగనగా... ఒక రాజ్యం. ఆ రాజ్యం పేరు మగధ. దానికి రాజధానీ నగరం పాటలీపుత్రం. అందమైన భవంతులతో, విశాలమైన రహదారులతో, దారులకి యిరుప్రక్కలా నీడనిచ్చే వృక్షరాజాలతో, అక్కడక్కడా సువిశాలమైన చక్కటి ఉద్యాన వనాలతో, నీటివసతులతో, వ్యాపార కూడళ్లతో, సిరిసంపదలకి నెలవైన శ్రీవైకుంఠంలా విరాజిల్లుతోంది ఆ పాటలీపుత్ర నగరం.

ఆ రాజ్యానికి ప్రస్తుత పరిపాలకుడు సుదర్శనుడు. అతడు ధర్మ పరుడు, నీతినియమాలు కలవాడు. ప్రజల్ని కన్నబిడ్డల్లా భావిస్తాడు. శాంతి, అహింస, సత్య, ధర్మ, నీతి, న్యాయాలనే షడంగాలను తాను ఆచరిస్తూ, తన ప్రజలచేత పాటింపచేస్తూ **'యధారాజా తథాప్రజః'** అన్న ఆర్యోక్తిని నిజం చేశాడు. రాజ్యాన్ని సుభిక్షంగా నిలిపి తన పూర్వీకులైన మగధ రాజన్యుల కీర్తిప్రతిష్ఠలను ఇనుమడింపజేశాడు.

ఇన్ని సుగుణాలతో శోభిల్లుతున్న ఆ రాజు సుదర్శనుడికి 'ఒకే ఒక్క చింత' అహర్నిశలూ పట్టిపీడిస్తోంది. అతడికి ముగ్గురు కుమారులు.

వారు నిరంతరం ఆటపాటలతో మునిగితేలుతూ, చదువుసంధ్యలందు ఆసక్తి చూపించకుండా 'ఇష్టారాజ్యం'గా ప్రవర్తిస్తూ మందమతులు, సోమరి పోతులు అయ్యారు.

రాకుమారులని రాజగురువు వద్దకి విద్యాభ్యాసానికి పంపిస్తే, ఆయన్ని ఏమాత్రం లక్ష్యపెట్టకుండా, ఆయన బోధించే శాస్త్రాలు ఆలకించ కుండా అల్లరిచిల్లరిగా ప్రవర్తించి గురువుగారికే విసుగు పుట్టించారు. రాజగురువు వాళ్లని భరించలేక తీసుకువచ్చి రాజుగారికి అప్పగించి "మహారాజా! మందమతులు, సోమరిపోతులైన మీ కుమారులకు విద్యాబోధ చెయ్యడం ఆ దేవుడి వల్ల కూడా కాదు. ఇక యీ జన్మకి మీ కుమారులు బాగుపడరు. ఇలా సత్యం చెప్పినందుకు నన్ను క్షమించండి" అని పలికి వెళ్లిపోయాడు.

అలా రాజగురువే కాదు. ఎందరో పండితులు ఎన్నో విధాల ప్రయత్నించి కూడా రాకుమారులకు విద్యాబుద్ధులు నేర్పలేకపోయారు.

"నాయనా... నా తదనంతరం యీ రాజ్యాన్ని పాలించవల్సిన నా వారసులు మీరు. ఇలా మందబుద్ధుల్లా, మూఢుల్లా వుంటే, రేపు రాజ్యాన్నేం పాలిస్తారు? ప్రజాసంక్షేమం ఎలా చూస్తారు? 'విద్యలేనివాడు వింతపశువు' అన్న సామెత మీరు వినలేదా?" అని వాపోయాడు మహారాజు సుదర్శనుడు.

అందుకు రాకుమారులు కూడా విచారిస్తూ "నాన్నగారూ! మాక్కూడా విద్యాభ్యాసం చెయ్యాలనే ఆసక్తి వుంది. కానీ, మీరు నియమించిన గురువు లనేవారు బోధించిన విషయాలేవీ మా బుర్రకెక్కడం లేదు. వారు చెప్పేది అర్థంకాక, వారి బారినుండి తప్పించుకోడానికే ఆటలు-పాటలుతో కాలక్షేపం చేస్తున్నాం. 'అర్థంకాని చదువు వ్యర్థం' కదా? మాకు అర్థమయ్యేలా పాఠాలు బోధించే గురువుగారిని నియమిస్తే తప్పక చదువుకుంటాం" అని చెప్పారు.

రాకుమారులు అలా చెప్పాక, వారికి అర్థమయ్యేలా విద్యాబోధన చేసే గురువు లభించడం అసంభవమనిపించి, తన కుమారులు ఎప్పటికీ

ప్రయోజకులు కాలేరన్న 'చింత'తో నిరంతరం విచారిస్తుండేవాడు రాజు సుదర్శనుడు.

ఒకరోజు మహారాజు సభచేసి తన ఆస్థాన పండితులకి తన కుమారుల గురించి చెప్పి "పండిత శ్రేష్ఠులారా! నా కుమారులకు విద్యా బుద్ధులు నేర్పి ప్రయోజకులని చెయ్యగలవారు మీలో ఎవరైనా వున్నారా?" అని ప్రశ్నించాడు విచారంగా.

రాజకుమారుల గురించి తెలిసిన పండితులు పెదవి విరుస్తూ "అబ్బే.... లాభంలేదు మహారాజా! మీకు అప్రియం చెబుతున్నందుకు మన్నించండి. మూఢులు, పరమశుంఠలు అయిన మీ కుమారులని ప్రయోజకులుగా చెయ్యగలవాడు యీ లోకంలోనే లేడు" అని చెప్పారు.

రామచిలుక

మధురభాషిణి చెప్పిన సూక్తి

సరిగ్గా అప్పుడే ఒక రామచిలుక ఎక్కడ్నించో ఎగురుకుంటూ వచ్చి రాజసభలోని ఒక స్థంభం మీద వాలి ముద్దు ముద్దు చిలక పలుకులతో....

కార్యం పురుషకారేణ లక్ష్యం సంపదత్యే (రా.సూ.అధ్యా-2; సూ-5)

'పురుష ప్రయత్నం సరిగా చేస్తే కార్యస్వరూపం స్పష్టంగా కనపడుతుంది. అప్పుడు లక్ష్యాన్ని సాధించవచ్చు' అని పలికింది.

ఎక్కడ్నించో వచ్చిన ఆ రామచిలక మానవభాషలో సంస్కృత సూక్తిని వినిపించి, దాని అర్థం వివరించి చెప్పేసరికి సభలోని వారంతా దిగ్భ్రాంతులయ్యారు.

ఆ సభలోనే తండ్రి సరసన కూర్చుని వున్న ముగ్గురు రాకుమారులూ మాట్లాడే రామచిలకని చూసి సంతోషంతో కేరింతలు కొట్టారు.

"హాయ్ హాయ్... మాట్లాడే చిలకమ్మా.... నీ పేరేమిటి?" అడిగాడొక రాకుమారుడు.

అంతలో ఒక పండితుడు దిగ్భ్రాంతిలోంచి తేరుకుంటూ "ఆఁ... ఎవడో పనీ పాటా లేనివాడు యీ రామచిలకని పట్టి దానికి నాలుగు సంస్కృతంముక్కలు నేర్పాడు. అది ఆ నాలుగు ముక్కలూ ముక్కున పట్టుకొనొచ్చి ఇక్కడ వాగేసింది.... లేకపోతే రామచిలకకి మాటలేమిటి? దానికొక పేరేమిటి?" అన్నాడు అహంభావంతో.

నాస్త్యహంకారసమః; శత్రుః (రా.సూ.అ-4, సూ-55)

'అహంకారానికి సమానమైన శత్రువు లేదు' అని పలికింది రామచిలుక మళ్లీ. ఆ పండితుడు అవమానంతో తలదించుకున్నాడు. సభాసదులందరూ రామచిల[illegible] ప్రశంసిస్తూ చప్పట్లు కొట్టారు. మహారాజుకి కూడా ఆ రామచిలక మీద గౌరవం కలిగింది.

అంతలో రెండవ రాజకుమారుడు ఉత్సాహంగా తన స్థానంలోంచి లేచి "చిలకమ్మా, చిలకమ్మా, మా ఆస్థాన పండితుడి వెటకారాన్ని మన్నించి నీ పేరేమిటో చెప్పవా?" అని అడిగాడు.

"నాపేరా...." అంటూ రామచిలక ఆ స్థంభపు దిమ్మమీద రెండు అడుగులు వేసి "నన్ను **'మధురభాషిణీ'** అంటారు రాకుమారా...." అని పలికింది మృదువుగా.

మూడవ రాకుమారుడు చప్పున లేచి నిల్చుని "మధురభాషిణీ...

మధురభాషిణీ... నీతో స్నేహం చెయ్యాలని మాకు ఆశగా ఉంది. మరి నువ్వు మాతో జట్టుకడతావా? మాతోపాటు ఇక్కడే ఉండిపోతావా?" అని అడిగాడు ఆశగా.

"ఇక్కడా....? మీతోనా..." అంటూ రామచిలుక ఒక్క అడుగు వెనక్కివేసి "అమ్మో... మీకోసం ఇక్కడ నేనుండిపోతే అక్కడ నా స్నేహితులంతా ఏం కావాలి రాకుమారా? ఉహూం... నేను మీకోసం ఇక్కడ ఉండటం కుదరదు. నాతో స్నేహం చెయ్యాలంటే మీరే మా ఆశ్రమానికి రండి. అక్కడ నా నెచ్చెలులు కుందేళ్ళు, జింకలు, పావురాలు, పాలపిట్టలు, మర్కటాలు, వాయసాలు, మండూకాలూ... అబ్బో... ఇంకా ఎన్నో.... అందరం కల్సి ఆడుకుంటాం. పాడుకుంటాం. అల్లరి చేస్తాం. అంతేనా జాతిభేదాలు మరిచి స్నేహంగా, ఐక్యంగా ఉంటాం.... మాతో స్నేహం చెయ్యాలనుంటే... మీరే అక్కడికి రావాలి మరి" అని చెప్పింది 'మధురభాషిణి' ముద్దుముద్దుగా.

"వస్తాం. నువ్వెక్కడికి రమ్మంటే అక్కడికి వస్తాం. మధురభాషిణీ... మేం ఎక్కడికి రావాలో చెప్పవా?" గోముగా అడిగాడు రాకుమారుల్లో పెద్దవాడు.

"ఇక్కడికి దగ్గరే బాబూ.... ఈ నగరానికి సరిహద్దుల్లో శోణా నది వుంది కదా! అదేలే, గంగానది. దానికి ఆవలి ఒడ్డున మా గురువు గారి ఆశ్రమం వుంది. అబ్బో, ఆశ్రమం భలే బావుంటుందిలే... అక్కడ మా గురువుగారు మమ్మల్ని చేరదీసి, పెంచి పోషిస్తున్నారు. ఆయన రోజూ మాకు ఎన్నెన్నో మంచి మంచి కథలు చెప్తారు. మేము జాతి వివక్షతో గొడవలు పడకుండా ఎలా కల్సిమెల్సి జీవించాలో చిట్టి పొట్టి నీతికథలు ద్వారా నేర్పుతుంటారు... ఇవేళ ఈ నాగరిక సమాజం ఎలా వుందో తెల్సుకోడానికి... గురువుగారు పంపిస్తే ఎగురుకుంటూ ఇక్కడికొచ్చా... ఇక్కడ చూస్తే.... ఆం... ఏముందిలే...? ఆర్యచాణక్య రచించిన 'రాజనీతి శాస్త్రాణి'లో చెప్పినట్లు...

కార్యవిత్తౌ దోషాన్ వర్ణయన్తి బాలిఇశాః (రా.సూ.అ-2; సూ-33)

'కార్యం చెడిపోయినప్పుడు మందబుద్ధులు దాన్ని తమ ప్రయత్న లోపం అని చెప్పకుండా ఏవేవో దోషాలు వర్ణించి చెబుతారు'.

"అలా.... ఇక్కడి పండితులందరూ తమ తమ లోపాలు కప్పి పుచ్చుకోడానికే బుద్ధిని ఉపయోగిస్తున్నారు. తమకన్నా తెలివైన వాళ్లనీ ప్రభువు ముందుకి రానివ్వరు. వస్తే, తమ బండారం ఎక్కడ బైటపడుతుందో నని వీళ్ల భయం. అందుకే, మా గురువుగారు యీ సమాజానికి దూరంగా వుంటూ మాకు విద్యాబుద్ధులు నేర్పుతున్నారు" అని పలికింది మధురభాషిణి.

"అయితే, మేమూ నీతో వస్తాం. మాకు విద్యాబుద్ధులు నేర్పుతారా?" అడిగాడు రెండోవాడు. అప్పుడు రామచిలుక ఓసారి రెక్కలు విప్పార్చి, మళ్లీ ముడుచుకొని....

గురుదేవ బ్రాహ్మణేషు భక్తిర్భూషణమ్ (రా.సూ.అ-6; సూ-58)

'గురువుల మీద, దేవతల మీద, సద్బ్రాహ్మణుల మీద భక్తి ఉండటం విద్యార్థికి అలంకారం'.

"జ్ఞానంకోసం తపించేవాడు సద్గురువుని వెతు క్కుంటూ ఆయన దగ్గరికే వెళ్ళి, విద్యాదానం చెయ్యమని అర్థించాలి... మీకు అలాంటి భక్తి, విశ్వాసం ఉంటే..." అని మధురభాషిణి చెబుతుంటే...

"ఉంది. మీ గురుదేవులని చూడకపోయినా ఆయన మీద భక్తి విశ్వాసాలు మాకు ఏర్పడ్డాయి. ఆయన మమ్మల్ని ప్రయోజకుల్ని చేస్తారన్న నమ్మకం మాకు కలిగింది. చిలుకమ్మా... మేమే మీ ఆశ్రమానికి వస్తాం... గురుదేవుని అర్థిస్తాం. విద్యాబుద్ధులు నేర్పమని ప్రార్థిస్తాం" అన్నాడు మూడోవాడు.

నిండుసభలో జరుగుతున్న ఆ వింత సంఘటన చూస్తున్నకొద్దీ, ఆ సంభాషణ వింటున్న కొద్దీ మహారాజు సుదర్శనుడికి ఆశ్చర్యం కలుగు తోంది.

ఒక రామచిలుక వచ్చి మాట్లాడటం ఏమిటి? అప్పటివరకూ మూఢులుగా వున్న తన కుమారులు ఆ మాత్రం తెలివితేటలతో మాట్లాడటం ఏమిటి? చదువు అంటేనే ముఖం మాడ్చుకొనే వాళ్లు.... 'తమంతట తాము గురుదేవుని అర్థించి ప్రయోజకులమవుతాం' అని ప్రకటించడం ఏమిటి? ఇది కలా? నిజమా?

అసలు రకరకాల జంతువులని ఒక్కచోటికి చేర్చి వాటిమధ్య సఖ్యత కుదిర్చి వాటికి సహజీవనం నేర్పిన గురువు సామాన్యుడు కాడు. అతడు ఖచ్చితంగా మహామేధావి. అలాంటివాడి వద్ద విద్యాభ్యాసం చేస్తే తన కుమారులు తప్పక ప్రయోజకులవుతారు.

అలా నిశ్చయానికి వచ్చిన సుదర్శనుడు చప్పున సింహాసనం మీద నించి లేచి "అమ్మా... మధురభాషిణి... వేదమూర్తులైన మీ గురువుగారి పేరేమిటమ్మా?" అని అడిగాడు వినయంగా.

"విష్ణుశర్మ గారు..." అని చెబుతూ పైకెగిరి సభనించి బైటికి ఎగిరిపోయిందా రామచిలక.

"చిలకమ్మా... ఆగమ్మా... మేమూ వస్తున్నాం" అని అరుస్తూ చిలకమ్మ వెంట పరిగెత్తారు రాకుమారులు ముగ్గురు. వాళ్ల వెనుకే మహారాజు బయల్దేరాడు. తన వెనుక రాబోతున్న పరివారాన్ని వారిస్తూ రాజు సుదర్శనుడు ఒక్కడే నిరాడంబరంగా తన కుమారుల వెనక వేగంగా నడక సాగించాడు.

అలా... ఆకాశంలో ఎగురుకుంటూ చిలకమ్మ మధురభాషిణి, దాన్ని అనుసరిస్తూ ముగ్గురు రాకుమారులు, వారివెంట వారి తండ్రి సుదర్శనుడు అలా ప్రయాణం చేసి శోణానదిని దాటి ఆవలివైపునున్న విష్ణుశర్మ ఆశ్రమానికి చేరుకున్నారు.

వింతలవిందు చేస్తున్న విష్ణుశర్మ ఆశ్రమం

అద్భుతమైన ప్రకృతి సౌందర్య సోయగాలతో, పచ్చని చెట్లు పరిశుభ్రమైన వాతావరణంలో అలనాటి వశిష్ఠ, వాల్మీకి, భరద్వాజాది మహర్షుల ఆశ్రమాలను తలపించేరీతిలో ప్రశాంతతకి, పవిత్రతకి ఆలవాలమై చక్కటి దృశ్యంలా కనువిందు చేస్తోంది విష్ణుశర్మ ఆశ్రమం.

ఆ ఆశ్రమ ప్రాంగణంలోని ఫలవృక్షాలు, పుష్పలతల వద్ద సహజ జాతివైరులైన **మార్జాల-శునకాలు, మర్కట-మండూకాలు, మూషిక-వాయసాలు, జింక, కుందేలు, పావురాలు, పాలపిట్టలు, చిలుకలు, గోరువంకలు, గోవులు** తదితర పెంపుడు జంతువులన్నీ ఒకేచోట **'జాతివైరం'** మరచి **'ఐకమత్యం'**గా జీవిస్తున్నాయి. ఆ విచిత్రాన్ని చూస్తూ ఆశ్రమ ప్రాంగణంలోకి అడుగుపెట్టాడు మహారాజు సుదర్శనుడు.

ఆ ప్రాంగణంలో సహజ ప్రవృత్తులతో కేరింతలు కొడుతున్న జంతుజాలాన్ని చూస్తూ రాకుమారులు సంతోషంతో తలమునకలవుతూ వాటి ఆటలను చూస్తూ తబ్బిబ్బులవసాగారు.

అక్కడున్న ఒక ఫలవృక్షానికి తలక్రిందులుగా వ్రేలాడుతూ కిచకిచలాడుతోంది కోతి.

కోతి వీపుమీద వాలి 'కూ'మంటూ కూనిరాగం తీస్తోంది కోయిల.

ఓ పిల్లిని తన వీపుపై ఎక్కించుకొని ఓ చెట్టుచుట్టూ పరుగులు తీస్తోంది శునకం.

కప్ప బెకబెక మంటూ కప్పదాట్లు వేస్తుంటే ఒక కాకి దానితో సమానంగా ఎగురుతూ దానిప్రక్కన వాలుతూ 'కావ్... కావ్...'మంటూ ఉత్సాహపడుతోంది.

కుందేలు గడ్డిదుబ్బుల మధ్య అటూ యిటూ పరుగులు తీస్తుంటే జింక, లేడి దాని వెంటపడుతూ తమ ఆనందాన్ని వ్యక్తం చేస్తున్నాయి.

ఇక పావురాలు, పాలపిట్టలు 'కుహూకుహూ' రాగాలు తీస్తూ ఫల వృక్షాలకి వ్రేలాడుతున్న మగ్గపండిన మధురఫలాలను ముక్కులతో త్రెంచి మిగతావాటికి ఆహారంగా వాటిముందు జారవిడుస్తున్నాయి.

గోమాత వీపుమీద ఆడుకుంటూ ఎదురుబదురుగా పరుగులు తీస్తున్నాయి ఎలుక - ఉడుతలు. ఆ గోమాత పొదుగు క్రిందనిలిచి పాలు కుడుస్తోంది ఓ లేడికూన.

ఇలా వివిధ జాతుల జీవులన్నీ అక్కడ ఏక కుటుంబీకుల్లా కల్సిమెల్సి జీవనం గడపడాన్ని చూస్తూ అదంతా విష్ణుశర్మ ప్రజ్ఞాపాటవాల ప్రభావమే నని గ్రహించాడు మహారాజు సుదర్శనుడు.

అంతలో చిలుకమ్మ మధురభాషిణి ఆశ్రమ కుటీరం ముందున్న అరుగుమీద వాలి "గురుదేవా... గురుదేవా.... మహారాజుగారు, వారి కుమారులు మీ దర్శనార్థం వచ్చారు" అని చెప్పింది.

క్షణం తర్వాత, ముఖంలో బ్రహ్మ తేజస్సు ఉట్టిపడుతున్న మహా పండితుడు విష్ణుశర్మ చిరునవ్వుతో బైటికి వచ్చి ముకుళిత హస్తాలతో మహారాజుకి నమస్కరిస్తూ "మహారాజుల వారికి మా అభివాదం" అని పలికి, రాకుమారులవైపు ప్రసన్నంగా చూశాడు. ఆ పండిత ప్రకాండుడిని చూడగానే మూర్ఖులుగా భావించబడుతున్న ముగ్గురు రాకుమారులూ చప్పున వంగి ఆయనకి పాదాభివందనం చేశారు అప్రయత్నంగా.

"విజయోస్తు... సమస్త శాస్త్రవిద్యా ప్రాప్తిరస్తు... విజ్ఞాన వినయగుణ సంపన్న సిద్ధిరస్తు" అంటూ చేతులెత్తి రాకుమారులకి ఆశీస్సులు అందించాడు విష్ణుశర్మ.

మహారాజు సుదర్శనుడికి విష్ణుశర్మ మీద అపారమైన గౌరవం

జంతువులు

కలిగింది. అతను చేతులు జోడించి నమస్కరిస్తూ "వేదవిద్యా విశారదా... తమ గురించి మధురభాషిణి చెప్పగా విన్నాం. ఇప్పుడు కళ్లారా చూస్తున్నాం. మూగజీవాలను సైతం క్రమశిక్షణలో పెట్టిన మీ సామర్థ్యం అనితరసాధ్యం. మీవంటి బ్రహ్మజ్ఞాన సంపన్నులు, వేదవేదాంగ పారంగతులు, సర్వశాస్త్ర విశారదులని దర్శించిన మా జన్మ ధన్యమైంది. మహానుభావా! మా మనోవాంఛితాన్ని మీరు మాత్రమే నెరవేర్చగలరు. పండితవరేణ్యా... విష్ణుశర్మగారూ.... తమరు అనుమతిస్తే మా అభిమతాన్ని విన్నవిస్తాం" అన్నాడు వినయంగా.

విష్ణుశర్మ మందహాసం చేసి "మీ అభ్యర్థనలోనే మీ అభిమత మేమిటో మాకు అవగతమైంది మహారాజా... మీ ఆస్థాన పండితుల దృష్టిలోపం, అవగాహనా రాహిత్యం వల్ల మీ ముగ్గురు కుమారులూ విద్యావిహీనులై మూర్ఖులయ్యారు. ఆటపాటలే తప్ప చదువుసంధ్యల పట్ల ఆసక్తిలేని వారయ్యారు. ఇలా వీళ్లు తయారవ్వడానికి కేవలం వీళ్ల ప్రవర్తన మాత్రమే కారణం కాదు. వీళ్లకి విద్య నేర్పడానికి నియమించబడ్డ గురువుల అనుభవ రాహిత్యం కూడా! చెప్పేవాడికి శ్రద్ధా బాధ్యతలు వుంటే విద్యార్థి కూడా ఉత్సాహంతో విద్య నేర్చుకుంటాడు. ఆ శ్రద్ధా బాధ్యతలు మీ పండితుల్లో కొరవడటం వల్లే మీ కుమారులిలా తయారయ్యారు" అని చెప్పాడు.

మహారాజు చిన్నబుచ్చుకుంటూ "క్షమించండి. మా ఆస్థాన పండితులందరూ సర్వశాస్త్ర పారంగతులు" అన్నాడు ఉక్రోషంగా.

"అక్కరకు రాని పాండిత్యం నేలపాలైన గోక్షీరం వంటిది మహారాజా... శాస్త్రం రచించబడని తాళపత్రం నాలిక గీసుకోడానికి తప్ప దేనికీ పనికిరాదు సుమా" అంటూ విష్ణుశర్మ మందహాసం చేసి "మన్నించండి మహారాజా... మీ ఆస్థాన వాసులందరూ ఉద్దండ పండితులే... వారి పాండిత్య ప్రతిభని మేము కించపరచడం లేదు. కానీ... వారికి పాండిత్యమైతే

వుందిగానీ, విద్యాబోధనా చాతుర్యం లేదు. మహారాజా... విద్యార్థు లందరూ విద్యాభ్యాసం కోసమే గురుకులానికి వస్తారు. అయితే వాళ్లందరూ ఒకేలా వుండరు. కలగూరగంపలోని కాయగూరల్లా విభిన్న ప్రవర్తనలు కలిగి వుంటారు. ఎవరు ఎలాంటివారో ముందుగా గురువు గ్రహించి అప్పుడు వారికి అర్థమయ్యే విధంగా విద్యాబోధ చెయ్యడం ఉత్తమ అధ్యాపకుడి లక్షణం" అని చెప్పాడు.

"నిజమే, మా ఆస్థాన పండితులు చెప్పే విషయాలు మాకు అర్థం కావు. వివరంగా చెప్పమంటే చెప్పకపోగా 'రాజపుత్రులు ఆమాత్రం తెల్సుకోలేరా...' అని విసుక్కుంటూ కఠినంగా వుండే పాఠాలూ, శాస్త్రాలూ రోజంతా వల్లె వేయించేవారు. అందుకే, చదువు మీద విరక్తి పుట్టి, మీరు దండిస్తారేమోనన్న భయంతో మొండివాళ్లలా, మూర్ఖుల్లా అయి ఆటపాటల్లో కాలంగడుపుతున్నాం. అర్థం అడిగితేనే కోపగించుకునే మన ఆస్థాన పండితుల వల్లే మేమిలా తయారయ్యాం నాన్నగారూ..." అని చెప్పారు రాకుమారులు. తన కుమారుల మాటలు విని నివ్వెరపోయాడు మహారాజు.

"విన్నారుగా మహారాజా..." అంటూ విష్ణుశర్మ మందహాసం చేసి

"మీ పండితులు వారికి వున్న పాండిత్య ప్రావీణ్యాన్ని మీ పుత్రుల మీద బలవంతంగా రుద్దడానికి ప్రయత్నించారేగానీ.... వీళ్ల మనస్తత్వానికి తగ్గట్టుగా తమ విద్యాబోధనా విధానాన్ని మార్చుకోవాలని ప్రయత్నించలేదు. ఆ విధానం తమ పాండిత్యాన్ని కించపర్చుకోవడమేనని భావించారే తప్ప 'విద్యార్థితో గురువు మమేకం' కావాలని ఆలోచించలేకపోయారు. విద్యార్థులంటే వివిధ మనఃప్రవృత్తులు కలిగినవారు. అలాంటివారికి అర్థమయ్యేలా చదువు చెప్పాలంటే...

"ఆర్యచాణక్యులవారు బాలలకోసం రచించిన **'రాజనీతి శాస్త్రాణి'** లోని మూడవ అధ్యాయం, సూత్రం 64లో చెప్పినట్లు...

మూర్ఖేషు మూర్ఖవదేవ కథయేత్ (రా.సూ.అ-3; సూ.64)
'మూర్ఖులతో మూర్ఖుడులాగే మాట్లాడాలి.'

"అప్పుడే... మనం ఏం చెప్పినా ఆ చిన్నారి బుర్రలకు అర్థమవుతుంది. ఒక్కసారి విజ్ఞానాన్ని ఆకళింపుచేసుకొనే మార్గంలోకి వారిని నడిపించగలిగితే... మహారాజా, వాళ్లని విద్యావివేక విజ్ఞాన జ్ఞానఘనులను చెయ్యడం అసాధ్యమేమీ కాదు. మీరిక మీ కుమారులను మా ఆశ్రమంలో విడిచి, నిశ్చింతగా మీ రాజమందిరానికి వెళ్లండి. ఆరుమాసాల వ్యవధిలో మీ పుత్రులను సర్వనీతిపారంగతులుగా, సకలశాస్త్ర భాషాకోవిదులుగా తీర్చిదిద్ది మీ వద్దకు పంపిస్తాం" అని వాగ్దానమిచ్చాడు విష్ణుశర్మ.

మహారాజుకి యిప్పుడు ఆ పండితశ్రేష్ఠుడి మీద అపారమైన భక్తి విశ్వాసాలు ఏర్పడ్డాయి. ఆయన తన కుమారులను దగ్గరికి తీసుకొని "నాయనలారా... ఏ పూర్వజన్మ పుణ్యవశం చేతనో 'విద్యాబుద్ధులకు అధిపతియైన బృహస్పతి' వంటి విష్ణుశర్మ గురుదేవుల ఆశ్రయం మీకు లభించింది. దీనిని సద్వినియోగం చేసుకోండి. గురుదేవులే సర్వస్వమని భావించి, వినయ విధేయతలతో గురుదేవుని సేవించి 'ఉత్తమ శిష్యులు' అని మీ గురుదేవుని చేత ప్రశంసలందుకొని, ప్రయోజకులైనాక నా దర్శనానికి రండి. అంతవరకూ మీకు తల్లి, తండ్రి, గురువు, దైవం ఈ

గుణవంతుడు

విష్ణుశర్మగారే...." అని చెప్పి, తన కుమారులను విష్ణుశర్మ చేతుల్లో పెట్టి...

"ఆచార్యదేవా... ఇక మీదే భారం. శెలవు" అని చెప్పి నిశ్చింతగా, నిబ్బరంగా తన రాజధానికి బయల్దేరాడు మహారాజు సుదర్శనుడు.

మహారాజు కనుమరుగయ్యేంతవరకూ అటే చూస్తూండిపోయిన రాకుమారులకు ఆయన కనుమరుగు కాగానే ఏదో తెలియని దిగులు పట్టుకుంది. అది గమనించాడు విష్ణుశర్మ.

"నాయనలారా... ఈరోజు మీకు ఆటవిడుపు. వెళ్లండి. ఆ పశు పక్ష్యాదులతో చేరి ఆటలాడండి. వాటితోపాటు కేరింతలు కొట్టండి. పళ్లూ ఫలాలూ ఆరగించండి. వెళ్లండి" అని ప్రోత్సహించాడు విష్ణుశర్మ.

రాకుమారుల ముఖాలు వికసించాయి. వారిలో చెప్పలేనంత ఉత్సాహం పుట్టుకొచ్చింది. అంతలో చిలుకమ్మ మధురభాషిణి రెక్కలు విచ్చుకొని పైకిలేచి "రాకుమారులారా... రండి రండి... నా స్నేహితులందర్నీ మీకు పరిచయం చేస్తాను. మనం ఎంచక్కా కలిసి ఆడుకుందాం, పాడు కుందాం. రండి..." అంటూ జంతువులూ, పక్షులూ వున్న ప్రదేశం వైపు ఎగిరిపోయింది.

రాకుమారులు ముగ్గురూ ఆనందంతో కేకలు పెడుతూ ఆ జీవుల వైపు పరిగెత్తి వాటితో కల్సిపోయి ఆడుతూ, అరుస్తూ కేరింతలు కొట్ట సాగారు.

విష్ణుశర్మ సాలోచనగా తలపంకించి -

సర్వేషాం భూషణం ధర్మః (రా.సూ.అ-5; సూ-73)
'అందరికీ అలంకారం ధర్మం'

భూషణానాం భూషణం సవినయా విద్యా (రా.సూ.అ-5;సూ-74)
'వినయ సంపన్నమైన విద్య అలంకారాలకే అలంకారం'

"ఈ ముగ్గురు రాజపుత్రులనూ ధర్మపరులుగా, విద్యా వినయ గుణ సంపన్నులుగా తీర్చిదిద్దుతాను. నేను నేర్చిన పాండిత్యానికి ప్రయో జనం చేకూరుస్తాను. ఇది తథ్యం" అనుకున్నాడు విష్ణుశర్మ కృతనిశ్చయంతో.

పంచతంత్రం

మొదటిభాగం

మిత్రలాభం

ఆటపాటలతో అలసి సొలసి ఆరాత్రి ఆదమరచి నిద్రపోయిన రాకుమారులు మర్నాటి ప్రాతఃసమయాన పక్షుల కిలకిలారావాలు వింటూ మేలుకున్నారు.

అప్పటికే విష్ణుశర్మ స్నానాదికాలు పూర్తిచేసుకొని సంధ్యావందన, అగ్నిహోత్ర విధులు నిర్వహిస్తున్నాడు. ఆయన మధుర కంఠస్వరంలో నించి వైదికమంత్రాలు ఉషోదయ గీతాల్లా పరవళ్లు తొక్కుతున్నాయి.

"అమ్మో... గురువుగారు అప్పుడే సంధ్య వార్చుతున్నారు. మనదే ఆలస్యం. పదండి" అన్నాడు పెద్దవాడు తగ్గు స్వరంతో. రెండోవాడు తలూపి "మరి, మనం రోజువారీ ధరించడానికి దుస్తులు తెచ్చుకోలేదు. ఇప్పుడెలా?" అని అడిగాడు అన్నలాగే తగ్గు స్వరంతో.

"అవిగో.... గురుకుల వాసానికి తగిన దుస్తులు... మనకోసం గురువుగారు ఏర్పాటు చేసినట్లున్నారు...." అన్నాడు మూడోవాడు ప్రక్కనే వున్న దుస్తులని చూపిస్తూ. ప్రక్కనే దంతధావనానికి పందుంపుల్లలు కూడా వున్నాయి. ఇక ముగ్గురూ క్షణం కూడా ఆలస్యం చెయ్యకుండా తమ రాజోచితమైన దుస్తులను వదిలేసి అంగవస్త్రాలు కట్టుకొని గబగబా దంత ధావనం కానిచ్చి, ఆ వెంటనే స్నానాదికాలు పూర్తిచేసుకొని బ్రహ్మచర్య

దీక్షకి తగిన వస్త్రాలను ధరించి, విభూతి గంధ కుంకుమలను నొసట అలంకరించుకొని ఆశ్రమం బైట వసారా క్రిందనున్న అరుగుమీద నిశ్శబ్దంగా, బుద్ధిమంతుల్లా ఆశీనులయ్యారు.

ఆశ్రమప్రాంగణం బైట చెట్లచాటునించి ఆ దృశ్యాన్ని గమనిస్తున్న మహారాజు సుదర్శనుడి నేత్రాల్లో ఆనందభాష్పాలు గిర్రున తిరిగాయి. ఆయన ప్రక్కనే వున్న మహామంత్రి ఆనందంతో తలపంకిస్తూ "మీరు చెప్పినట్లు విష్ణుశర్మ మహాపండితుడే కాక, వాస్తవ స్థితిగతులని బట్టి ఆలోచించి శిష్యులలో పరివర్తన తీసుకురాగల మేధావి, మహారాజా! ఆర్య చాణక్య రచించిన 'రాజనీతి సూత్రాణి'లో చెప్పినట్లు....

గుణవదాశ్రయాన్నిర్గుణోపి గుణీభవతి (రా.సూ. అ-3; సూ-10)

'గుణవంతుణ్ణి ఆశ్రయించడం వల్ల గుణహీనుడు కూడా గుణ వంతుడౌతాడు.'

"ఆ విధంగా భగవంతుడి అనుగ్రహం చేత మన రాకుమారులకి తగిన గురువు లభించాడు. ఒక్కరోజులో వారిలో కన్పిస్తున్న మార్పు ఇందుకు నిదర్శనం" అన్నాడు మహామంత్రి ఉత్సాహంగా.

మహారాజు తలపంకించి "అవును. మహామంత్రీ! సత్పురుషుడి సాంగత్యం నా పుత్రుల జాతకాన్నే మార్చివేసింది. మీరు ప్రవచించిన ఆ 'రాజనీతి సూత్రాణి'లో మరొకచోట చెప్పినట్లు....

మృత్పిణే ఽ పి పాటలిపుష్పం స్వగన్ధముత్పాదాయతి

(రా.సూ.అ-3; సూ-12)

'పాటలిపుష్పం మట్టిముద్దలోనికి కూడా తన సువాసనను సంక్రమింపచేస్తుంది.'

"మహా పండితుడైన విష్ణుశర్మ సుగంధ పరిమళభరితమైన పాటలి పుష్పం వంటివాడు. పాటలి పుష్పముల వల్ల మన రాజధానికి 'పాటలీ

పుత్రం' అన్నపేరు ఎలా సుస్థిరమైందో... అపర బృహస్పతి విష్ణుశర్మ వల్ల నా కుమారులు ప్రయోజకులు అవుతారన్న నమ్మకం కలిగింది. నాకిప్పుడు ఎంతో నిశ్చింతగా వుంది. పదండి. మన నగరానికి వెళ్లిపోదాం" అంటూ నిశ్చింతగా వెనుతిరిగాడు మహారాజు సుదర్శనుడు. ఆయన్ని అనుసరించాడు మహామంత్రి. కొద్దిసేపట్లో ఇద్దరూ ఆ పరిసరాలని దాటి వెళ్లిపోయారు.

కొంతసేపటికి విష్ణుశర్మ తన నిత్యఅనుష్ఠాన విధులను ముగించుకొని వచ్చి, భక్తిశ్రద్ధలతో కూర్చుని వున్న రాకుమారులను చూసి ముచ్చటపడి "నాయనలారా! మన ఆశ్రమవాసం మీకు నచ్చిందా? ఇక్కడ మీకు సుఖంగా, సంతోషంగా వుందా?" అని పరామర్శించాడు. ఒకేసారి విద్యాబోధన జోలికిపోకుండా విద్యార్థులను మంచిమాటలతో మచ్చిక చేసుకోవడం ఉత్తమగురువు ముందుగా చెయ్యవల్సిన పని.

"ఓ... చాల బాగుంది. ఇక్కడ చక్కగా ఆడుకుంటాం. పాడుకుంటాం. ఇక్కడుండే జంతువులన్నీ మాకు మిత్రులైపోయాయి. మేము ఇక్కడే వుండి శ్రద్ధగా చదువుకుంటాం" అని చెప్పారు రాకుమారులు. వారి మాటల్లోగానీ, ముఖాల్లోగానీ, తల్లిదండ్రులను వదిలిపెట్టి వచ్చామన్న దిగులుగానీ, 'రాచరికాన్ని వదిలి గురుకులవాస వస్త్రాలు ధరించాల్సి వచ్చిందన్న' బాధ, అసంతృప్తిగాని వ్యక్తం కాలేదు.

విష్ణుశర్మ సంతోషించి "మంచిది. మీరిక్కడ చదువుకుంటూ ఆడుకోవచ్చు. ఆడుకుంటూ చదువుకోవచ్చు" అన్నాడు. రాకుమారులు ఆశ్చర్యపోతూ "నిజమా, గురుదేవా...?" అన్నారు.

"నిజం. మీకు ప్రతిరోజూ కొన్ని నీతికథలు బోధిస్తాను. వాటిల్లో వినోదం వుంటుంది. విజ్ఞానం వుంటుంది. రాజనీతి వుంటుంది. రాజధర్మం వుంటుంది. ముఖ్యంగా ఈ కథల్లోని పాత్రలన్నీ వివిధ జంతువులు. ఇవి మనలాగే మానవభాషలో మాట్లాడతాయి. మిమ్మల్ని ఊరిస్తాయి. మీతో

ఆడుకుంటాయి. మీకెన్నో జీవితసత్యాలు బోధిస్తాయి. అంటే... ఆ జంతువులు మీతో ఆడుతూ మీకు చదువు చెప్తాయన్నమాట" అన్నాడు విష్ణుశర్మ నవ్వుతూ.

"భలే భలే... ఆటలతో చదువు గురించి వింటుంటేనే మాకు నోరూరిపోతోంది గురుదేవా... మరి ఆడుకుంటూ చదువుకోవడం అంటే...?"

"ఏముందీ... అక్కడ మీ స్నేహితులున్నారు గదా. ఈనాటి నించీ వాటి ఆలనా పాలనా భారం మీదే. వాటికి స్నానం చేయించాలి. ఆహారం అందజెయ్యాలి. బైటి జంతువులనించీ, క్రూరమృగాలనించి వాటికి ప్రమాదం రాకుండా చూసుకోవాలి. ఈ పనులన్నీ ఆడుతూ పాడుతూ అలవోకగా చేస్తూ... ఇక్కడ మీరు నేర్చుకున్న దాన్ని అక్కడ శ్రద్ధగా వల్లె వేసుకోవాలి అంతే..." అన్నాడు విష్ణుశర్మ చిరునవ్వుతో.

"ఓహో... సర్వజీవుల పట్ల దయాదాక్షిణ్యం, సేవాభాగ్యం అన్న మాట" అన్నారు రాకుమారులు.

"అంతే... మీరు యీ రాజ్యానికి కాబోయే మహారాజులు.... పశు పక్ష్యాది మూగజీవుల పట్ల కారుణ్యం, శ్రద్ధ, బాధ్యతలు అలవర్చుకుంటేనే రేపు ప్రజల్ని చక్కగా పాలించగలుగుతారు. మంచి పరిపాలకులు అన్న కీర్తి సంపాదించుకుంటారు" చెప్పాడు విష్ణుశర్మ.

రాకుమారులు తలలూపుతూ "అర్థమైంది గురుదేవా... మీ మాట జవదాటం. మమ్మల్ని ప్రజ్ఞావంతులుగా చేసే భారం మీదే...." అంటూ విష్ణుశర్మ పాదాలకి సాష్టాంగ నమస్కారాలు సమర్పించారు భక్తిప్రపత్తులతో.

"సరస్వతీ కటాక్ష సిద్ధిరస్తు...." అంటూ విష్ణుశర్మ వాళ్లని ఆశీర్వదించి, తన ఎదుట సౌకర్యంగా కూర్చోబెట్టుకున్నాడు. ముగ్గురూ ఆయన చెప్పే విషయాలను శ్రద్ధగా వినడానికి సంసిద్ధులయ్యారు.

"రాకుమారులారా... ఇప్పుడు నేను మీకు చెప్పబోయే నీతికథలకి

ఆర్యచాణక్యుల వారు రచించిన **'రాజనీతి సూత్రాణి'** అనే సంస్కృత గ్రంథం ఆధారం. మీవంటి బాలల కోసం **'పంచతంత్రం'** అనే **'సంపూర్ణ నీతి చంద్రిక'**ని రచించాను. వీటికి సంస్కృతంలో **'సుహృల్లాభము'**... **'సుహృద్భేదము'**.... **'కాకోలూకీయము'**.... **'లబ్ధప్రణాశము'**.... **'అపరీక్షిత కారత్వం'** అని పేర్లుపెట్టి **'ఐదు తంత్రాలు'** ఆలంబనగా యీ నీతికథలు రచించాను. ఇందులో మనుషుల పాత్రలు ఉన్నప్పటికీ... జంతుపాత్రల ఆధారంగానే యీ **'పంచతంత్రం'** నడుస్తుంది. వీటిని ఒకదాని తర్వాత మరొకటి వినిపిస్తాను. ముందు ఈ **'పంచతంత్రం'**లో మొదటిదైన **'సుహృల్లాభము'** లోని కథలు వినండి" అని చెప్పి ఆ కథలు వినిపించడానికి ఓసారి, గొంతు సవరించుకొని, ఇలా ఆరంభించాడు విష్ణుశర్మ....

'సుహృల్లాభము' అంటే **'మిత్రలాభము'**. మంచి మిత్రులని పొందడం. మిత్రుల ద్వారా ఉపకారం పొందడం. మిత్రులకి ఆపద సమయాల్లో సహాయపడటం. మంచివాళ్లని మిత్రులుగా చేసుకోవడం. ఇదే 'మిత్రలాభం'.

'చిత్రగ్రీవుడు' అనే కపోతరాజు తన మిత్రుడైన మూషికుడి వల్ల ఎలా లాభం పొందాడో యీ కథ తెలియజేస్తుంది.

విష్ణుశర్మ చెప్పిన
చిత్రగ్రీవుడి మిత్రలాభం

తృష్ణయా మతిశ్ఛాద్యతే (రా.సూ. అ-3; సూ-59)
'దురాశ ఆలోచనా శక్తిని కమ్మేస్తుంది.'

గోదావరి నదీ తీరంలో ఓ పెద్ద బూరుగుచెట్టు ఉండేది. ఎత్తుగా విశాలంగా పరుచుకున్న కొమ్మలతో కళకళలాడుతూ ఉండే ఆ చెట్టు మీద రకరకాల పక్షులు గూళ్ళు కట్టుకొని జీవిస్తున్నాయి.

ఆ చెట్టు మీద నివసిస్తున్న లఘుపతనకం అనే కాకి ఒకరోజు ఉదయం నిద్రలేస్తూనే కిందకు చూసి ఆ చెట్టుకు కొద్దిదూరంలో ఒక వేటగాడు నూకలు చల్లి వలపన్నుతూ కనిపించగానే దానికి భయం వేసింది.

"అయ్యో! పొద్దున్నే నిద్రలేస్తూనే ఈ పాపాత్ముడి మొహం చూశాను. ఈరోజు నాకు ఏ ఆపద రానున్నదో..." అనుకుంటూ ఆ చెట్టు మీద నుండి రివ్వున ఎగిరిపోయి కొద్దిదూరంలో ఉన్న మరొక చెట్టుపైన వాలి ఆ వేటగాడిని గమనించసాగింది.

వలపన్నటం పూర్తిచేసిన వేటగాడు అక్కడికి దగ్గరలోనే ఉన్న ఓ పొదలో దాక్కుని వలలో పక్షులు ఎప్పుడు చిక్కుకుంటాయా అని ఎదురు చూస్తున్నాడు.

కొంతసేపటికి అటువైపుగా కొన్ని పావురాలు గుంపుగా ఎగురు కుంటూ రాసాగాయి. ఆ పావురాల గుంపుకి **'చిత్రగ్రీవుడు'** అనే పావురం రాజు.

ఆ బూరుగుచెట్టు దగ్గరకు వస్తూనే ఆకాశంలోంచి నేలమీద వేటగాడు చల్లిన నూకలను గమనించిన చిత్రగ్రీవుడు మిగిలిన పావురాలతో "మిత్రులారా! మనుషులు తిరగని ఈ చోటులో నూకలు ఉన్నాయి కనుక

రంగస్థలం

వీటి వెనుక ఏదో మర్మం వుండి ఉంటుంది. బహుశా ఏ వేటగాడో మనలాంటి పక్షులకోసం పన్నిన వల అయి ఉండవచ్చు. అందుకని మనం ఈ నూకల కోసం ఆశపడి ఆపదను కొనితెచ్చుకోవద్దు" అంటూ హెచ్చరించాడు.

ఆ గుంపులో వున్న ఓ ముసలిపావురం చిత్రగ్రీవుడి మాటలకు నవ్వి "చిత్రగ్రీవా! నీవు రాజువి అన్న అహంకారం వదిలి నేను చెప్పే మాటలను శాంతంగా విను. అనవసరమైన అనుమానాలతో ఎదుట ఉన్న ఆహారాన్ని కాలదన్నుకోడం మూర్ఖత్వం. నువ్వే చెప్పావుగా ఈ ప్రదేశములో మనుషులు తిరగరని. మరి ఇలాంటి చోట నూకలు ఉండటం అనుమానించతగ్గ విషయం ఏమాత్రం కాదు. ఆ బూరుగు చెట్టుమీద నివసించే పక్షులు ఆహారం తెచ్చుకున్నప్పుడు ఆ నూకలు వాటి నుంచి జారిపడి ఉంటాయి. అందుచేత అవి తినటానికి మనం క్రిందకు దిగుదాం!" అంటూ అభ్యంతరం చెప్పింది.

దాని మాటలు విన్న మిగిలిన పావురాలు "చిత్రగ్రీవా! నీదంతా ఒట్టి అనుమానమే. నోటిదాకా వచ్చిన ఆహారాన్ని నీ అనుమానంతో మాకు దూరంచేయకు. నువ్వు వచ్చినా, రాకపోయినా మేము వెళ్ళితీరతాం" అన్నాయి.

"వద్దు మీరు నామాట వినకపోతే మన గతి బంగారు కడియం కోసం ఆశపడి ప్రాణాలు పోగొట్టుకున్న బాటసారి వలె అవుతుంది' అవుతుంది" అన్నది.

"ఎవరా బాటసారి? ఏమా కథ?" అడిగాయి పావురాలు.

చిత్రగ్రీవుడు చెప్పిన

పులి-బంగారు కడియం కథ

న దానసమం వశ్యమ్ (రా.సూ.అ-7, సూ-20)

'దానం వంటి వశం చేసుకొనే ఉపాయం వేరొకటి లేదు.'

బాటసారి ఒకడు నగరానికి వెళదామని ఒక అడవిగుండా ప్రయాణమై వస్తున్నాడు. అతడు అలా రావడాన్ని ఒక పులి చూసింది. దానికి వేటాడే ఓపిక తగ్గిపోవడం చేత మాయోపాయం చేతనే వాడిని సంహరించి తరువాత తన ఆకలిని తీర్చుకుందామనుకుని అలా అనుకున్నదే తడవుగా అది ఇంతకుముందు ఒక మనిషిని చంపినపుడు దొరికిన బంగారు కడియాన్ని తన చేతిలో ఉంచుకుంది.

బాటసారి పులిచేతిలో బంగారు కడియం చూసి ఆగిపోయాడు. అపుడు ఆ పులి ఎంతో ఉత్తమురాలులా నటిస్తూ "ఓయీ బాటసారి! నిన్ను చూస్తుంటే ఎంతో దరిద్రంలో ఉన్నట్లు కనిపిస్తున్నావు. నీలాంటి వాడికి నా వద్దనున్న బంగారు కంకణాన్ని దానం ఇచ్చినట్లయితే నాకు పుణ్యమూ కలుగుతుంది. నీకు నీ దారిద్ర్యము తీరుతుంది" అని అన్నది.

"నీవు మనుషలను వేటాడి చంపేదానివి కదా! మరి నీకు నాపై ఇంతటి జాలి ఎందుకు కలిగింది?" అడిగాడు ఆ బాటసారి సందేహంగా.

"నీవన్నది నిజమే! నేను వయసులో ఉండగా నీలాంటి బాటసారులను ఎందరినో చంపి పాపము మూటగట్టుకున్నాను. ఇప్పుడు ముసలిదాన్నయి ఎన్నో రోగాల బారినపడ్డాను. నా రోగాలన్నింటికి కారణం నేను చేసిన పాపాలే.

అలాంటి సమయంలో ఒక ఋషి కనిపించి 'నువ్వు నీ పాపాలను పోగొట్టుకోవాలంటే ఒక బంగారు కడియాన్ని ఎవరికయినా దానం ఇవ్వాలని' తెలిపాడు. అపుడు నావద్దనున్న ఈ కడియం జ్ఞాపకం వచ్చింది. ఇక ఈ పాపపు సొమ్ము నా వద్ద ఉంచరాదని తలచి దానం పుచ్చుకొనే నీలాంటి ఉత్తముడికోసం అన్వేషిస్తున్నాను" అని నమ్మబలికింది పులి.

పులి మాటలను నమ్మిన ఆ బాటసారి "అయితే వెంటనే ఆ కడియం

నాకు దానం ఇచ్చెయ్యి. నేను తీసుకుంటాను. నీ పాపాలు పరిహారమయి పోతాయి" అన్నాడు ఆశగా.

పులికి ఆ బాటసారి తన మాటలు నమ్మేశాడని అర్థమై 'ఆహా... దానం అన్న ఉపాయం వీడి ప్రాణం తీయబోతున్నది కదా! ఫర్వాలేదు కష్టపడకుండా ఆహారం సంపాదించుకొనే మార్గం దొరికింది' అనుకుని "ఈ కడియాన్ని దానం ఇవ్వటానికి నాకేం అభ్యంతరం లేదు. నీవు ముందుగా ఆ ప్రక్కనే ఉన్న చెరువులోకి పోయి స్నానం చేసిరా. ఆ తరువాత ఈ కడియం నీకు దానం ఇస్తాను" అన్నది.

మితిమీరిన ఆశతో ఉన్న బాటసారి ఒక్కక్షణం కూడా ఆలోచించ లేదు. 'ఒక క్రూర జంతువు అందునా పులి వంటిది తనను పిలిచి మరీ దానం చేస్తుందా' అన్న అనుమానం కూడా అతడికి తట్టలేదు. బంగారు కడియం పొందాలన్న ఆశతో చెరువులోకి దిగాడు. అంతే చెరువులాంటి ఊబిలో దిగబడిపోయాడు. అపుడు పులి "అయ్యో బాటసారి! నేను నిన్ను ఈ ఊబిలోనుండి బయటకు లాగుతాను ఉండు" అంటూ అతడి మీదకు దూకి వాడి మెడను కొరికి చంపేసింది.

చిత్రగ్రీవుడు కథని పూర్తిచేసి "మిత్రులారా! దురాశ దుఃఖానికి చేటని ఇప్పుడైనా అర్థమయింది కదా!" అన్నాడు చిత్రగ్రీవుడు. అయినా ఆ రాజు మాటలను మిగిలినవి పట్టించుకొనలేదు. ఇక అవి తన మాటను వినవని అర్థం చేసుకున్న చిత్రగ్రీవుడు 'వీరికి రాజు అయిన కారణంగా నేను కూడా వెళ్ళవలసిందే' అనుకుంటూ రాజధర్మాన్ని పాటించి వాటితో కలిసి ఆ నూకలు ఉన్న ప్రదేశం మీద వాలాడు. అంతే! కపోతాలన్నీ అక్కడ పరచబడిన వలలో చిక్కుకుపోయాయి. చెట్టుచాటున ఉన్న వేటగాడు ఎందుకైనా మంచిదని మరో వలను నీటి మీదకు విసిరాడు.

"అయ్యో! నీ మాటలు వినకపోవడం వల్లనే ఇదంతా జరిగింది. అనవసరంగా మా ప్రాణాల మీదకు తెచ్చుకున్నాం" అంటూ ఏడవసాగాయి పావురాలన్నీ.

అప్పుడు చిత్రగ్రీవుడు "మిత్రులారా! ఏడవకండి. మనమందరం కలిస్తే ఈ వల ఒక లెక్కలోనిది కాదు. మన బలమంతా ఉపయోగించి ఈ వలతో సహా ఎగిరిపోదాం. ఊ! త్వరపడండి వేటగాడు ఇటే వస్తున్నట్టున్నాడు పదండి" అని తొందరచేసే సరికి అవన్నీ ఒక్కసారిగా ఆకాశంలోకి ఎగిరాయి. వలతో సహా ఎగిరిపోతున్న పావురాలను చూస్తూ నిర్ఘాంత పోయాడు వేటగాడు. అది చూసిన లఘుపతనకం కూడా ఉత్సాహంతో పావురాల గుంపుని అనుసరించింది.

అలా పైకెగిరిన కపోతాలన్నీ చిత్రగ్రీవునితో "చిత్రగ్రీవా! నీ మాటవిని మేము వలతో సహా ఎగరగలిగామే గానీ ఇక మావల్ల కావడం లేదు. ఈ వలనుండి మనలను తప్పించే వారు లేరా?" అని అడిగాయి దిగులుగా.

"విచారించకండి. ఇక్కడికి కొద్దిదూరంలోనే గండకీ నదీతీరాన నా మిత్రుడు **హిరణ్యకుడు** అను **మూషికోత్తముడు** నివసిస్తున్నాడు. అతడు మనకు తప్పక సహాయం చేస్తాడు" అని వాటికి ధైర్యం చెప్పి ఆ నదీతీరం చేరుకుని తన మిత్రుని సహాయం కోసం అర్థిస్తూ "హిరణ్యకా... మిత్రమా హిరణ్యకా..." అని పిలిచాడు చిత్రగ్రీవుడు.

తన మిత్రుని కంఠస్వరాన్ని గుర్తిస్తూనే హిరణ్యకుడు కలుగు నుండి బయటకు వచ్చి తన మిత్రుడు వలలో బంధీగా ఉండటం చూసి చిత్రగ్రీవుడి తాళ్ళను కొరకబోయాడు. కాని చిత్రగ్రీవుడు ముందుగా 'తనవారి బంధనాలను విడిపించి తరువాతనే తనను విముక్తుడిని' చేయమనడంతో హిరణ్యకుడు తన మిత్రుని సహృదయతకు ఎంతగానో ఆనందించి అతడు చెప్పినట్లే చేసి చివర్లో చిత్రగ్రీవుని విడిపించాడు.

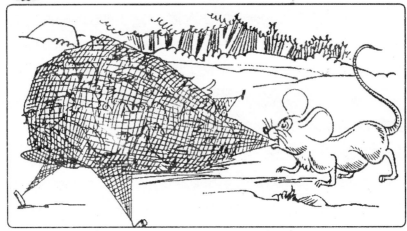

ఆపదలోఆదుకున్న హిరణ్యకుడికి చిత్రగ్రీవుడు అతని పరివారము కృతజ్ఞతలు తెలిపాయి. తరువాత హిరణ్యకుడు వాటికి మంచి విందుచేసి సాగనంపాడు.

"కాబట్టి రాకుమారులారా! ప్రాణాల మీదకు వచ్చినపుడు మంచి స్నేహితుడు ఎలా ఉపయోగపడగలడో ఈ కథ ద్వారా అర్థమవుతుంది. ఇదంతా ఆ సమీపంలో వాలిన లఘుపతనకం చూసింది" అంటూ ఆ వృత్తాంతము వినిపించసాగాడు విష్ణుశర్మ.

హిరణ్యకుడిని స్నేహం కోరిన లఘుపతనకము

'హిరణ్యకుడు వంటి ఉత్తమమైనవాడు తనకు కూడా మిత్రుడయితే తన జన్మ ధన్యమవుతుందని' అనుకుంది లఘుపతనకం. అలా అనుకోగానే అది హిరణ్యకుడి నివాసము ముందు వాలింది. అలా వాలినపుడు దాని రెక్కలు విపరీతమైన శబ్దాన్ని చేశాయి. ఈ శబ్దాన్ని లోపల ఉన్న హిరణ్యకుడు విని "అమ్మో! ఇక్కడికేదో గ్రద్ద వచ్చి వాలినట్లుంది. నేను ఈ చోటును వదిలి బయటకు వెళ్ళకూడదు" అని లోపల నక్కి దాక్కుంది.

"ఓ మూషికోత్తమా! బయటకు రా. నావల్ల నీకు ఆపద రాదు" అంది లఘుపతనకం.

అప్పుడు కలుగు నుండి బయటకు వచ్చిన హిరణ్యకుడు "ఎవరు నీవు? నన్నెందుకు పిలిచావు?" అని అడిగింది.

"నాపేరు లఘుపతనకం. నీవంటివానితో స్నేహముకోరి వచ్చాను. నన్ను నీ స్నేహితునిగా చేసుకో" అని అడిగింది లఘుపతనకం.

"నీతో స్నేహమా!... నీవూ నేనూ జాతిరీత్యా శత్రువులం. నీతో నేను స్నేహం చేస్తే నక్కను నమ్మి ప్రాణాల మీదకు తెచ్చుకున్న జింకలా అవుతుంది నా పరిస్థితి".

"ఎవరా నక్క? ఏమా కథ?" అడిగింది లఘుపతనకం.

హిరణ్యకుడు చెప్పిన
జిత్తులమారి నక్క కథ

శత్రుర్మిత్ర వద్భాతి (రా.సూ.అ-7; సూ-41)
'శత్రువు కూడా మిత్రుడిలాగే కనపడుతుంటాడు.'

ఒకానొకప్పుడు ఒక అడవియందు జింకా, కాకి ఎంతో స్నేహముగా

జింకపిల్ల

ఉండేవి. కాకి తనకు ఏమైనా తినుబండారము౦ దొరికితే జింకకు తెచ్చి ఇచ్చేది. అలాగే జింక తన మిత్రుడికోసం కష్టపడి ఆహారం తీసుకువచ్చేది. ఇటువంటి వీరి స్నేహం ఆ అడవిలోని చాలా జంతువులకు ఎంతో ఆనందంగా ఉండేది. కాని అదే అడవిలో నివసిస్తున్న నక్కకు మాత్రం వీరి స్నేహం అంటే కడుపుమంటగా ఉండేది. పైగా బాగా బలిసి వున్న జింకను చూస్తే దానినోట్లో నీరూరుతుండేది. కాని తెలివైన కాకి దాని ప్రక్కన ఉండటం చేత దానిని చేరుటకు నక్కకు అవకాశం ఉండేది కాదు.

జింక మాంసం తినటానికి ఒక ఉపాయం ఆలోచించింది ఆ గుంట నక్క. ఆనందంగా పచ్చగడ్డి మేస్తున్న జింకకు కొద్దిదూరంలో నిల్చుని "మిత్రమా!" అంటూ పిలిచింది. జింక ఆ గుంటవైపు చూసి "ఎవరు నువ్వు...?" అంటూ కోపంగా అడిగింది.

"నాపేరు సుబుద్ధి! నేను ప్రక్క అడవిలో ఉండేదాన్ని. అక్కడ పులులు, సింహాలు పెరిగిపోయాయి. అందుకే ఈ అడవిలోకి వచ్చాను. నువ్వు నాతో స్నేహం చేస్తావా....?" అంటూ నమ్మకంగా చెప్పింది ఆ గుంటనక్క.

నక్క మాటలను నమ్మింది జింక. తనతోపాటు నక్కను కూడా తీసుకువచ్చి కాకికి నక్క గురించి చెప్పింది. అప్పుడు కాకి జింకతో "మిత్రమా! మనకి పరిచయం లేనివాళ్ళు చెప్పే మాటలను నమ్మకూడదు.... అలాంటి వాళ్ళను నమ్మటం వల్ల మొదటికే మోసం వస్తుంది సుమా" అంటూ జింకను హెచ్చరించింది.

కాకి హెచ్చరిక విన్న జింక "మిత్రమా! నీవు, నేను ఒకరికొకరం తెలియదు. కానీ మనిద్దరం స్నేహితులమయ్యాం కదా! అలాగే ఎవరితో అయినా స్నేహం చేస్తేనే కదా.... వాళ్ళు మంచివాళ్ళో, చెడ్డవాళ్ళో తెలిసేది. అనవసరమైన అనుమానాలతో మనతో స్నేహం చేసేందుకు వచ్చిన వాళ్ళని వెళ్ళగొట్టటం మూర్ఖత్వం" అంది కోపంగా.

జింక మాటలకు కాకి బాధపడింది.

"మిత్రమా! దీని వలలో నీవు చిక్కుకోవద్దు. అలా చేస్తే నీ గతి పిల్లి వల్ల మోసపోయిన ముసలిగద్ద వలె అవుతుంది" అంది.

"ఎవరా పిల్లి? ఏమా కథ?" అడిగింది జింక.

కాకి చెప్పిన మోసకారి పిల్లి కథ

ఒక అడవియందలి చెట్టుపై మంజీరకము అనే గ్రద్ధ ఒకటి ఉండేది. అది వృద్ధాప్యం వలన ఎటూ పోలేక, ఆహారం కూడా సంపాదించుకోలేక నానా తిప్పలు పడసాగింది. దాని అవస్థను గ్రహించిన మిగిలిన పక్షులన్నీ జాలిపడి ఒకరోజు దానితో "మంజీరకా! మేము నీ అవస్థలను చూస్తూనే వున్నాము. ఈ వయసులో ఇక నీవు కష్టపడలేవు. మేము ఎలాగో ఆహారం కోసం వెళతాము. కాబట్టి ఆ తెచ్చిన ఆహారంలో నీకూ కొంత పెడతాము. నీవు మాతోపాటే ఉండు. కాకపోతే మేము ఆహారానికి వెళ్ళిన సమయంలో మా గూళ్ళయందు ఉన్న చిన్న పిల్లలను, గుడ్లను మాత్రం సంరక్షించు" అన్నాయి.

వాటి ఔదార్యానికి మంజీరకం ఆనందంగా తలూపింది. ఆరోజు నుండి పక్షులన్నీ ఆహారానికి వెళ్ళగా ఈ ముసలిగ్రద్ధ వాటి గూళ్ళకు రక్షణగా ఉండసాగింది. ఒకనాడు ఆ ప్రాంతానికి మార్జాలకుడు అనే పిల్లి వచ్చింది. అది చెట్టుపైన పక్షి పిల్లల కిలకిలలను విని "ఓహో! ఈరోజు నా పంట పండినట్లుంది. పక్షులన్నీ తమ పిల్లలను వదిలి ఆహారం కోసం వెళ్ళినట్లున్నాయి. నేను ఈ చెట్టుపైకి ఎక్కి ఆ పక్షి పిల్లలను తినేస్తాను" అనుకుంటూ ఆ చెట్టును ఎక్కసాగింది పిల్లి.

చెట్టుపైకి వస్తున్న మార్జాలకుడిని చూస్తూనే పక్షిపిల్లలన్నీ భయంతో అరవసాగాయి. ఆ అరుపులను విన్న మంజీరకం వెంటనే "ఎవరది? ఈ చెట్టుపైకి ఎవరో వచ్చారు. వారు నా చేతినుండి తప్పించుకోలేరు" అని అరిచింది.

"అమ్మో! ఇక్కడ గద్ద కాపలా వుంది. దీని దగ్గర మంచిగా నటిం

చాలి. లేకపోతే నన్ను చంపేస్తుం"దనుకొని గద్ద దగ్గరకు వచ్చి ఎంతో వినయంగా "మహాశయా! నా పేరు మార్జాలకుడు. ఎన్నో పక్షులను, ఎలకలను వేటాడి తిన్నదాన్ని. అయితే జీవహింస మహాపాపమనీ ఒక మహానుభావుడి ద్వారా తెలిసింది. అప్పటినుండి వేదాంత విషయాలను వినవలెనను కోరికతో మీవంటి ఉత్తములకై తిరుగుతున్నాను. నా పుణ్యవశాన ఈరోజు మీ దర్శనం లభించింది. నా జన్మ ధన్యమైంది. మీరు నాకు దైవసంబంధమయిన విషయాలను చెబుతారా!" అని అడిగింది పిల్లి వినయంగా.

పిల్లి మోసపూరిత మాటలను నమ్మిన మంజీరకం "తప్పకుండా! నాకు అంతకన్నా మహాభాగ్యం ఏముంటుంది?" అని పలికింది.

ఇక ఆరోజు మొదలు మార్జాలకం దాని దగ్గరకు పోయి కూర్చున్నట్లు నాటకమాడుతూ వెళుతున్నపుడల్లా పక్షిపిల్లలను, వాటి గుడ్లను తీసుకుపోయి వాటిని తిని తరువాత తెలివిగా ఎముకలను తీసుకువచ్చి మంజీరకుని నివాసములో పడవేయసాగింది. కళ్ళు కనబడని మంజీరకానికి ఈ సంగతులేమీ తెలియక దానిని రోజూ అక్కడికి రానివ్వసాగింది.

తమ పిల్లలు ఏమవుతున్నాయో తెలియక మంజీరకుని అడగలేక "పాపం దీనికి కళ్ళు కనిపించవుగా. ఏ పామో వచ్చి తింటుందనుకుంటా" అని అనుకున్నాయి పక్షులు.

ఒకరోజు ఎందుకో అనుమానం వచ్చి "ఈ మంజీరకం మన పిల్లలని చంపడంలేదు కదా" అనుకుని దాని నివాసంలోకి వెళ్ళి చూసాయి. అక్కడ వాటికి ఈకలు, ఎముకలు కనబడేసరికి 'మంజీరకుడే మా బిడ్డలను చంపేసింది' అనుకుని దానిని ముక్కులతో పొడిచి, పొడిచి చంపాయి.

"అందుకని మిత్రమా! కొత్తవారిని చేరదీయరాదు. కాబట్టి నీవు ఈ నక్కతో స్నేహం చేయవద్దు" అని చెప్పింది కాకి.

కాకి మాటలను జింక వినలేదు. నక్కతో స్నేహం కుదుర్చుకుంది. ఇలా రోజులు గడిచిపోతుండగా ఒకనాడు నక్క వచ్చి "మిత్రమా! ఇక్కడికి దగ్గరలో ఒక పొలము వున్నది. అది పక్వమునకు వచ్చి జొన్నకంకులతో విరగకాసింది. నీవు అక్కడికిపోయి రోజూ తినిరావచ్చును" అని ఆశపెట్టింది.

జింక దాని మాటలను నమ్మి రోజూ ఆ పొలమునకు పోయి కడుపు నిండా మేసి వస్తుండేది. తన పొలంలోని పంటను ఏ జంతువో వచ్చి తిని పోతోందని అనుమానపడ్డ రైతు ఆ జంతువు వలకోసం ఏర్పాటు చేశాడు.

రోజూలాగే ఆ పొలమునకు వచ్చిన జింక ఆ వలలో చిక్కుకు పోయింది. అప్పుడు జింక తన వెంట ఉన్న నక్కను సహాయం చేయమని అర్థించింది.

"అయ్యో! నాకు ఈ వల తాళ్ళను తెంపే ఓపిక లేదు" అని నక్క అక్కడి నుండి వెళ్ళిపోయి సమీపంలోని కొండరాయి వెనుక దాగి "సాయంత్రం రైతు వస్తాడు. ఈ జింకను చూస్తాడు. అంతే దీని చావు ఖాయం అబ్బా! ఎన్నాళ్ళకు నా కోరిక తీరబోతుంది" అనుకుంది.

"అయ్యో! నా మిత్రుడి మాటను వినక జిత్తులమారి అని తెలిసి కూడా నక్కతో స్నేహము చేశానే. ఇప్పుడు ఇది నా ప్రాణాల మీదకు తెచ్చిందే" అనుకుంటూ రోధించసాగింది జింక.

సాయంత్రమవుతున్నా తన మిత్రుడు రాకపోయేసరికి కాకి జింక కోసం వెతకసాగింది. దానికి జొన్నచేనులో వలలో చిక్కుకున్న తన మిత్రుడు కనిపించాడు. వెంటనే దాని దగ్గర వాలి "ఏం జరిగింది మిత్రమా?" అని ఆతృతతో అడిగింది కాకి. అప్పుడు జింక జరిగినదంతా దానికి చెప్పింది. దానితో ఇదంతా జిత్తులమారి నక్క పన్నాగమని కాకికి అర్థమయింది.

అపుడు కాకి జింకతో "మిత్రమా! నీవు ఇక్కడ చచ్చిపడినట్లు ఉండు. నేను నిన్ను పొడుచుకుని తింటున్నట్లు నటిస్తాను. ఆ రైతు వచ్చి నువ్వు చచ్చావనుకుని వలను తీసేస్తాడు. నువ్వప్పుడు చెంగున పారిపోయి సులభంగా తప్పించుకోవచ్చు" అన్నది.

నక్కేమో 'సాయంత్రం అవడానికి ఇంకా సమయం వుంది కదా ఈలోపు కాస్త నిద్రపోతాను" అని నిద్రపోయింది. అందుకే దీనికి కాకి వచ్చిన సంగతి తెలియదు.

'కావ్! కావ్!' మని వినబడుతున్న కాకి అరుపులకు ఉలిక్కిపడి మేలుకొని నక్క చాటునుండి చూసింది. అక్కడ కాకి జింకపై వాలి దాని కనుగుడ్లను తింటున్నట్లు కనబడింది.

"ఈ జింక చచ్చిందన్నమాట" అనుకుంది నక్క.

ఇంతలో రైతు పొలంవైపుకు వచ్చాడు. వాడికి వలలో చిక్కిన జింక చచ్చిపడి ఉన్నట్లు కనిపించేసరికి వలను విప్పసాగాడు. పూర్తిగా వలను విప్పగానే కాకి 'కావ్... కావ్'మని అరుస్తూ పైకి ఎగరడం, జింక కనుమూసి తెరిచేంతలో వాయువేగంతో పరిగెత్తడం జరిగిపోయింది.

అంతట రైతు కోపంగా తన చేతిలో ఉన్న గునపాన్ని జింకవైపు విసిరాడు. అదేక్షణంలో ఏం జరిగిందో అర్థంకాక ఇవతలికి వచ్చిన నక్కకు

తగిలి లబలబ కొట్టుకుంటూ మరణించింది. మిత్రుడిని మోసం చేయాలను కున్న నక్కకు తగిన శాస్తి జరిగింది.

ఈ కథను చెప్పి హిరణ్యకుడు "నేను జింక అంతటి అమాయకుడిని కాను. నీవు ఇక్కడినుండి వెళ్ళవచ్చును" అన్నది.

దాని మాటలకు బాధపడిన లఘుపతనకం "మిత్రమా! నీ అనుమా నంలో నిజం లేకపోలేదు. కాని నీవనుకుంటున్నట్లు నిన్ను చంపేదాన్నయితే ఇంతసేపు నీతో మాట్లాడేదాన్నా? ప్రతిదాన్ని అనుమానించక నన్ను అర్థము చేసుకో. స్నేహం కోరి వచ్చినవారిని తిరస్కరించుట న్యాయం కాదు" అన్నది.

దాని మాటలను విని తన వైఖరిని మార్చుకున్న హిరణ్యకుడు లఘుపతనకాన్ని తన మిత్రుడిగా అంగీకరించింది. అటుపిమ్మట ఆ రెండు ఎంతో ఆనందముగా కాలం గడుపుతుండేవి. ఇలా కొంతకాలము గడచిన పిమ్మట లఘుపతనకం "హిరణ్యకా! నాకీ ప్రదేశమునందు ఆహారము దొరుకుట చాలా కష్టముగా నున్నది. అందులకే దండకారణ్యమునందు నివసించు నా మిత్రుడు 'మంథరుడు' అను కూర్మరాజు వద్దకు వెళదామను కుంటున్నాను. మరి నీవు కూడా నా వెంట వస్తావా, లేక ఇక్కడే ఉంటావా" అని అడిగింది.

"లఘుపతనకా! నిన్ను విడిచి నేను ఒక్క క్షణం కూడా ఉండలేను. నీవు ఎచ్చట ఉంటే నేను కూడా అచ్చటనే ఉంటాను" అంది హిరణ్యకం.

దాని మాటలకు ఆనందించిన లఘుపతనకం తన మిత్ర సమేతముగా మంధరుని వద్దకు బయలుదేరివెళ్లింది. మంధరుడు తన మిత్రుడైన లఘుపతనకుడిని చూస్తూనే ఎంతో ఆనందించింది. దానితోపాటే హిరణ్యకుడిని కూడా గౌరవించింది. అనతికాలంలో హిరణ్యకుడు మంధరునికి మంచి మిత్రుడయినాడు. అవి మూడూ కలిసి రోజూ కబుర్లు చెప్పుకుంటూ ఆనందంగా ఉండేవి. ఒకనాడు మంధరుడు "హిరణ్యకా! నీవు మనుషుల మధ్య జీవించవలసినవాడవు. ఈ అడవికి ఎలా వచ్చావు?" అని అడిగాడు.

దానికి హిరణ్యకుడు ఇలా చెప్పాడు.

హిరణ్యకుడి పూర్వ కథ

పరీక్ష్యకారిణి శ్రీశ్చిరం తిష్ఠతి (రా.సూ.అ-2; సూ-21)

'ఏ పనినైనా పరీక్షించి చేసేవాడి దగ్గర లక్ష్మి స్థిరంగా వుంటుంది.'

నేను నగరములో ఉంటున్నప్పుడు ఒక సత్రంలోని కలుగులో నివసిస్తూ పరుల ఇళ్లలోకి పోయి వారు దాచుకున్న సొమ్మును, బంగారాన్ని, రత్నాలను నా నోటితో కరచుకొని వచ్చేదానిని. వాటినన్నింటిని ఆ కన్నంలో దాచేదానిని. చివరికి తెచ్చుకున్న ఆహారాన్ని కూడా. ఇలా ఎంతో సంపదను దాచుకున్న నేను ఇంకా పరులసొమ్ముకై ఆశపడుతూనే ఉండేదానిని.

ఆ సత్రములో చూడకర్ణుడు అనే భిక్షకుడు ఉండేవాడు. వాడు భిక్షమెత్తి తెచ్చిన ఆహారమును కొద్దిగా తిని మిగిలినది భద్రపరచుకుంటే, నేను ఆ ఆహారమును దొంగిలించుకుపోయేదానిని. వాడు నన్ను ఎన్నోసార్లు తరిమినా నేను నా బుద్ధిని మాత్రం మానలేదు.

ఒకసారి ఆ సత్రానికి సుధాకరుడను భిక్షకుడు కూడా వచ్చాడు. వాడి ఆహారాన్ని కూడా నేను దొంగిలించడానికి ప్రయత్నించాను. అప్పుడు

ఆ కొత్త భిక్షకుడు నన్ను చూసి చూడకర్ణునితో "ఇది ఎంతో బలిసి ఉంది. దీనికి కారణము ఏదో ఉంది" అన్నాడు.

వాని మాటలు విన్న చూడకర్ణుడు "నీకు ప్రతిదీ అనుమానమే అన్నింటికి కారణాలు ఏముంటాయి?" అన్నాడు.

"ఉంటుంది చూడకర్ణా! ప్రతి పనికి ఏదో కారణం వుంటుంది. నీకో కథ చెబుతాను విను. అప్పుడునువ్వు నా మాటలను నిజమని ఒప్పుకుంటావు" అంటూ ఆ కథ చెప్పసాగాడు.

భిక్షకుడు చెప్పిన
కోడి తొక్కిన నువ్వులు కథ

ఒక గ్రామములో శంకరయ్య అనే బ్రాహ్మణుడు ఉండేవాడు. అతడు తన తండ్రికి శ్రాద్ధము చేయుటకు నిశ్చయించి తన భార్యను పిలిచి నువ్వుల పిండిని చేయమన్నాడు. ఆ ఇల్లాలు ఇంట్లో ఉన్న నువ్వులను బాగుగా

శుభ్రపరచి వాటిని బయట ఆరవేసి మరో పనిలో పడింది.

ఇంతలో ఒక కోడి వచ్చి ఆ నువ్వులను తినసాగింది. దీనిని చూసిన శంకరయ్య "ఏమేవ్! నువ్వులని కోడి ముట్టుకున్నది. కనుక అవి శ్రాద్ధ కార్యానికి పనికిరావు. పక్కింటివారికి వీటిని అంటగట్టి వేరే నువ్వులు తీసుకురా" అని చెప్పాడు రహస్యంగా.

ఆ ఇల్లాలు భర్త చెప్పినట్లుగానే ప్రక్కింటికి వెళ్లి "అమ్మా! నేను ఈ నువ్వులను పొట్టు వలిచి శుభ్రపరిచాను. అయితే వీటితో ఇప్పుడు నాకు పనిలేదు. ఇవి మీరు తీసుకొని దానికి సరిపడా నువ్వులు ఇవ్వండి" అని అడిగింది.

ఈ మాటలను పొరుగింటావిడ భర్తకూడా విన్నాడు. అతడు తన భార్యను లోనికి పిలిచి "ఒసేయ్ పిచ్చిమొద్దూ! ఎవరైనా కష్టపడి బాగు చేసుకున్న నువ్వులను ఇస్తారటే! ఇందులో ఏదో మర్మం ఉంది. మాకు ఆ నువ్వులు అవసరం లేదని చెప్పి ఆమెని పంపించి వేసెయ్" అన్నాడు ఆమె అలాగే చేసింది.

రెండో బిక్షకుడు ఆ కథ చెప్పి "ఇప్పుడు తెలిసిందా! ప్రతి పనికి ఏదో ఒక అర్థం ఉంటుందని. కనుక మనము ఈ ఎలుకను అనుసరిద్దాము" అని నాతోపాటు అనుసరించి నా కన్నమును చూసి దానిని గునపముతో త్రవ్వగా అక్కడ వారికి నేను ఎంతోకాలము నుండి దాచిపెట్టుకున్న సంపదంతా కంటపడింది. వారు నా సంపదనంతా దోచుకున్నారు. నా సంపదంతా పోవడంతో నేను మరల ఆహారము కొరకై వారి భిక్షను దొంగిలిస్తుండగా చూసి "దీనికి ఎప్పటికీ బుద్ధి రాదంటూ" నా మీదకు కర్రను విసిరేశాడు. అది కనుక నాకు తగిలి ఉంటే నేను చచ్చేవాడినే. నా అదృష్టము బావుండి తప్పించుకున్నాను.

ఇక అక్కడ ఉండటం క్షేమం కాదని భావించి నేను ఈ అడవికి

గంగిరెద్దు

వచ్చి ఇక్కడ నివసించసాగాను. అప్పుడే నాకు చిత్రగ్రీవునితో స్నేహము, దానివల్ల లఘుపతనకునితో మైత్రి, వీరిరువురి వలన మీతో బంధము ఏర్పడింది. ఇది అంతా నా అదృష్టము" అని ముగించింది హిరణ్యకం.

ఆ వృత్తాంతమును తెలుసుకున్న మంథరుడు హిరణ్యకంతో "మిత్రమా! అతి లోభత్వము ఎన్నడూ పనికిరాదు. దొరికిన దానితో తృప్తి పడుటే ఉత్తముల లక్షణం. అది మీరినవారికి నక్కకు పట్టిన గతే పడుతుంది" అన్నాడు.

"నక్కకు పట్టిన గతియా? ఎవరా నక్క? ఏమా కథ" అడిగింది లఘుపతనకం ఉత్కంఠగా.

మంథరుడు చెప్పిన ఆశపోతు నక్క కథ

ఉపస్థిత వినాశానాం ప్రకృతిః ఆకారేణ చ లక్ష్యతే (రా.సూ.అ-4; సూ-8)

'వినాశనం దగ్గిరపడిన వాళ్ల స్వభావం వాళ్ళ ప్రవృత్తి చేత, పనుల చేత తెలుస్తుంది.'

ఒక అరణ్యములో ఒక వేటగాడు వేటాడుచూ ఒక జింకను చంపాడు. దానిని వాడు భుజమున వేసుకొని పోతుండగా అటువైపుకు వచ్చిన పామును చూడకుండా దానిని తొక్కాడు. వేటగాని కాలికింద పడిన పాము చనిపోతూ ఆఖరిక్షణములో అతడిని కాటువేసింది. దానితో ఆ వేటగాడు తక్షణమే మరణించాడు. ఇలా జింకా, పాము, వేటగాడి శవాలు ఆ అడవిలో పడి ఉన్నాయి.

ఆ సమయంలో ఆహారము కొరకు అటువైపుగా వచ్చిన ఒక నక్క ఈ మూడింటిని చూసింది. అంతే! దాని ఆనందానికి అవధులు లేకుండా పోయింది.

పంచతంత్రం 67

"ఈరోజు లేస్తూ ఎవరి ముఖం చూశానో గానీ ఒకేసారి జింకా, పాము, మనిషి దొరికారు. ఈ ఆహారం నాకు చాలా రోజులకు సరిపోతుంది. ఇక నాకు ఆహారం కోసం ఎటువంటి లోటూ ఉండదు. ఆహాఁ... నా భాగ్యమే భాగ్యము కదా... నన్ను మించిన వాడు లేనే లేడు కదా..." అనుకుంటూ ఆనందంతో ఊళపెట్టుతూ అటు ఇటు గెంతింది. పకపక, వికవిక నవ్వుకుంటూ తుళ్ళింది. కాసేపటికి ఆకలి విషయం గుర్తొచ్చి 'ఈ పూటకు ఏది తిందామా?' అని మూడింటి వంకా చూసింది. అయితే ఆ మూడింటిలో దేనిని తినటానికి దానికి మనస్కరించలేదు.

'ఈ పూటకు ఏదో ఒకటి దొరికినది తినేస్తాను. ఉదయాన్నే ఈ పాముతో మొదలుపెట్టి దాన్ని రెండునాళ్లు, జింకను ఒక పదిరోజులు, మనిషిని ఒక నెలరోజులు తింటాను' అనుకుని సమీపంలో ఆహారం కోసం ఏదన్నా చిన్న జంతువు దొరుకుతుందేమోనని చూసింది.

వేటగాడికి సమీపంలోనే వాడి విల్లుత్రాడు పడి ఉన్నది. దానిని చూసి నక్క "జంతువు నరంతో చేసింది. కనుక ఈ పూట దీనితో నా ఆకలిని తీర్చుకుంటాను" అని దాని దగ్గరకు చేరి ఆ విల్లుత్రాడును తన పంటితో గట్టిగా కొరికింది.

అంతే! ఆ విల్లుత్రాడు పుటుక్కున తెగడంతోనే దానికి కట్టిన పుల్ల వేగంగా వచ్చి నక్క గుండెలో గుచ్చుకుంది. అది కెవ్వున అరిచి బాధతో మెలికలు తిరుగుతూ ప్రాణాలు వదిలింది.

"కావున మిత్రమా! ధనము సంపాదించటం మంచిదే. కానీ దానిని మురుగబెట్టుట మంచిది కాదు. దీనివలన ప్రాణాలకు అపాయము. తెలిసింది కదా!" అని పలికాడు మంథరుడు.

ఆ మాటలకు హిరణ్యకం నిజమేనని తలూపుతూ "నీవంటి విజ్ఞత తెలిసినవాడు నాకు మిత్రుడుగా దొరకటం నా అదృష్టము" అంది.

అలా ఆ ముగ్గురు మంచి మిత్రులై ఒకరిని విడిచి మరొకరు ఉండలేనట్లుగా జీవించసాగారు. రోజూ ఎవరి ఆహారమును వారు సంపాదించుకొన్న తరువాత ఒకచోట చేరి కబుర్లు చెప్పుకొనడం వాటికి అలవాటైంది.

ఒకనాడు ఆ విధంగానే సంభాషణలో ఉండగా అక్కడకు ఒక లేడి భయంతో పరిగెత్తుకుంటూ వచ్చింది. దానిని చూసి ఆ ముగ్గురు దాని భయానికి కారణాన్ని అడిగారు.

"అయ్యా! నా పేరు చిత్రాంగుడు. నన్నొక వేటగాడు తరుము కొస్తుంటే దిక్కుతోచక పరుగెడుతున్న నాకు మీరు ముగ్గురు కనిపించారు. నన్ను మీరే కాపాడాలి" అని అన్నది బెదురుతూ.

దాని భయాన్ని చూసిన మందరుడు "భయపడకు! ఇచ్చటకు ఎవ్వరూ రాలేరు. నీవు నిశ్చింతగా ఉండవచ్చు" అని అన్నాడు.

కొన్నిరోజులకు చిత్రాంగుడు కూడా ఈ ముగ్గురికి మిత్రుడయ్యాడు.

వారు నలుగురు ఆనందంగా ఉండసాగారు. చిత్రాంగుడికి అక్కడ ఎంతో హాయిగా గడవసాగింది. రోజూ ప్రశాంతమైన ఆ అడవి అంతా తిరిగి ఆకులు, తీయని పండ్లను తింటూ మంథరుడు ఉండే చెరువులోని నీటిని త్రాగుతూ జీవితాన్ని వెళ్ళదీయసాగింది.

అయితే, ఒకనాడు ఆహారము కొరకు వెళ్ళిన చిత్రాంగుడు ఎంతకీ తిరిగి రాలేదు. దానితో మంథరుడు కంగారుపడిపోతూ మిగిలిన ఇద్దరితో "మిత్రులారా! చిత్రాంగుడెందుకు రాలేదు? ఈరోజు ఇంత ఆలస్యం ఎందుకు అయింది? ఏదైనా అపాయములో చిక్కుకున్నాడేమో" అన్నాడు.

"నిజమే! నేను తక్షణమే ఈ అడవి అంతా గాలించి దాని జాడ తెలుసుకుంటాను. నీవు నిశ్చింతగా ఉండు" అని లఘుపతనకం ఎగిరి వెళ్ళి అడవి అంతటిని వెదకసాగింది. ఒకచోట వలలో బంధీగా ఉన్న చిత్రాంగుని చూచి "అయ్యో! చిత్రాంగా ఈ వలలో నీవు ఎట్లు చిక్కావు?" అని బాధపడుతూ అడిగింది.

"మిత్రమా! అదంతా తరువాత చెబుతాను. నీవు శీఘ్రమే పోయి హిరణ్యకుని ఇక్కడకు తీసుకురా! అతడు ఈ వల తాళ్ళను తెంపి నన్ను విముక్తురాలిని చేస్తాడు" అన్నాడు చిత్రాంగుడు కంగారుగా.

లఘుపతనకుడు వాయువేగముగా ఎగిరివెళ్ళి "మిత్రులారా! చిత్రాంగుడు ఒక వేటగాని వలలో చిక్కుకున్నాడు. మన సహాయముకై వేచి చూస్తున్నాడు" అన్నాడు.

"అయితే మిత్రమా! నన్ను నీ పైన ఎక్కించుకొనుము. మనము పోయి దానిని కాపాడెదము" అని తొందరచేశాడు హిరణ్యకుడు. లఘు పతనకం తన మిత్రులైన హిరణ్యకుని చిత్రాంగుని వద్దకు తీసుకు పోయింది. హిరణ్యకుడు చిత్రాంగుని వలను తన పళ్ళతో కొరికి తప్పించాడు. తరువాత లఘుపతనకం ఎగిరి వెళ్ళిపోగా ఈ రెండు నెమ్మదిగా నడవడం ప్రారం భించాయి.

"చిత్రాంగా! నీవు ఎంతో బుద్ధిశాలివయుండి ఆ వలలో ఎట్లు చిక్కుకున్నావు? మేము కనుక సకాలములో రానట్లయితే నీకు ఎంత ప్రమాదం జరిగి ఉండేదో... తలుచుకుంటేనే నా గుండె దడదడలాడు తోంది" అన్నాడు హిరణ్యకుడు.

అపుడు చిత్రాంగుడు "ఏమని చెప్పను హిరణ్యకా! నా బ్రతుకు పుట్టుక నుండే ఎంతో దుర్భరమైపోయింది. ఈ జీవితమునకు బాధలు అనుభవించమనే నా నొసటన రాసాడు ఆ దేవుడు" అని వాపోయాడు.

"చిత్రాంగా! ఎందుకిలా మాట్లాడుచున్నావు... అసలు నువ్వెవరవు? మా వద్దకు వచ్చేవరకు ఎక్కడ జీవించేవాడివి?" అని అడిగాడు హిరణ్యకుడు. అంతట తన పూర్వ వృత్తాంతమును చెప్పసాగాడు చిత్రాంగుడు.

చిత్రాంగుడు చెప్పిన పూర్వ కథ

మిత్ర సంగ్రహేణ బలం సంపద్యతే (రా.సూ.అ-1; సూ-36)
'మిత్రులని సంపాదించడం వల్ల బలం చేకూరుతుంది.'

నేను పుట్టగానే నా తల్లి వేటగానికి చిక్కి మరణించింది. ఆ రోజు నుండే నా కష్టాలు మొదలయినాయి. తల్లిని కోల్పోయిన నేను మిగిలిన బిడ్డలు తమ తల్లుల వద్ద నుండి ఎంతో ప్రేమను అనుభవించడం చూసి ఎంతో బాధపడేవాడిని.

ఇలా ఉండగా ఒకనాడు నేను అందరితో కలిసి ఆహారముకోసం బయలుదేరాను. అయితే నా మనసు బాగుండక అనాలోచితంగా ఒక్కడినే విడివడి ఒంటరిగా నడువసాగాను.

అలా నడుస్తూపోతున్న నన్ను ఒక వేటగాడు చూసి వలవేసి పట్టుకున్నాడు. మొదట వాడు నన్ను చంపుతాడేమోనని భయపడ్డాను.

'ఆ! నేను బ్రతికి ఉండి ఎవరికి మాత్రం ఏం లాభం? పోనీలే! వీడికైనా ఉపయోగపడదాం' అనుకున్నాను.

కాని ఆ బోయవాడు నన్ను తన ఇంటికి తీసుకుపోయి ఎంతో ముద్దుగా ఉన్న నన్ను చూసి "దీనిని రాజుగారికి ఇస్తే మనకు ఎంతో ధనాన్ని ఇస్తాడు" అని నన్ను తీసుకుపోయి రాజుకు అప్పగించాడు.

ఆ రాజు నన్ను చూసి "ఎంతో అందంగా ఉంది. దీన్ని తీసుకుపోయి రాకుమారుల వారికి అప్పగించండి" అన్నాడు

ఆనాటి నుండి నేను ఆ రాకుమారుని వద్దనే ఉండసాగాను. అయితే ఆ రాకుమారుడు నన్ను బంధించి ఉంచలేదు. నేను పారిపోకుండా నా వెనుక ఇద్దరు భటులను నియమించి నన్ను స్వేచ్ఛగా తిరిగే ఏర్పాటు చేశాడు. నాకు కూడా అక్కడ చాలా బాగుండటంతో పారిపోయే ప్రయత్నం చేయలేదు.

అలా జరిగాక, కొన్నిరోజులకు రాకుమారునికి నాపై ఎంతో నమ్మకం కలిగి నా వెనుక భటుల కాపలా తీసేశాడు.

దాంతో నేను స్వేచ్ఛాజీవినైనాను. నా యిష్టానుసారంగా ఉద్యాన వనములందూ, పొలములందూ విహరిస్తూ దొరికినవి దొరికినట్లు తిన సాగాను. నా ఆనందానికి హద్దు లేకుండా పోయింది. ప్రతివారు నన్ను ముద్దు చేసేవారే. అప్పుడు 'నాకు తల్లి లేకపోయిందే' అన్న బాధ తీరిపోయింది.

ఇలా ఉండగా ఒకనాడు వర్షం వస్తుంటే ఆ వర్షములో నేను ఎక్కడ తడుస్తానో అని రాకుమారుడు నన్ను తాడుతో బంధించాడు. నాకు ఉరుములు మెరుపులతో కూడిన శబ్దాల వల్ల ఎంతో ఆనందం కలిగింది.

"అయ్యో! ఇటువంటి వర్షపు రాత్రిని సంతోషముగా గడపలేని నేను ఎంతటి దురదృష్టవంతుడిని" అని బాధపడ్డాను.

అలా నేను మానవభాషలో మాట్లాడిన మాటలను ఆ రాకుమారుడు ఆలకించి "ఇదేమిటి? ఈ జింక మానవుడిలా ఎలా మాట్లాడుతోంది?

"దీనికి కారణం ఏమై వుంటుంది?" అని ఆలోచించి తన మంత్రులను రప్పించి విషయాన్ని వారికి తెలిపాడు.

ఆ మంత్రులు రాకుమారుని మనసులోని భయాన్ని గ్రహించి "రాకుమారా! నీవు చెప్పిన దానిని బట్టి చూస్తే ఈ జింక మనకు చేటు తెచ్చే మృగం వలె వున్నది. కనుక దీన్ని వెంటనే అడవిలో వదిలివేద్దాం" అన్నారు.

రాకుమారుడు "సరే" అన్నాడు.

అంతట రాజభటులు నన్ను మరల ఈ అడవికి తెచ్చి వదిలారు. ఇక్కడ నన్నొక వేటగాడు చూసి వెంటపడగా రక్షణకై పరిగెత్తి అనుకోకుండా మీ వద్దకు వచ్చాను. అలా మీతో నా స్నేహం కూడా కుదిరింది" అని తెలిపాడు చిత్రాంగుడు.

అంతలో పైన ఎగురుతున్న లఘుపతనకం "మిత్రులారా! ఏమా నత్తనడకలు... ఆ వేటగాడు ఇటువైపే వస్తున్నాడు. వాడికి చిత్రాంగుడు తప్పించుకున్న సంగతి తెలిసిపోయినట్లుంది" అన్నాడు.

దానితో చిత్రాంగుడు, హిరణ్యకుడు వేగం పెంచి పరిగెత్తసాగారు. వారికి దారిలో మంధరుడు ఎదురుపడి "అమ్మయ్యా! వచ్చారా! మీకేమైందో అని చింతిస్తున్నాను. నా బాధ తీరింది" అన్నాడు.

"అయ్యోః! మిత్రమా నీవెందుకు ఇలా వచ్చావు? మేమే వచ్చేవారము కదా! ఆ వేటగాడు మమ్మల్ని తరుముతూ వస్తున్నాడు. అదిగో వాడు సమీపించాడు" అంటూ మంధరుడిని నడవమంటూ తొందరపెట్టాయి ఆ మూడు.

ఇంతలో వేటగాడు దగ్గరికి వచ్చేసరికి లఘుపతనకం చెట్టుపై వాలింది, హిరణ్యకుడు సమీపంలోని కలుగులోకి దూరాడు, చిత్రాంగుడు గుబురుగా పెరిగిన పొదలను చాటుచేసుకుని నక్కి దాక్కున్నాడు.

అయితే వేగంగా నడవలేని మంధరుడు వేటగాని కంటపడనే పడ్డాడు. వాడు ఆ మంధరుని చూస్తూ "జింక పోతేపోయింది గానీ ఈ తాబేలు అయినా దొరికిందిలే" అనుకుంటూ దానిని భుజాన వేసుకుని వెనక్కు వెళ్ళిపోయాడు.

వాడు కొద్దిగా ముందుకుపోగానే మిగతా ముగ్గురు బయటకు వచ్చి "అయ్యో! మంధరుడు మనకోసం వచ్చి అనవసరంగా ఆ వేటగాడి బారినపడ్డాడే. ఇప్పుడు మంధరుడిని రక్షించడం ఎలా?" అని ఆలోచించారు.

అప్పుడు లఘుపతనకం "హిరణ్యకా! నీవు ఒకసారి వాయసము, జింక, నక్క కథ చెప్పావు గుర్తుందా! ఇప్పుడు నేను, చిత్రాంగుడు ఆ విధంగానే చేయబోతున్నాము. నీవు ఏం చేయాలో నీకు తెలుసు కదా! ఈ ఉపాయంతో మన మంధరుడిని తప్పించవచ్చు" నంటూ ఏం చేయబోతు న్నారో వివరంగా చిత్రాంగునికి చెప్పి వేటగానికంటే ముందుగానే వాడు వెళ్ళే మార్గంలో చచ్చినట్లు పడి ఉండమని పంపాడు.

చిత్రాంగుడు వేగంగా, పొదలమాటునుంచి పరుగెత్తి వేటగాడు

వెళ్ళే మార్గమునందు చనిపోయినట్లు పడివున్నాడు. లఘుపతనకం ఎగురు కుంటూ వెళ్లి వేటగాడు వస్తుండటం చూసి దాని కనుగుడ్లను పొడుచుకుని తింటున్నట్లు నటించసాగింది.

వేటగాడు ఆ దృశ్యాన్ని చూసి "ఈరోజు నా దశ బాగున్నట్లున్నది. లేకపోతే తప్పించుకుపోయిందనుకున్న ఆ లేడి నేను వచ్చే మార్గంలోనే చనిపోయి వుండటం ఏమిటి? ఈ లేడిని తీసుకుపోయి దాని తోలు వలిచి మహారాజుకు కానుక ఇస్తాను. దాని మాంసాన్ని నేను వండుకుని తింటాను. అప్పుడు ధనానికి ధనం విందుకు విందు. ఈ తాబేలు పని ఆ తరువాత చూస్తాను" అనుకుంటూ మంథరుడు ఉన్న సంచిని నేలమీద పెట్టి లేడి వద్దకు వెళ్లాడు వేటగాడు.

వేటగాడు సంచిని నేల మీద పెట్టడం చూసిన హిరణ్యకుడు వాయువేగంతో వచ్చి ఆ వల తాళ్ళను కొరికేసి మందరుడిని విడిపించాడు.

వెంటనే మంథరుడు అక్కడికి సమీపంలో ఉన్న పొదల మధ్యకు పోయి దాక్కున్నాడు. ఎలుక కూడా సమీపంలోని కలుగులోకి దూరింది. ఎప్పుడయితే ఈ రెండు తప్పించుకుపోవడం లఘుపతనకం చూసిందో 'కావ్! కావ్!' మని అరుస్తూ ఎగిరిపోయింది.

కాకి అరుపుని విన్న లేడి చటుక్కున లేచి చిటికెలో అక్కడి నుండి ఉడాయించింది.

ఇదంతా క్షణాలమీద జరిగింది. వేటగాడికి ఇవన్నీ కలిసి నాటకం ఆడాయని అర్థం అయింది.

"ఈరోజు నా దశ బాగుండలేదు! లేకపోతే చేతికి చిక్కినవి దొరికినట్లే దొరికి చేజారడం ఏమిటి?" అనుకుని వాడు అక్కడినుండి వెళ్ళిపోయాడు.

వేటకాడు వెళ్ళిపోయిన కొద్దిసేపటికి హిరణ్యకుడు, మంథరుడు బయటికి వచ్చి చెరువు దగ్గరకు చేరుకున్నారు. చెరువు దగ్గర వీటికి

చిత్రాంగుడు, లఘుపతనకం కనిపించారు. మంథరుడు వారందరికి తన ప్రాణాలు కాపాడినందుకు కృతజ్ఞతలు తెలియజేశాడు. ఆనాటి నుండి వాటి మధ్య స్నేహం మరింత బలపడింది.

"ఇంతటితో మిత్రలాభం కథ సమాప్తమయింది" అంటూ విష్ణుశర్మ రాకుమారుల వంక చూసి "రాకుమారులారా! ఈ కథ ద్వారా మీకు ఏమర్థమయింది?" అని అడిగాడు.

"గురుదేవా! మంచి మిత్రులు పరస్పరం ఒకరికి ఒకరు సహాయం చేసుకుంటారని, అంతేకాకుండా మంచి మిత్రులను పొందినవాడు అనుక్షణం ఆపదల నుండి కాపాడబడతాడని తెలిసింది. ఇందుకు ఉదాహరణగా మంథరుడు, జిత్తులమారి నక్క, అమాయకపు జింకా, చిత్రాంగుడు, హిరణ్యకుడు, లఘుపతనకులను చెప్పుకోవచ్చును" అంటూ తెలిపారు.

"రాకుమారులారా! 'మిత్రలాభం' గురించి తెలుసుకున్నారు. కనుక ఈరోజు ఇక్కడితో ముగించి రేపు ఉదయం 'మిత్రభేదము' గురించి తెలుసుకుందాము" అని వారికి శాస్త్రసంబంధ విద్యని బోధించాడు విష్ణుశర్మ.

రాకుమారులు ఏకసంథాగ్రాహులవలె ఏకాగ్రతతో శాస్త్రపాండిత్య విద్యమీద మనస్సులని లగ్నంచేసి ఆనాటి విద్యాభ్యాసమునందు కృతార్థులయ్యారు.

అనంతరం తమ మిత్రులైన పెంపుడు జంతువుల ఆలనా పాలనలో ఆ రోజుని ఉత్సాహంగా గడిపారు.

-: మిత్రలాభం సమాప్తం :-

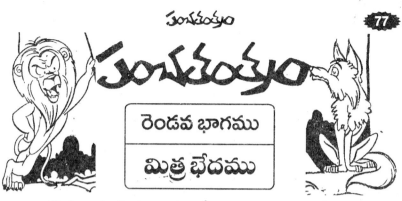

పంచతంత్రం

రెండవ భాగము

మిత్ర భేదము

ఆ మర్నాటి ప్రాతఃకాలముననే రాకుమారులు నిద్రలేచి త్వరితంగా కాలకృత్యాలు ముగించుకొని జంతువులకి మేతవేసి వచ్చి కూర్చొని క్రితం రోజు నేర్చుకున్న పాఠాలను అధ్యయనం చెయ్యసాగారు. అలా అభ్యాసం పూర్తిచేసుకొని యధావిధిగా రాకుమారులు విష్ణుశర్మ వద్దకు వచ్చారు.

అప్పుడు విష్ణుశర్మ వారితో "రాకుమారులారా! మిత్రప్రాప్తి ద్వారా మంచి మిత్రులను పొందటం వలన లాభం ఏమిటో తెలుసుకున్నారు. దానివల్ల మీలోకూడా మీరు ఊహించనంత సత్ప్రవర్తన వచ్చింది. నిన్నటికీ, ఇవాల్టికీ తేడా ఏమిటో మీకే అర్థమవుతోంది కదూ...

అయితే మిత్రులను సంపాదించుకోవటంతోనే సరిపోదు. తన చుట్టుప్రక్కల ఉన్న శత్రువులను కూడా గమనించి వారి బలాన్ని క్షీణింప చేయాలి. మీకు ఇప్పుడు ఆ 'మిత్రభేదం' గురించి తెలుపుతాను వినండి" అంటూ ఇలా చెప్పసాగాడు.

విష్ణుశర్మ చెప్పిన

సంజీవకం అనే ఎద్దుకథ

దైవాయత్తం న శోచేత్ (రా.సూ.అ-8; సూ-7)

'దైవాధీనమైన దానిని గూర్చి విచారించకూడదు.'

ఒకప్పుడు దక్షిణ భారతదేశంలో ఒక ఊరిలో 'వర్ధమానుడు' అనే యువకుడు ఉండేవాడు. ఊరూరా తిరిగి వ్యాపారం చేసుకునే వర్తకులకు

దొంగలభయం లేకుండా కాపలా కాయటం అతని వృత్తి. ఆ వృత్తిలో వచ్చే ఆదాయం కుటుంబం గడవటానికి సరిపోకపోవటంతో తను కూడా వ్యాపారం చేసి డబ్బు గడించాలనుకున్నాడు. తన ఆలోచన భార్యకు చెప్పాడు. ఆమె "సరే! మీ ఇష్టం" అంది.

వర్ధమానుడు బంధువుల దగ్గర, తెలిసినవాళ్ళ దగ్గర కొంత డబ్బును అప్పుగా తీసుకుని చుట్టుప్రక్కల ఊళ్ళలో చౌకగా దొరికే వస్తువులను కొని బండ్లమీద వేసుకుని కొంతమంది యువకులను జీతగాళ్ళుగా పెట్టుకొని వ్యాపార నిమిత్తం ఉత్తర భారతదేశం బయలుదేరాడు.

వర్ధమానుడి బండికి కట్టిన రెండు ఎద్దులలో ఒకదాని పేరు 'సంజీవకం' రెండోదాని పేరు 'నందకం' ఆ రెండూ చాలాకాలం నుంచీ మంచిమిత్రులు.

కొద్దిరోజులు ప్రయాణం సాఫీగా సాగింది. ఒక అడవిలోని కొండల మధ్యగా రాళ్ళు, రప్పలతో ఉన్నదారిలో నడుస్తుండగా 'సంజీవకం' కాలు రాయిమీద పడి మడత పడిపోయింది. దానితో ఆ ఎద్దు బాధగా అరుస్తూ కుప్పకూలిపోయింది.

వర్ధమానుడు సంజీవకం కాలును పరీక్షించి 'ఇక ఈ ఎద్దు ప్రయాణానికి పనికి రాదు' అనుకుని దానిని అక్కడే వదిలేసి మరో ఎద్దును నందకమునకు జతగా కట్టి బండిని నడిపించుకుంటూ వెళ్ళిపోయాడు.

ఒంటరిగా మిగిలిపోయిన సంజీవకం కుంటుకుంటూ అడవిలోకి చేరింది. అక్కడ దొరికే గడ్డీ గాదం మేస్తూ కాలం గడపసాగింది. కొంత కాలానికి సంజీవకం కాలు బాగుపడింది.

అడవిలో దొరికే పచ్చిగడ్డి తింటూ, మంచినీళ్ళు త్రాగుతూ తగినంత విశ్రాంతి తీసుకోవటం వల్ల సంజీవకం మునుపటికంటే ఉత్సాహంగా, బలంగా తయారయింది.

ఒకనాడు కడుపునిండా మేత తిని నీళ్ళు తాగి కొద్దిదూరం నడిచి ఉత్సాయాసంతో ఓ మైదానం లాంటి ప్రదేశం చేరి కాళ్ళతో నేలను తన్నుతూ

పెద్దగా, పౌరుషంగా రంకె వేసింది సంజీవకం.

ఆ అరుపు దగ్గరలో ఉన్న కొండగుహలో ప్రతిధ్వనించి భయంకరమైన అడవిజంతువు అరుపులా వినిపించింది.

ఆ అడవికి పింగళుడు అను సింహం రాజుగా ఉంటున్నాడు. అతని వద్ద దమనకుడు, కరటకుడు అను గుంటనక్కలు మంత్రులుగా ఉన్నాయి. ఇవి తమయొక్క అధికారాలను దుర్వినియోగం చేస్తూ పింగళునికి చెడ్డపేరును తీసుకురాసాగాయి. దీనితో ఆగ్రహించిన పింగళకుడు వారిని తన మంత్రులుగా ఉండటానికి అనర్హులుగా భావించి తరిమేశాడు.

పింగళుని దగ్గరనుండి తరిమివేయబడటం చేత ఆ ఇరువురిని మిగిలిన జంతువులన్నీ హేళన చేయసాగాయి. దీనితో ఆ సోదరుల ఇద్దరూ మళ్ళీ పింగళకుని వద్దకు చేరే అవకాశము కోసం ఎదురుచూడసాగారు. వారికి అటువంటి అవకాశము ఆరోజు లభించింది.

ఆరోజు పింగళకుడు నీరు తాగుదామని ఏటికి పోయాడు. నీరు తాగుదామనుకుని మూతిని పెట్టబోతుండగా దానికి ఒక భయంకరమైన అరుపు వినబడినది. అది సంజీవకుని రంకె శబ్దం.

అది తెలియని పింగళకుడు అదిరిపడి "నా అరుపు అడవిలోని జంతువులన్నింటినీ భయపెట్టేది. నా ఆకారానికి, అరుపుకు భయపడిన జంతువులు నన్నూ అడవి జంతువులకి రాజుగా ఎన్నుకున్నాయి. అవి నా ఎదురుగా రావడానికి కూడా భయపడతాయి. అటువంటి నాకు ఈ అరుపు విని దడ పుట్టిందంటే అది నాకంటే పెద్ద జంతువు అయివుండాలి" అని అనుకుని తన గుహకి వెళ్ళిపోయాడు.

అనంతరం పింగళకుడు జంతువులన్నింటినీ సమావేశపరచి "నేను ఈరోజు నీరు తాగుదామని ఏటికి వెళితే అక్కడ ఒక భయంకరమైన అరుపు వినబడింది. అది ఏమిటో నాకు తెలియజెప్పినవారికి వారు కోరుకున్న బహుమతిని ఇస్తాను" అన్నాడు.

దాని మాటలు విన్న మిగిలిన జంతువులు 'పింగళకుడే భయపడ్డా డంటే అది ఏ రాక్షసి అరుపో అయి వుంటుంది. అనవసరంగా ఇందులో జోక్యం చేసుకోవడం ఎందుకు' అనుకుని అన్నీ నిశ్శబ్దంగా వున్నాయి.

ఆ సమావేశంలో పింగళకుని చేత తరిమివేయబడ్డ కరటక, దమనకులు కూడా పాల్గొన్నారు. పింగళకుని మాటలు విన్న కరటకుడు "ఈ అరుపు ఎవరు అరిచారో నాకు తెలుసు" అన్నాడు దమనకునితో రహస్యంగా.

దమనకుడు ఆశ్చర్యపోతూ "ఏమిటీ నీకు తెలుసునా? ఎవరది? నాకు చెప్పవా?" అని అన్నాడు. అప్పుడు కరటకుడు ఇట్లు చెప్పసాగాడు.

కరటకుడు చెప్పిన
సంజీవకుడి వృత్తాంతము

ఒకనాడు నేను నీటికొరకు ఏటి వద్దకు పోయాను. అప్పుడు ఒక వర్తకుడు తిరుగుప్రయాణానికి సిద్ధమవుతూ ఉన్నాడు. అతడి బండి ఎద్దులు అటూ ఇటూ తిరుగుతూ పచ్చిక మేస్తున్నాయి. బండి సిద్ధం చేయడానికి

ఆ ఎద్దులను పిలిచాడు వర్తకుడు. అవి రెండు తన యజమాని పిలుపు విని వస్తుండగా ఒక ఎద్దు అనుకోకుండా బురదగుంటలో పడిపోయింది. దానితో దానికి బాగా దెబ్బలు కూడా తగిలాయి. అది బాధతో అరుస్తూ తన యజమానిని చూసింది.

అతడు దాని దగ్గరకు పోయి "అయ్యో! సంజీవకం. ఎంత పని జరిగింది. నా ప్రయాణానికి ఆలస్యం అవుతోంది. అసలే ఇది అడవి. ఇంకాసేపు ఇక్కడే ఉన్నామంటే క్రూరమృగాల సంచారం మొదలవుతుంది" అంటూ దానిని పైకి లాగే ప్రయత్నం చేశాడు.

కాని ఎంతకూ ఎద్దు పైకి రాలేకపోయింది. ఇక చేసేదేమి లేక దానిని అక్కడే వదిలి వెళ్ళిపోయాడు వర్తకుడు. తన యజమాని తనను వదిలి వెళ్ళిపోగానే ఆ ఎద్దు బాధతో ఏడిచింది.

ఇదంతా చూసిన నేను 'మర్నాడు దాన్ని చంపి తిందాములే' అని వచ్చేశాను.

చాలారోజుల తర్వాత దాని సంగతి గుర్తుకు వచ్చి అది పడిపోయిన చోటుకు వెళ్లి చూస్తే అది ఏపుగా పెరిగిన పచ్చగడ్డిని తింటూ ఏటిలోని నీరు తాగుతూ బాగా బలిసి కనిపించింది. ఆ అరుపు దానిదే! మనలో ఎవరమూ ఏటిని దాటి అవతల ప్రక్కకు పోము కదా! అందుకని ఈ విషయం ఎవరికీ తెలియదు" అంటూ సంజీవకుని వృత్తాంతము చెప్పాడు కరటకుడు.

ఇదంతా విన్న దమనకుడు "అయితే ఇది మనకు మంచి అదను. ఈ సంగతి మనం పింగళకునితో చెబుదాము. దానితో అతడు మనలను మెచ్చుకుని మళ్ళీ మనల్ని తన మంత్రులుగా చేసుకుంటాడు" అన్నాడు.

దమనకుని మాటలు విన్న కరటకుడు "వద్దు వద్దు అతడి కొలువులో ఇంతకుమునుపు మనం పడిన పాట్లు చాలు. ఇంకా అతడి దగ్గర కోరి

మరోసారి చేరటమా! దానికంటే అడవిలో ఆకులు, అలములు తింటూ బ్రతకడం ఉత్తమం. నీ తీరు చూస్తుంటే పూర్వం నీలాగే పనికిమాలిన పనిని తలకు చుట్టుకుని మరణించిన కోతి గుర్తుకు వస్తున్నది" అన్నాడు.

"ఎవరా కోతి? ఏమా కథ?" అడిగాడు దమనకుడు.

కరటకుడు చెప్పిన తెలివి తక్కువ కోతి

అసమాహితస్యకార్యం న విద్యతే (రా.సూ.అ-2; సూ-8)

'బుద్ధి నిలకడ లేనివానికి పనులెందుకు?'

అనగనగా ఒక ఊరిలో ఒక ధనవంతుడు ఉన్నాడు. వాడు పాపాత్ముడు. ఎన్నో పాపములు చేసిన తరువాత వాడికి పాపభీతి పట్టుకుంది. దానితో వాడు ఒక మునీశ్వరుడిని కలుసుకుని "మునివర్యా! నేను తెలిసి ఎన్నో పాపాలను చేశాను. ఇప్పుడు నాకు ఈ అంతిమ దశలో వాటి గురించి భయం పట్టుకున్నది. నేను చేసిన పాపాల మూలంగా నేను, నా పెద్దలు, పూర్వులు, నా రాబోయే తరముల వారు నరకములో ఘోర పాపములను అనుభవిస్తారేమో! దీనికి తమరే ఏదైనా తరుణోపాయమును సెలవియ్యాలి" అని వేడుకున్నాడు.

ఆ ప్రార్థన విన్న మునీశ్వరుడు అతడి పట్ల జాలితో "నాయనా! అన్ని పాపములను ఆ సర్వేశ్వరుడే రూపుమాపుతాడు కనుక, నీవు నీ ఊరిలో ఒక ఆలయాన్ని నిర్మించి అందులో నిత్యం పేదలకు అన్నదానం చేయించు. దాంతో నీ పాపములు పరిహారమవుతాయి"అని తెలిపాడు.

మునీశ్వరుని సలహా నచ్చిన ధనవంతుడు ఆయనకు నమస్కారం చేసి తన ఇంటికి వచ్చి వెంటనే దేవాలయ నిర్మాణానికి ఏర్పాట్లు చేయ సాగాడు. ఇందు నిమిత్తం కొంత కలప అవసరమైంది.

పనివాళ్లు కొందరు అడవికిపోయి పెద్ద పెద్ద చెట్లను నరికి ఆ దుంగలు తీసుకువచ్చి మంటప నిర్మాణానికి గాను వాటిని రంపాలతో కోయసాగారు. దాంతో ఆ ప్రాంతమంతా ఎంతోసందడిగా మారిపోయింది.

ఈ తంతును అక్కడికి దగ్గరలోనే మరో గుడివద్ద ఉంటున్న కోతుల మందలోని ఒక కోతి చూసింది. దానికి ఈ సందడంతా ఎంతో ఆనందంగా ఉంది. అప్పుడప్పుడు అది పని జరుగుతున్న చోటికి వచ్చి పోతూ ఉండేది.

మిగిలిన కోతులు 'మనుషులతో మనకు పనేమిటంటూ' దానిని హెచ్చరించసాగాయి. అయినా అది వినలేదు.

ఒకనాటి మధ్యాహ్నం వేళ పనివాళ్లందరూ ఎక్కడ దుంగలను అక్కడే వదిలి భోజనానికి వెళ్ళారు. వారు లేకపోవడం చూసి ఆ కోతి అక్కడికి వచ్చింది. అక్కడ దానికి దూలాల మధ్యలో ఇనుప మేకులు కన్పించాయి. వాటిని దూలాలు సగం వరకు కోసిన తరువాత అవి మళ్ళీ అతుక్కుపోకుండా ఉండటానికి గాను పెడతారు.

ఈ సంగతి తెలియని కోతి ఇలాంటి ఒక దూలం మధ్యలోకి దూరి ఎంతో ఆత్రంగా ఆ మేకును తీయడానికి ప్రయత్నించింది. అది ఎంతకీ రాకపోవడంతో ఒక రాయిని తెచ్చి బలంగా కొట్టింది. ఆ రాతి దెబ్బకు ఆ మేకు క్రిందకు జారిపోవడం దూలం దగ్గరగా చేరడంతో మధ్యలో ఉన్న కోతి ఊపిరాడక గిలగిలా తన్నుకుని మరణించింది".

"చూశావా! అవసరం లేకపోయినా ఇలాంటి పనిని చేయడం వలన కోతి ఎలాంటి చావును పొందిందో! నీకు కూడా ఆ విధంగా కావాలని ఉన్నదా ఏమి?" అన్నాడు కరటకుడు.

కరటకుని మాటలు విన్న దమనకుడు "నీవు చెప్పింది బాగానే ఉంది. కాని ఇప్పుడు మనం పింగళకునికి సాయం చేసినందువలన మనకు అలాంటి ఆపద ఏదీ ముంచుకురాదు. అయినా ఎన్నిరోజులు ఇలా బ్రతుకుతాము. ఆ పింగళకుడు మనలను తరిమివేసిన దగ్గర నుండి అన్ని-

జంతువులు మనలను హీనంగా చూస్తున్నాయి. దీనికంటే చావే నయమని పిస్తుంది. ఎప్పుడెప్పుడు అవకాశం వస్తుందా, మళ్ళీ ఆ పింగళుని వద్దకు ఎలా చేర్తామా, అని నేను ఆలోచిస్తుంటే నువ్వు ఈ పనికిమాలిన హితబోధలు చేస్తున్నావా? నీకు గాని మతిపోయిందా?" అన్నాడు కోపంగా.

"అయ్యో! దమనకా! నీకు ఎంత చెప్పినా అర్థం కాలేదా? తగని పనిని మీదవేసుకుంటే లేనిపోని ముప్పు కలుగుతుంది. రాజాశ్రయం బదులు ఉన్న ఆశ్రయం కూడా పోయి ప్రాణం పోవచ్చు. ఇలా చేసే ఒక గార్ధభం తన ప్రాణాల మీదకి తెచ్చుకుంది" అన్నాడు కరటకుడు.

"ఎవరా గార్ధభం? ఏమా కథ?" అడిగాడు దమనకుడు విసుగ్గా.

కరటకుడు చెప్పిన
గార్ధభం - కుక్క కథ

నీచేషు విశ్వాసో న కర్తవ్యః (రా.సూ.అ-3, సూ-37)

నీచుల్ని నమ్మకూడదు.

శివపురం అనే గ్రామంలో ఒక చాకలి నివశిస్తుండేవాడు. వాడి దగ్గర గార్ధభం, కుక్క రెండూ ఉండేవి.

చాకలి కనుక గార్ధభాన్ని బట్టలు మోయడానికి ఉపయోగించు కునేవాడు. అంతేకాకుండా మంచి తిండి కూడా పెట్టేవాడు. కాని కుక్కను చూడగానే ఎంతో అసహ్యించుకునేవాడు.

"ఛీ! దీన్ని అనవసరంగా పెంచుతున్నాను. దీనివల్ల నాకు తిండి దండగే తప్ప మరే ప్రయోజనమూ లేకుండా పోతున్నది. దీనికి ఏ జన్మలోనో ఋణపడి ఉంటాను. అందుకే ఈ జన్మలో తేరగా తిండి పెడుతున్నాను" అనుకునేవాడు.

కొన్నిరోజుల తరువాత 'ఉపయోగం లేని దానికి తిండి మాత్రం ఎందుకని' రెండురోజులకో, మూడురోజులకో ఒకసారి పాచిపోయిన అన్నాన్ని కుక్కకి వేస్తుండేవాడు. దానితో కుక్క ఎంతో దుర్భరజీవితాన్ని గడుపుతుండేది.

ఆ కుక్కకి గార్ధభాన్ని చూస్తే మహా అసూయగా ఉండేది.

"ఈ గార్ధభాన్ని ఎంతో ప్రేమగా చూసుకుంటాడు నా యజమాని. అయినా ఇది చేసే పనేముంది.... పొద్దున్నా, సాయంత్రం కాసిన్ని బట్టలను చెరువుకు మోసుకెళ్ళడం, తీసుకురావడం అంతేగా! ఇక మిగిలిన సమయాలలో అంతా తీరికే. మరి నేను పగలంతా కాచుకుని ఉండాలి. రాత్రిళ్ళు మేలుకొని ఉండాలి. అటువంటి నన్ను వ్యర్థం అని నానామాటలూ అంటూ నా కడుపు మాడుస్తున్నాడు. వీడికి, వీడి గార్ధభానికి ఏదో ఒకరోజు మూడకపోతుందా..." అనుకుంటూండేది.

కాని గార్ధభం మాత్రం కుక్కని చూస్తూ ఎంతో జాలిపడేది. దానితో ఎప్పుడూ మంచిగా మాట్లాడేది. కుక్కమాత్రం అసూయ చేత గార్ధభాన్ని నానామాటలూ అనేది.

ఇలా ఉండగా ఒకనాటి రాత్రి చాకలి ఉదయం నుండి పనిచేసి ఉండటం చేత అలసిపోయి ఆదమరిచి నిద్రిస్తున్నాడు. అప్పుడు ఒక చోరుడు ఆ ఇంట్లో ప్రవేశించి విలువైన బట్టలను మూటగట్టుకోసాగాడు. ఇది గార్ధభం, కుక్క రెండూ గమనించాయి. అయితే కుక్క తనకు ఏమాత్రం పట్టనట్లు ఊరుకుంది.

కాని గార్ధభం మాత్రం "అయ్యో! మన యజమాని సొమ్మును ఎవడో చోరుడు తస్కరించుకుపోతున్నాడు. నీవు మొరగకుండా అలా ఉన్నావేంటి? త్వరపడు, లేకపోతే వాడు సొమ్ముతో సహా పారిపోతాడు" అంది.

అప్పుడు కుక్క చిరాకుపడుతూ "నాకూ ఆ సంగతి తెలుసు. కాని నేను అరవను. ఇన్నాళ్ళు నాకు సరిగ్గా తిండి పెట్టనందుక వాడికి ఈ

శాస్తి జరగవలసిందే! నాకు కడుపు మాడ్చిన పాపం ఊరికేపోతుందా!" అంది ఉక్రోషంగా.

"అయ్యో! ఇటువంటి సందర్భంలో కక్షలు పనికిరావు. కనుక నీవు వెంటనే మొరుగు! యజమానితో చెప్పి నీకు కడుపునిండా తిండి పెట్టిస్తాను. ఇప్పుడు గనుక నువ్వు మొరిగావంటే యజమాని లేచి ఆ దొంగను పట్టుకుంటాడు. తన సొమ్ము పోకుండా కాపాడినందుకుగాను నిన్ను బాగా చూసుకుంటాడు. నా మాట విను" అంది గార్ధభం నచ్చచెబుతూ.

"ఓయబ్బో! నీ సలహా నాకు అవసరం లేదు. ఆ బాగేదో నిన్నే బాగా చూసుకోమను!" అని యీసడించింది కుక్క.

ఇంతలో చోరుడు దొంగిలించిన బట్టలను, సొత్తును మూటకట్టేసుకుని పారిపోవడానికి సిద్ధమవుతున్నాడు.

"అయ్యో! నా యజమాని సొమ్ము పోతుందే. ఇప్పుడెలా? ఈ కుక్క నా మాట వినటం లేదు. దీనికి నా మాటలు బుర్రకు ఎక్కవు కదా! కాబట్టి, నేనే గట్టిగా అరచి నా యజమానిని నిద్రలేపుతాను" అనుకుని గార్ధభం గట్టిగా ఓండ్రపెట్టింది.

గార్ధభం ఓండ్ర విన్న దొంగ మూటతో సహా గోడదూకి పారి పోయాడు.

చాకలి మాత్రం మంచి నిద్రలోంచి దిగ్గున లేచి "దీని దుంపతెగ! బాగా తిండిపెడితే అరగక ఇలా అరుస్తున్నట్లుంది. దీని సంగతి ఇప్పుడే చెబుతా" అనుకుంటూ దుడ్డుకర్ర చేతపట్టుకుని గార్ధభం దగ్గరకు వచ్చి ఇష్టం వచ్చినట్లు దానిని బాదసాగాడు.

చివరకు ఆ గార్ధభం యజమాని చేతుల్లో దెబ్బలు తిని మూలుగుతూ క్రింద పడి మరణించింది.

ఈ కథ చెప్పడం పూర్తిచేసిన కరటకుడు "విన్నావా దమనకా! ఆ గార్ధభం తన పని తాను చేయకుండా అక్కరలేని పనిని నెత్తిన వేసుకుని ఎలా ప్రాణాలు వదులుకుందో చూశావా! కాబట్టి తొందరపడకు! ప్రతి పని నిదానించి చేయడం బుద్ధిమంతుల లక్షణం" అన్నాడు.

"కరటకా! నీవు చెప్పింది నిజమే. కాదనను! కాని మళ్లీ మన రాజును చేరటానికి ఇంతకన్నా మంచి అవకాశం దొరుకుతుందంటావా! అసలు నీవు ఎందుకీ లేనిపోని భయాలను పెట్టుకుంటావు? 'ధీరుడు ఒకసారే చస్తాడు, పిరికివాడు అనుక్షణం చస్తాడు' అనే సామెత నీకు తెలియదా! ధీరులమై బ్రతుకుదామా, లేక పిరికివాళ్ళలాగా ఇలాగే మరణిద్దామా! ఈ విషయంలో మాత్రం నేను నీతో ఏకీభవించలేకపోతున్నాను. 'అంది వచ్చిన అవకాశాన్ని అనవసర భయాలతో చేజార్చుకోవడం' నాకు ఇష్టం లేదు. అంత భయమైతే నీవు ఇక్కడే ఉండు. నేను మన రాజు దగ్గరికి వెళ్ళి విషయాన్ని కదిలిస్తాను" అన్నాడు దమనకుడు.

విధిలేక కరటకుడు అతని మాటలకి తలూపాడు.

"జాగ్రత్త దమనకా! సమయస్ఫూర్తితో వ్యవహరించు. ఎక్కడా తొందరపడి మాట్లాడవద్దు" అని హెచ్చరిస్తూ పింగళకుని వద్దకు వెళ్ళ నిచ్చాడు కరటకుడు.

పింగళకుని గుహ వద్దకు చేరుకున్న దమనకుడు వినయంగా

చేతులు జోడించి "మహారాజా! మీకు నా వందనాలు" అన్నాడు.

అతడిని పింగళకుడు ఎంతో ఆప్యాయంగా పలకరించి, తన గుహలోకి ఆహ్వానించి "ఏం దమనకా, ఇలా వచ్చావు? నాతో ఏదైనా పని పడిందా?" అని అడిగాడు.

పింగళకుడు తనతో అంత సౌమ్యంగా మాట్లాడతాడని ఊహించని దమనకుడు ఆ మాటలకు ఎంతో ఆనందించి "మహారాజా! మీరు నన్ను కొలువు నుండి తరిమేసినా నేను మీ సేవకుడినే! మీకు మంచి చేద్దామనే వచ్చాను. నిన్న మీరు మీ సభలో జంతువులతో చెప్పిన విషయాన్ని నేను కూడా విన్నాను. ఆ విషయంలో మీకు సహాయపడదామనుకుంటున్నాను" అన్నాడు.

"జంతువులన్నీ భయపడుతూ వెనుకడుగు వేస్తే నీవు ధైర్యంతో నా దగ్గరకు వచ్చి సహాయం చేస్తానంటే అంతకంటే నాకు ఏం కావాలి? నీవు తక్షణమే పోయి ఆ అరుపుకు కారణమైన జంతువును గురించి తెలుసుకో. అది ఏదైనా క్రూరమృగం అయితే దానినుండి మన అడవిని రక్షించుకునేందుకు ఆలోచిద్దాము" అన్నాడు పింగళకుడు.

"సింహరాజా! ఇందులో అంత భయపడవలసిందేమీ లేదు. నేను తక్షణమే పోయి అది క్రూరమో, సాధువో తెలుసుకుని ఏదయినా సరే దాన్ని మీ సన్నిధికి తీసుకువస్తాను. అసలు మీవంటివారు ఇటువంటి అల్ప విషయాలకి భయపడటం 'పూర్వము నగారా శబ్దమునకు భయపడిన నక్కవలె' నున్నది" అన్నాడు దమనకుడు.

"ఏమీc! నగారా శబ్దమునకు నక్క భయపడిందా? ఆశ్చర్యంగా ఉన్నదే... ఎవరా నక్క? ఏమా కథ" అని అడిగాడు పింగళకుడు.

దమనకుడు చెప్పిన
నక్క - నగారా శబ్దము కథ

దుఃసాధమపి సుసాధం కరోత్యుపాయజ్ఞః (రా.సూ.అ-2; సూ-26)
'ఉపాయం తెలిసినవాడు కష్టమైన కార్యాన్ని కూడా సులువుగా చేసేస్తాడు.'

అనగనగా ఒక నక్క. దానికి బాగా ఆకలి అవుతున్నది. తినడానికి అడవి అంతా తిరిగినా ఏమీ దొరకలేదు. దానితో అది అడవి నుండి బయటకు వచ్చి నగరమంతా తిరిగి చివరకు యుద్ధభూమిలోకి చొరబడింది.

ఆ యుద్ధభూమిలో మరణించిన ఏనుగులు, గుఱ్ఱములు, మనుషులను చూసిన నక్క "అబ్బా! ఎంత ఆహారము దొరికింది. ఈరోజు నుండి సంవత్సరం పాటైనా నేను ఆహారం కోసం వెతుక్కోనవసరం లేదు" అనుకుంటూ ఒక మృతదేహం వద్దకు పోయి దానిని తినబోతుండగా ఒక భయంకరమైన శబ్దము దానికి వినిపించింది. ఆ నక్క అదిరిపడి అటు ఇటు చూసిందిగానీ దానికి ఏమీ కనబడలేదు.

"ఓహో! ఇదంతా నా భ్రమ కాబోలు" అనుకుని మళ్లీ మృతదేహాన్ని చేరుకుంది. ఈసారి మళ్ళీ శబ్దం వినబడింది. కాకపోతే ఇందాకటి కంటే కాస్త తక్కువగా!

అంతే! ఆ నక్కకు ఎక్కడలేని దడ, వణుకు పుట్టుకువచ్చాయి.

“ఇదేదో నా ప్రాణం మీదకు వచ్చేలా ఉంది. ‘ఎంతో ఆహారం దొరికింది కదా’ అని సంబరపడిపోతున్న నాకు లేనిపోని ఈ పీడ ఏమిటి? ఒకవేళ ఏ జంతువైనా నాకంటే ముందుగానే ఇక్కడికి చేరుకుందా? నన్ను బెదరగొడదామనుకుని ఇలా చేస్తోందా! అదే నిజమైతే నేను ఇక్కడే ఉంటే నా ప్రాణాలు పోవచ్చు. ఇక్కడి నుండి పారిపోవడమే మంచిది” అనుకుని యుద్ధభూమిని వదిలి కాస్త ఇవతలకు వచ్చింది.

అయినా ఆశ చావని నక్క తన మనసులో “అది జంతువు అని ఎలా అనుకోను? అడవిని కాదని, నగరాన్ని కాదని, ఏదో జంతువు ఇక్కడి యుద్ధభూమి దాకా వస్తుందా! ఏమో, నేను రాలేదా? నాలాగే వేరే జంతువు ఏదైనా వచ్చి ఉండవచ్చు. అలా జరగడానికైనా అవకాశం ఉంది. సరే! నేను కొద్దిగా ధైర్యం చేసి దీని రహస్యమేంటో తెలుసుకుంటే సరి! అంతేగానీ అంత ఆహారాన్ని వదులుకుని, ఇలా రావడం ఏమిటి?” అనుకుని మరల వెనక్కు తిరిగివెళ్ళింది.

ఈసారి తిన్నగా యుద్ధభూమిలోకి వెళ్లకుండా ఒక చెట్టుచాటున నిలబడింది నక్క. అంతా నిర్జనప్రదేశం తప్ప ఏ జంతువూ కదలాడుతున్న సూచన దానికి కనబడలేదు. అయితే ఆ శబ్దం మళ్ళీ వినిపించసాగింది. అయితే ఈసారి శబ్దం దేనినో బలంగా కొట్టుకుని వస్తున్న దానిలా వినిపించింది.

నక్క మరింత జాగ్రత్తగా చూడసాగింది. అప్పుడు దానికి కనుచూపు మేరలో ఒక వృక్షం కనబడింది.

ఆ చెట్టుక్రింద ఏదో పెద్ద జంతువు ఆకారం కనబడింది. అయితే దానిలో కదలిక లేదు.

అది ఏమిటో చూద్దామని చెట్టుచాటు నుండి ఇవతలకు వచ్చి నెమ్మదిగా మృతదేహాలను చాటుచేసుకుంటూ ఆకారం కనిపించిన చెట్టు వెనకభాగానికి చేరుకుంది నక్క.

ఆ చెట్టు చాటు నుండి నక్క ముందుకు చూడగా అక్కడ చెట్టు కొమ్మ ఒకటి విరిగి క్రిందకు వ్రేలాడుతోంది. దాని క్రిందనే పెద్ద నగారా ఉంది.

దాన్ని చూసిన నక్క "ఓసి! ఇదా ఇంత పెద్ద శబ్దం చేస్తుంది. దీనికి భయపడా నేను పారిపోవాలనుకుంది? నేను కాస్త ధైర్యం చేశాను. ఉపాయం కోసం ఆలోచించా కాబట్టి నాకు ఈ ఆహారం దొరికింది. లేకుంటే ఈ ఆహారాన్ని కోల్పోయే దాన్ని కదా" అని హాయిగా ఊపిరి పీల్చుకుంది ఆ నక్క.

దమనకుడు కథని ముగించి సింహరాజుతో "కాబట్టి రాజా! తమరు ఆ శబ్దానికైతే భయపడ్డారు గాని అలా అరిచినది క్రూరజంతువా, సాధు జంతువా అని చూడలేదు కదా! కాబట్టి అనవసర వ్యాకులత కొనితెచ్చుకోకండి. ఇప్పుడు తమరి ఆజ్ఞ అయితే నేను వెళ్లి దాని సమాచారం తెలుసుకుని మీకు తెలియజేస్తాను. ఇక నాకు శెలవు ఇప్పించండి" అంటూ అక్కడి నుండి బయలుదేరాడు దమనకుడు.

అలా వెళ్ళిన దమనకుడు అడవిలోని జంతువులన్నీ తనను

గుర్తించేలా అడవంతా తిరుగుతూ అడిగిన వాటికల్లా "పింగళకరాజుగారి పనిమీద తిరుగుతున్నాను. ఆ భయంకర అరుపు అరిచిందెవరో తెలుసుకోవడానికే ఈ ప్రయత్నం" అని చెప్పసాగాడు. దాని ధైర్యానికి అడవిలోని జంతువులన్నీ ఆశ్చర్యపడి దానిని మహా గౌరవంగా చూడసాగాయి.

ఇలా నాటకాలాడుతూ దమనకుడు ఏటి అవతలికి పోయి సంజీవకుడిని కలుసుకున్నాడు. నక్కను చూసిన సంజీవకుడు భయంతో వెనక్కి తగ్గాడు.

అప్పుడు దమనకుడు దానితో "సంజీవకా! భయపడకు నావల్ల నీకు ఏ ఆపదా రాదు. నీవెవరో నాకు తెలుసు. నిన్ను మా రాజుగారు తీసుకురమ్మన్నారు. నీవు నాతోపాటు వస్తే నిన్ను అక్కడికి తీసుకువెళతాను" అన్నాడు.

"మీ రాజు ఎవరు? నేనేం తప్పు చేశానని అక్కడకు రావాలి? నా మానాన నేను బతుకుతున్నాను కదా" అన్నాడు సంజీవకుడు బెదురుగా.

"అయ్యో సంజీవకా! మారాజు ఎవరో నీకు తెలియదా? పింగళుడు అనే మృగరాజు. వారు ఏటివద్దకు నీరు తాగడానికి వచ్చినపుడు నిన్ను చూసారట. అంతకు కొద్దిరోజుల నుండి మా అడవిలో భయంకరమైన అరుపులు వినిపిస్తున్నాయి. దానితో జంతువులన్నీ భయపడసాగాయి. నిన్ను చూసిన మా పింగళకరాజు ఇక్కడినుండి మా అడవిలోకి భయంకరమైన అరుపులు వినిపిస్తున్న దానివి నువ్వే అనుకుని నన్ను నీ దగ్గరకు పంపారు. అంతేకాని మరే ఉద్దేశ్యము లేదు" అన్నాడు దమనకుడు.

"అలా అయితే వస్తా"నంటూ సంజీవకుడు దమనకుని వెనక వెళ్లాడు. పింగళ గుహను సమీపిస్తూనే సంజీవకుని అక్కడ ఉండమని చెప్పి గుహలోకి వెళ్లి "మహారాజా! నేను పోయి విషయం తెలుసుకుని వచ్చాను. అది క్రూరజంతువు కాదు. సంజీవకం అను వృషభము. సాధు జంతువు. మీ గురించి దాని దగ్గర గొప్పగా చెప్పి 'అందరు బెదిరిపోయేలా ఎందుకు అరుస్తున్నావు?' అని ప్రశ్నించాను. దానికి ఆ సంజీవకుడు

'తనకు ఏ పనిపాటూ లేకుండా ఉండటం చేత శరీరం బాగా కొవ్వెక్కి పోయిందని, దానితో స్వరంమారి తన అరుపు భయంకరంగా వినిపించి ఉంటుందే తప్ప తానెవరినీ బెదరగొట్టాలని అరవలేదని' అన్నాడు. అతడితో మాట్లాడిన తరువాత అతడు మీ కొలువులో ఉండదగినవాడుగా తోచింది' అందుకే నా వెంట తీసుకుని వచ్చాను" అన్నాడు దమనకుడు వినయంగా.

ఆ విషయమంతా విన్న పింగళకుడు "ఏది! ఎక్కడా? ఆ ఎద్దు నాకు కనిపించదే! ఒకవేళ నన్ను చూసి భయపడి వెళ్ళిపోయిందా ఏమి?" అన్నాడు దర్పంగా.

"లేదు మహారాజా! అది మీ గుహ బయట తమ ఆజ్ఞకై ఎదురు చూస్తోంది. ఇప్పుడే వెళ్ళి దాన్ని పిలుచుకొస్తాను" అంటూ గుహ బైటికి వెళ్ళి అక్కడ నిరీక్షిస్తున్న సంజీవకుని వెంటబెట్టుకుని పింగళకుని వద్దకు తీసుకువచ్చాడు దమనకుడు.

సంజీవకుడు సింహమును చూస్తూనే వినయముతో తల వంచి "ఓ సింహరాజా! మీకు నా ప్రణామములు! నేను కావాలని ఉద్దేశ పూర్వకంగా మీ అడవిలోని జంతువులను నా అరుపులచేత భయపెట్టలేదు. నా మాట నమ్మండి. మీవంటి ఉత్తముల ఎదుట అబద్ధములాడేటంత అల్పత్వము నాలో లేదు. ఈ అడవికి రాజు అయిన మీరు నావంటి వాడిని ఇంత మర్యాదగా పిలిచి గౌరవిస్తారనుకోలేదు. ఇన్నాళ్ళు మీ దర్శనం కాక రోజులు వ్యర్థమైనందుకు ఇప్పుడు విచారిస్తున్నాను. నాయందు దయ వుంచి నాకు మీ నీడన ఇంత ఆశ్రయం ఇవ్వండి. మీవంటివారిని సేవించుట నాకెంతో ఆనందము" అని పలికాడు వినయంగా.

దాని మాటలు విన్న పింగళకుడు పరమానందభరితుడై "సంజీ వకా! ఉత్తములైన నీవంటివారు నా వద్ద ఉండటం నాకు శోభనిస్తుంది. నీ మంచితనముతో నన్ను ఆకట్టుకున్నావు. అది సరే, నీవు ఈ అరణ్యములోకి ఎలా వచ్చావు?" అని అడిగాడు.

అప్పుడు సంజీవకుడు "మృగరాజా! నేను ఒక వర్తకుని వద్ద

పంచతంత్రం

ఉండేవాడిని. అతడు వ్యాపార నిమిత్తము నన్ను, నాతోపాటు మరో వృషభమును బండికి కట్టి తీసుకుపోయాడు. మార్గమధ్యంలో అనుకోకుండా నేను బురదగుంటలో పడ్డాను. నా యజమాని నన్ను బైటకు తీయలేక 'ఎన్నో రోజులనుండి వాని వద్ద విశ్వాసంగా పనిచేశాను' అన్న దయ కూడా చూపకుండా నన్ను వదిలి వెళ్ళిపోయాడు" అంటూ జరిగిన వృత్తాంతము అంతా చెప్పాడు.

"అయ్యో! అలాగా, నీకింత అన్యాయం జరిగిందా? ఇక మా రక్షణలో నీకు ఎటువంటి ఆపదా రాదు. ఇక నుండి నీవు మావద్దే హాయిగా ఉంటూ నాకు ప్రధానమంత్రివై రాచకార్యాలందు సహాయపడు" అని అన్నాడు పింగళకుడు. అంతేకాదు. ఆ క్షణమే పింగళకుడు జంతువులన్నింటిని సమావేశపరచి "మిత్రులారా! ఇతడు సంజీవకుడు. భయంకరంగా అరచింది ఈ వృషభమే!

ఈ సంజీవకుని చూసిన తర్వాత ఇతడి గొప్పతనం తెలుసుకున్నాను. ఇకనుంచి ఇతడు నాకు మంత్రి" అంటూ ప్రకటించాడు. జంతువులన్నీ హర్షం ప్రకటించాయి.

ఇంత కష్టపడిన దమనకునికి ఎటువంటి పదవి దక్కకపోగా పింగళకుని వద్ద అడ్డమైన చాకిరీ చేసే పని మాత్రం లభించింది.

'తను అనుకున్నది ఒకటైతే జరిగినది మరొకటి' అని బాధపడుతూ దమనకుడు కరటకుని వద్దకు వచ్చాడు.

దమనకుడు బాధపడటం చూసి "ఏమి దమనకా! అలా విచారంగా ఉన్నావు. నీవు వెళ్ళిన పని సక్రమంగా జరగలేదా?" అన్నాడు కరటకుడు హేళనగా.

"జరగకేం? నిక్షేపంగా జరిగింది. కాకపోతే నేను మోసపోయాను. పింగళకుడు నేను చేసిన పనికి నన్ను మెచ్చుకుని తిరిగి నా పదవిని ఇస్తాడను కుంటే ఆ పదవిని కాస్త ఆ సంజీవకునికి కట్టబెట్టి నన్ను ఎందుకు పనికిరాని వెధవని చేశాడు ఆ కృతఘ్నుడు. ఇప్పుడు నా పని ఆషాఢభూతిని నమ్ముకున్న సన్యాసివలె అయింది" అన్నాడు దమనకుడు విచారంగా.

"ఇంతకీ ఆషాఢభూతి ఎవరు? ఏమా కథ?" అడిగాడు కరటకుడు ఉత్సుకతతో.

దమనకుడు చెప్పిన ఆషాఢభూతి కథ

పటుతరేఽపి తృష్ణాపరే సులభమతి సంధానమ్ (రా.సూ.అ-3; సూ-58)

'ఎంత తెలివైనవాడైనా దురాశపరుడైతే వాణ్ణి మోసగించడం సులభం.'

పూర్వం ఒక సన్యాసి ఉండేవాడు. వాడు పేరుకు సన్యాసేకాని సంసార వ్యామోహాలు తీరనివాడు. ధనమంటే మిక్కిలి ప్రాణము.

అందుకే వెళ్ళిన ప్రతీచోట ఏవో ఉపదేశాలు చేసి అక్కడివాళ్లు ఇచ్చిన ధనమును 'వద్దు వద్దంటూనే' మూటగట్టుకునేవాడు. చివరికి సరియైన ఆహారం కూడా తీసుకోకుండా ఎంతో ధనాన్ని దాచుకున్నాడు.

అలా సంపాదించుకున్న ధనాన్నంతటిని ఒక చిరిగిన కంబళి లోపల రహస్యంగా దాచి ఉంచాడు. చూసేవారికి అది కంబళివలె కనిపిస్తుంది. కానీ నిజానికి అది ఆ సన్న్యాసి ధనాగారం.

ఆ సన్న్యాసి ఊరూరా తిరుగుతూ ఉపదేశాలు ఇవ్వడం చేత ఒక స్థిరమైన నివాసం ఉండేది కాదు. ఎక్కడికి వెళితే అక్కడ తన ఉపదేశాలతో ప్రజలను బుట్టలో వేసుకుని తస పబ్బం గడుపుకునేవాడు.

ఒకసారి ఆ సన్న్యాసి ఒక ఊరుకుపోయి అక్కడ ఉపదేశానంతరం గ్రామస్తులు ఇచ్చిన ధనాన్ని "ఏదో మీ తృప్తికోసం తీసుకుంటున్నాను కాని మావంటి సన్న్యాసులకు ఈ ధనం ఎందుకు?" అంటూ స్వీకరించి కొద్దిదూరంలో ఉన్న దేవాలయానికి వెళ్ళి ఎవరూ లేకుండా చూసి తన కంబళిని తెరిచి, దానినిండా ఉన్న ధనాన్ని చూసుకుని ఆనందంతో పొంగి పోతూ ఆరోజు సంపాదించిన ధనాన్ని కూడా అందులో దాచుకుని కాసేపు ఆ ధనరాశులను చూస్తూ గడిపి తరువాత యధావిధిగా ఆ కంబళిని తన దగ్గర భద్రంగా దాచుకుని హాయిగా నిద్రపోయాడు.

ఈ వ్యవహారాన్నంతటిని ఆ సమీపంలోని ఆషాఢభూతి అనే దొంగ చూశాడు. మరునాటి ఉదయమే వాడు సన్న్యాసివలె వేషం మార్చుకుని

వచ్చి "స్వామీ! నా పేరు ఆషాఢభూతి. మీ ఉపదేశాలను విని నేను ఎంతో ఆనందించాను. మీవంటి జ్ఞానవంతులకు శిష్యునిగా ఉండాలని నా చిరకాల వాంఛ. తమరు దయచేసి నా కోరికను కాదనకండి" అంటూ ప్రార్థించాడు అతి వినయంగా.

డబ్బు ఖర్చులేకుండా తన వెనక తిరిగేందుకు, తనకి సేవ చేసేందుకు ఒకడు దొరికాడని సంతోషిస్తూ సన్యాసి అందుకు ఒప్పుకున్నాడు.

ఆరోజు నుండి ఆషాఢభూతి ఎంతో వినయం నటిస్తూ సన్యాసికి కాళ్ళుపట్టడం, ఒళ్ళు పట్టడం, విసరడం ఇలా ప్రతి విషయంలోను అయనకు శ్రమలేకుండా చూసుకుంటూ మధ్య మధ్యలో సన్న్యాసి తనను పూర్తిగా నమ్మేలా ధనమంటే ద్వేషం చూపిస్తూ ధనం చూడగానే విసిరి కొడుతూండేవాడు.

ఆషాఢభూతి ప్రవర్తన చూసిన ఆ సన్న్యాసి 'వీడికి డబ్బంటే అసలు వ్యామోహం లేదు. వీడితో నాకు ప్రమాదం లేదు' అనుకొని అప్పుడప్పుడు ఆ కంబళిని వాడికి మోయడానికి ఇచ్చేవాడు. ఆషాఢభూతి కూడా 'అందులో ఏముందని' అడగకుండా, గురువాజ్ఞను పాటించే శిష్యునివలె ప్రవర్తించ సాగాడు.

ఒక సందర్భంలో తన కంబళిలో ఏమున్నదో సూచనప్రాయంగా, ముందు జాగ్రత్తకోసం ఆషాఢభూతికి చెప్పాడు సన్న్యాసి. అయినా ఆషాఢ భూతి అదేమి పట్టనివాడివలె ప్రవర్తించసాగాడు.

ఒకసారి వీరిరువురూ ఒక గ్రామానికి వెళ్ళి అక్కడినుండి తిరిగి వస్తుండగా "స్వామి! ఈ గడ్డిపోచ నా పంచెకు అంటుకొని ఉంది. పరాయి సొమ్ము గడ్డిపోచ అయినా నాకు అవసరం లేదు. మీరు నడుస్తూ ఉండండి. నేవెళ్లి వాళ్లది వాళ్లకి యిచ్చేసి వస్తా" అంటూ పరిగెత్తుకుంటూ వెనక్కు వెళ్లి కొద్దిసేపాగి వచ్చాడు.

అంతే! ఆ సన్న్యాసికి వాడిమీద ఎక్కడలేని నమ్మకం కుదిరి పోయింది. ఇంక అదను కోసం ఎదురుచూడసాగాడు ఆషాఢభూతి.

ఒకనాడు ఒక గ్రామానికి వెళ్ళి వస్తున్న సన్న్యాసి మధ్యలో సాయంత్రం కావడంతో సంధ్యావందనం నిమిత్తం ఆషాఢభూతికి తన ఒంటిపైనున్న కంబళి, కమండలం, దండం ఇచ్చి అక్కడికి దగ్గరలో ఉన్న చెరువులోకి దిగి సంధ్యావందనం పూర్తిచేసుకున్నాడు. ఇంతలో రెండు అడవిమేకలు ఒకదానితో ఒకటి కొమ్ములతో పొడుచుకుంటూ తగువులాడు కోవటం సన్న్యాసి కంటపడింది.

ఆ రెండు మేకపోతులూ బాగా బలిసి వున్నాయి. ఒకదానితో ఒకటి విపరీతమైన కోపంతో తలపడుతున్నాయి. అదిచూసి ఆ సన్న్యాసి 'ఔరా! ఈ రెండు మేకపోతులు అనవసరంగా దెబ్బలాడుకుంటున్నాయి కదా!' అని బాధపడుతూ చెరువు గట్టుమీదకి వచ్చాడు.

గట్టుమీద ఆషాడభూతి లేడు. అతన్ని కాపలాకాయమన్న తన బొంత కూడా లేదు. జరిగిన మోసం గ్రహించిన సన్న్యాసి నెత్తీనోరూ బాదుకుంటూ 'ఆషాఢభూతి! ఆషాఢభూతి!!' అని అరుస్తూ అడవంతా కలియదిరిగాడు. కానీ ఫలితం శూన్యం. అప్పటికే ఆ ఆషాఢభూతి డబ్బులున్న సన్న్యాసి బొంతను తీసుకుని మరొక ఊరు ఉడాయించాడు.

"అయ్యో! ఎంత నమ్మకంగా నటించి నా సొమ్మును దొంగిలించుకు పోయావురా! నీ నక్క వినయాలు చూసి మోసపోవటం నా తప్పు. నాకు సరియైన గుణపాఠం చెప్పావు" అంటూ దుఃఖించాడు ఆ సన్న్యాసి.

ఈ కథను విన్న కరటకుడు "నీవు చెప్పింది బాగానే ఉంది కాని ఇక ముందు ఏం చేయాలనుకుంటున్నావో అది చెప్పు" అని అడిగాడు.

"వారిద్దరికి సఖ్యత కుదిర్చిన నేనే వారి మధ్య పగను కూడా రగిలించి వేరు చేస్తాను. నా శత్రువును వదిలించుకుంటాను" అన్నాడు దమనకుడు రోషంగా.

"ఏం చేస్తావు?" అన్నాడు కరటకుడు సందిగ్ధంగా. "ఉపాయం చేతనే పూర్వం ఒకకాకి కూడా తన శత్రువైన సర్పాన్ని వదిలించుకుంది. నేను ఆ కాకిలా నా శత్రువుని వదిలించుకుంటా" అన్నాడు దమనకుడు.

"ఎవరం కాకి? ఏమా కథ?' అడిగాడు కరటకుడు ఉత్సాహంగా.

దమనకుడు చెప్పిన

సర్పాన్ని నాశనం చేసిన కాకి కథ

క్షమావానేవ సర్వం సాధయతి. (రా.సూ.అ-8; సూ. 19)
'ఓర్పుగలవాడే అన్నీ సాధించగలుగుతాడు.'

ఒకప్పుడు ఒక కీకారణ్యమునందు గల మర్రిచెట్టుపైన ఒక కాకుల జంట నివసిస్తుండేది. ఆడకాకి గుడ్లను పెట్టి ఆహారానికై వెళ్ళి తిరిగి వచ్చినప్పుడల్లా పెట్టిన గుడ్లు కనబడకుండా పోయేవి. దానితో ఏమీ అర్థంకాని ఈ కాకులు ఆ రహస్యం కనిపెట్టాలని దాపున వున్న ఒక చెట్టుపై

వాలి నక్కి చూడసాగాయి.

అప్పుడు ఒక నల్లత్రాచు అవి ఉంటున్న మర్రి చెట్టుకున్న తొర్రలో నుండి బయటకు వచ్చి వాటి గూటికేసి పాకి అక్కడ ఉన్న గుడ్లను గుటుక్కున మింగి తిరిగి తన తొర్రలోకి వెళ్ళిపోయింది.

"మన గుడ్లను తింటున్నది ఈ సర్పమా! అయ్యో, ఇలా అయితే

మనకు మన పిల్లలు ఎప్పటికీ దక్కరు" అంటూ ఆ రెండు కాకులు ఏడుస్తూ తమకు మిత్రుడైన ఓ నక్క దగ్గరకు వెళ్ళాయి.

ఆ నక్క దుఃఖితులైన తన స్నేహితుల నుండి విషయాన్ని తెలుసుకొని "మీరిలా అధైర్యపడి దుఃఖించకండి. ప్రతిదాన్నీ ఉపాయం చేత సాధించ వచ్చు. పూర్వము మీ వలెనే అపాయంలో చిక్కుకున్న ఒక ఎండ్రకాయ ఎంతో బలం కలిగిన కొంగను తన ఉపాయంతో చంపింది. మీకు ఆ కథ చెబుతా వినండి" అని ఆ కథని చెప్పసాగింది.

నక్క చెప్పిన
ఒంటికాలి కొంగ కథ

పరీక్ష్య తార్యా విపత్తిః (రా.సూ.అ-2; సూ.42)
'ఆపద వచ్చినప్పుడు బాగా పరీక్షించి దాన్ని దాటాలి.'

ఒక అడవిలో పెద్ద సరస్సు ఉంది. ఆ సరస్సంతా పెద్ద పెద్ద కమలములతో నిండి ఎంతో ఆహ్లాదకరంగా ఉంది. అందులో ఎన్నో చేపలు, పీతలు నివసిస్తుండేవి. ఒకనాడు కొంగ ఒకటి ఆహారం అన్వేషిస్తూ ఆ ప్రాంతమునకు వచ్చి ఆ సరస్సును చూసి 'ఆహాఁ! ఈ సరస్సును చూస్తుంటే నాకు చాలా రోజులకు సరిపడా ఆహారం దొరికేటట్లుగానే ఉంది. కావున ఏదో ఒక మాయోపాయంతో ఇక్కడ చోటు సంపాదించుకుని తరువాత వీటి అంతు చూడాలి" అనుకుని సరస్సు ఒడ్డున ఒంటికాలిపై నిలబడి దొంగ జపం చేయసాగింది.

ఆ కొంగ వాలకాన్ని చూసిన కొన్ని చేపలు "ఇది దొంగ నాటకం ఆడుతోంది. లేకపోతే ఆహారాన్ని కంటి ముందు ఉంచుకుని ఊరకే ఉంటుందా?" అనుకోసాగాయి. అలా కొంతకాలం గడిచిన తరువాత పీత ఒకటి నీటిపైకి వచ్చి షికారు చేస్తూ ఒంటికాలి మీద నిలబడిన కొంగను చూసింది. అది ఎంతో ఆశ్చర్యపోతూ 'ఆహాఁ! ఈ కొంగను చూస్తుంటే

ఎంతో పవిత్రభావం కలుగుతోంది. ఏమి నిగ్రహం. తన ముందు చేపలు ఆనందంగా తిరుగుతుంటే హాయిగా తినక అంత తపస్సులో మునిగి ఉన్నదంటే ఖచ్చితంగా ఈ కొంగ ఎంతో గొప్పది' అనుకుని దాని వద్దకి చేరుకుని "నమస్కారం మహాత్మా!" అంది పీత గౌరవంతో.

ఆ మాటలకు కళ్లు తెరిచిన కొంగ 'ఎవరదీ!' అంటూ అమాయకత్వం ప్రదర్శించి, "ఓహో నువ్వా పీత మహాశయా! ఏమిటిలా వచ్చావు" అని నిర్లిప్త నటిస్తూ అడిగింది.

"ఓ! బక మునీశ్వరా! తమరిని చూస్తూంటే ఎంతో సంతోషం కలుగుతుంది. కొంగల జాతిలో మీరు మాత్రమే ఉత్తములని తోస్తున్నది. ఏ కారణం చేత మీరీ తపస్సు చేస్తున్నారో తెలుసుకోవచ్చునా?" అన్నది పీత అమాయకంగా.

"తప్పకుండా! నేను తెలుసుకున్న విషయాన్ని ప్రతి ఒక్కరికి తెలియజేయాలనేదే నా కోరిక. చెబుతాను విను. ఒకనాడు నేను ఆహారానికి వెళ్ళి ఒక చేపను పట్టుకొని వస్తుండగా ఒక ముని నన్ను, నా నోటిలో గజగిజ తన్నుకుంటున్న చేపను చూశాడు. వెంటనే అతడు 'ఓ కొంగా!

నీకు ఇసుమంతయినా జాలి లేదా? ప్రాణభయంతో కొట్టుకుంటున్న ఈ
చేపపై నీకు జాలి కలగడం లేదా? తక్షణమే ఈ చేపను విడువ'మన్నాడు.
నేను భయంతో ఆ చేపను వదిలివేశాను. అతడు ఆ చేపను తీసుకుపోయి
నీటిలో వదిలి, నాతో 'నీవు నేను విడవమనగానే నీకు దొరికిన ఆహారాన్ని
వదిలివేశావు. దానిని బట్టి నీవు చాలా దయ, జాలి కలదానివలె కనబడు
తున్నావు. అలాంటి నువ్వు యీ చేపల ప్రాణాలు తీసి ఎలా తింటున్నావు?
ఇలా చేస్తే నిన్ను యముడు రౌరవాది నరకాల పాలు చేస్తాడు. నిన్నే కాదు.
నీలా జీవించే వాటినన్నింటిని ఆ విధంగానే చేస్తాడు. కాబట్టి ఈ రోజు
నుండి ఈ నికృష్టపు బ్రతుకును మానెయ్యి. నీలాగా బ్రతికే వాటిన్నింటికి
ఇటువంటి ఉపదేశాన్నే చేస్తూ మిగిలినరోజులు భగవంతుని ప్రార్థిస్తూ
బ్రతుకు' అని చెప్పాడు.

"ఆ మహాత్ముని బోధలతో నా కళ్ళు తెరుచుకున్నాయి. అప్పటినుంచి
ఇలా ఇక్కడ భగవత్ ధ్యానంలో మునిగి ఉన్నాను. నా జపం, తపం,
స్నానం అన్నీ ఇక్కడే" అన్నది ఆ కొంగ.

కొంగ మాటలు విన్న పీతకు అదంటే ఎక్కడలేని భక్తి భావం
పెరిగిపోయి తక్షణమే సరస్సులోకి పోయి మిగిలిన వాటికి ఈ మాటలు
చెప్పింది. అన్నీ కలిసి సరస్సు మధ్యలో కొంగను ఉండటానికి ఆహ్వానిం
చాయి. అప్పట్నుంచీ ప్రతిరోజు అవన్నీ ఆ కొంగ చుట్టూ చేరి అది చెప్పే
ఉపన్యాసాలు వినసాగాయి. ఒకనాడు రోజులాగే కొంగ దగ్గరికి వచ్చిన
చేపలకు, పీతలకు అది ఏడుస్తూ కనిపించింది.

అవి ఎంతో కంగారుపడిపోతూ "మహాత్మా! ఎందుకు ఏడుస్తు
న్నారు? మీకేమైనా కష్టం కలిగిందా?" అని అడిగాయి.

"నాకు ఏం కష్టం కలగలేదు. కానీ మీకే భవిష్యత్తులో నష్టం
జరగబోతుంది" అన్నది ఆ కొంగ దొంగ ఏడుపు ఏడుస్తూ.

"మీరేం చెబుతున్నారో మాకు అర్థం కావడం లేదు. కాస్త
అర్థమయ్యేటట్లు చెప్పండి" అన్నది పీత.

అప్పుడా కొంగ వాటితో "ఈరోజు నేను భగవత్ ధ్యానంలో ఉండగా దేవుడు కనబడి 'ఇంకొద్ది దినాలలో ఈ చెరువులోని నీరంతా అవిరై పోబోతుంది. కాబట్టి నువ్వు ఈ కొలను వదలి వెళ్ళిపో' అన్నాడు. నాసంగతి సరే! కాని పాపం, ఈ చేపలు, మీరు నీరు లేకపోతే ఎట్లా బ్రతుకుతారు? అని బాధపడుతున్నా" అన్నది ఎంతో బాధపడుతున్నట్లు నటిస్తూ.

ఆ విషయం విన్న వెంటనే చేపలు, పీతలు ఏడుస్తూ, "మహా మునీంద్రా! మాకు మీరే దిక్కు! మీరే మమ్మల్ని కాపాడాలి" అన్నాయి ప్రార్థిస్తూ.

అప్పుడు కొంగ ఆశ్చర్యం నటిస్తూ "నేనా..? మిమ్మల్ని కాపాడాలా?" అని క్షణం ఆలోచించి "సరే! అయితే, ఇక్కడికి కొద్దిదూరంలో కొండలు ఉన్నాయి! అక్కడ ఒక చెరువు ఉన్నది. పూర్వం నేను ఆహారం కోసం అటువెళ్ళడం వలన ఆ సంగతి తెలిసింది. మిమ్మల్ని అక్కడకి చేరవేస్తాను" అన్నది కొంగ నమ్మకంగా.

దానితో కొలనులో నివసించేవన్నీ ఆనందంతో 'సరే' అన్నాయి. ఇక ఆ రోజు నుండి ఆ కొంగ చేపలను తీసుకెళ్ళి కొండలమధ్య హాయిగా మెక్కేసి ఏమీ ఎరగని దానిలా కొలనుకు తిరిగి వస్తూండేది. అమాయకపు

పంచతంత్రం

చేపలన్నీ దానిని నమ్మి దాని వెంట వెళ్ళి ప్రాణాలు కోల్పోసాగాయి. కొన్ని రోజులకు చెరువులోని చేపలన్నీ అయిపోయాయి.

ఆ తరువాత పీతల వంతు వచ్చింది. కొంగకు అందరికంటే ముందు పరిచయమైన పీత దానితో "మహాత్మా! నన్ను ముందుగా తీసుకుపోండి. మా చేపలను చూడాలని ఆత్రంగా ఉన్నది" అనడంతో కొంగ 'సరే'నని దానిని తీసుకుపోసాగింది. అయితే ఆ కొండలు ఆ వాతావరణం గమనించిన పీతకు ఎందుకో మొదటిసారిగా ఆ కొంగపై సందేహం కలిగింది.

అప్పుడా పీత, "మహాత్మా! నాకు మీ నోటి మధ్య ఉండటం ఇబ్బందిగా ఉంది, కాబట్టి నన్ను తమరి మెడపై ఉంచుకోండి. నేను నా మెత్తని కాళ్ళతో తమరి మెడను అంటిపెట్టుకుంటాను" అన్నది నమ్మకంగా.

"సరే, అలాగే, నీ బాధ తీర్చడమే గదా నాకు సంతోషం" అంటూ ఆ పీతని తన మెడ కరచి పట్టుకునేలా చేసింది కొంగ. పీత ఆ కొంగ మెడ పట్టుకోగా ముందుకు ప్రయాణించింది కొంగ. అలా పోతూ ఒకచోట దిగసాగింది. అక్కడ పీతకు చేపల ముళ్ళు కనిపించాయి.

"అమ్మో! దొంగజపం చేస్తూ ఈ కొంగ ఎంత మోసం చేసింది. దీని మాటలు నమ్మి చేజేతులా నా మిత్రుల ప్రాణాలు తీసిన దానినయ్యాను, ఎంత మోసం చేశావే దొంగబకమా! ఉండు మమ్మల్ని మోసం చేసినందుకు గాను నీకు తగిన శాస్తి చేస్తా" అనుకుంటూ పీత నేలకు కాస్త దూరంలో ఉండగానే కొంగ గొంతు గట్టిగా పట్టుకుంది.

"ఏయ్! నా మెడ వదులు" అంటూ గింజుకోసాగింది కొంగ.

"నీ దొంగ నాటకాలు నాకు తెలిసి పోయాయిలే. ఇక నీ ఆటలు సాగవు. చావు" అంటూ కొంగ మెడను కొరికేసింది పీత.

ఆ పీత పట్టునుంచి విడిపించుకోలేక గిలగిలలాడుతున్న ఆ కొంగను పీత ఉపాయంతో చంపేసి మిగిలిన వాటి ప్రాణాలని రక్షించింది. ఆ కథని అలా పూర్తి చేశాక –

"విన్నారు కదా! అపాయం నుండి ఉపాయం రక్షిస్తుంది. కాబట్టి మీరు కూడా మీ బుద్ధిని ఉపయోగించండి. ఏదో ఒక ఉపాయం తట్టకపోదు" అన్నది నక్క మగకాకితో. నక్కకి కృతజ్ఞతలు చెప్పుకుని అక్కడనుండి తమ నివాసం వైపుకు బయలుదేరాయి ఆ రెండు కాకులు. అలా వెళుతున్న వాటికి ఒకచోట కొందరు స్త్రీలు కొలనులో స్నానం చేయడం కంటబడింది.

వెంటనే మగకాకి మెదడులో ఒక ఆలోచన కలిగి క్రిందకు దిగి ఒడ్డున ఆ స్త్రీలు విడిచిన అభరణాలలో ఒకటి నోట కరచుకుంది.

దీనిని చూసిన స్త్రీలు "అయ్యో! కాకి మా నగను ఎత్తుకుపోతోంది" అంటూ అరిచారు. వారి కేకలు విన్న భటులు కొందరు కర్రలు పట్టుకుని కాకి వెంటబడి తరమసాగారు.

మగకాకి ఎందుకు ఇలా చేసిందో ఆడకాకికి, అర్థం కాక "ఎందుకు ఆ నగను తీసుకొచ్చావు? వారి చేతికి చిక్కితే ఇంకేమైనా ఉందా? మన ప్రాణాలు తీయరా?" అన్నది భయంగా.

దానికి మగకాకి నవ్వుతూ "ఇప్పుడు నేను వారి చేతికి చిక్కకుండా

సర్పాన్ని ఎలా చిక్కేలా చేస్తానో చూడు" అన్నది. అది ఎగురుతూ మర్రిచెట్టు వద్దకు పోయి సర్పం ఉంటున్న తొర్రలోకి ఆ నగను జారవిడిచింది. తరువాత ఆ రెండు కాకులు తమ గూటిలోకి చేరుకుని ఏం జరుగుతుందో చూడసాగాయి.

కాకులను వెంటాడుతూ వచ్చిన భటులు కాకి నగను తొర్రలోకి జారవిడవడం చూసి అందులోకి బల్లాలను దూర్చి నగని బైటికి తియ్యడానికి ప్రయత్నించసాగారు.

తొర్రలోపల ఉన్న సర్పానికి ఆ బల్లాలు గుచ్చుకోవడంతో అది బుస్సుమంటూ బయటకు వచ్చింది. ఆ సర్పాన్ని చూసిన భటులు తమ వద్ద నున్న కర్రలతో, సర్పాన్ని కొట్టి చంపి తమ నగని తీసుకొని వెళ్ళిపోయారు. ఇదంతా చూసిన కాకులు తమను పీడిస్తున్న సర్పం పీడ విరగడంతో ఎంతో ఆనందించాయి.

"ఈ విధంగానే కరటకా, నేను కూడా ఉపాయంతో నాపని చేయబోతున్నాను. నీకో విషయం తెలుసా...! కండబలం కంటే కూడా ఒకోసారి బుద్ధిబలం కార్యాలు సాధించడానికి సహాయపడుతుంది. ఇలాచేసే

చిన్నకుందేలు అడవికి రాజైన సింహాన్ని సంహరించింది" అన్నాడు దమనకుడు.

"ఏమిటేమిటీ..... చిన్నకుందేలు ఉపాయంతో సింహాన్ని సంహరించిందా? ఏమిటా కథ?" అని అడిగాడు కరటకుడు.

దమనకుడు చెప్పిన
సింహం-తెలివైన కుందేలు కథ

ఉపాయపూర్వం కార్యం న దుష్కరం స్యాత్ (రా.సూ.అ-2; సూ.2)
'ఉపాయంతో చేసే పనిలో శ్రమ ఉండదు.'

ఒకప్పుడు ఒక అడవిలో ఒక కుందేలు ఉండేది. దాని పేరు బుద్ధిమతి. పేరుకు తగ్గట్లుగానే అది ఎంతో తెలివైనది.

ఆ అడవికి రాజు ఒక సింహము. అయితే అది రాజు లాగా ప్రవర్తించక తన ఇష్టం వచ్చినట్లు ప్రవర్తించేది. దొరికిన జంతువును దొరికినట్లు చంపేసేది. దాని ప్రతాపానికి అడవిలోని జంతువులు బయటికి రాలంటేనే భయపడేవి. ఆఖరికి అవి తమ ఆహారం కోసం కూడా బైటికి రాలేక ఒక్కొక్కసారి ఆకలితో, మాడుతూ నివాసాల్లోనే ఉండేవి. ఇలా అవస్థపడుతున్న జంతువులన్నీ ఇక లాభం లేదనుకుని ఒకనాడు రహస్యంగా సమావేశమయినాయి.

"మన ఖర్మ ఏమిటి ఇలాగయింది? అటువైపు చూస్తే ఆ సింహం ఇష్టం వచ్చినట్లు వేటాడుతుంది. మరొకవైపేమో దానికి భయపడి మనము కడుపులు మాడ్చుకుంటున్నాము. ఇలాగే జరిగిపోతే కొన్ని రోజులకు సింహం నోటికి చిక్కి కొందరం, ఆకలితో మాడి మరి కొందరం మరణిస్తాము. కాబట్టి దీనికి తగిన ఉపాయం ఏదైనా ఆలోచించాలి" అనుకున్నాయి.

ఇలా ఆలోచించి చివరకు ఒక తోడేలు మిగతా జంతువులతో "నాకో ఆలోచన వచ్చింది. ఈరోజు నుండి మనం రోజుకి ఒకరం స్వయంగా

వెళ్ళి సింహానికి ఆహారమవుదాము. అప్పుడు దానికి ఆకలి తీరుతుంది. అప్పుడది గుహ వదలి బయటకు రాదు. ఇక అప్పుడు మన వంతు వచ్చేవరకు అడవిలో స్వేచ్ఛగా బ్రతకవచ్చు. 'ఎప్పుడు సింహం వస్తుందా' అని ప్రాణాలు అరచేతిలో పెట్టుకొని బ్రతకనవసరం లేదు. ఏమంటారు" అన్నది.

"సరే! నీవు చెప్పింది బాగుంది. ఎప్పుడు చస్తామో తెలియని బ్రతుకు కంటే 'మన వంతు వచ్చాక చస్తాము" అనే ఆలోచన మనసుకు ప్రశాంతతను కలుగజేస్తుంది. ఆ ప్రశాంతతతో కొద్ది రోజులు సుఖంగా గడపవచ్చు. నీవు చెప్పినట్లే చేద్దాం" అని అన్నాయి అన్ని జంతువులు.

ఈ నిర్ణయాన్ని తోడేలు స్వయంగా సింహరాజుకు వినిపించింది. దాని మాటలు విన్న సింహము "అడవిలో హాయిగా తిరుగుతూ ఉండే నన్ను బందీగా గృహంలో ఉంచినట్లు ఉంచి ఆహారం పెడతారన్నమాట ! సరే! అడవికి రాజయిన నేను మీ మాటను గౌరవిస్తాను. కాని ఒక విషయం ఎప్పుడయినా నాకు ఆహారం రావడం ఆలస్యమయితే మిమ్మల్ని అందర్నీ చీల్చి చెండాడతాను" అన్నది.

'సరే'నన్నది తోడేలు. ఆ రోజు నుండి క్రమం తప్పకుండా వేళ ప్రకారం ఆహారంగా ఒకో జంతువు సింహం దగ్గరకు వెళుతుండేది. సింహం దాన్ని చంపి తింటూవుండేది. ఒకరోజు వంతు గర్భిణిగా ఉన్న కుందేలు దయింది. దాని కొడుకే బుద్ధిమతి.

తల్లిని పంపించడానికి ఇష్టపడని బుద్ధిమతి. "నేను సింహం వద్దకు వెళతాను" అని బయలుదేరింది.

అలా వెడుతున్న కుందేలు "ఈరోజు మా అమ్మని వద్దని ఆమె బదులుగా నేను వెళుతున్నాను. నేను చచ్చిపోతే పాపం మా అమ్మ ఎంతగా బాధపడుతుందో.... మాలాగే మిగిలిన జంతువులు తల్లి మిగలక బిడ్డలు, బిడ్డలు లేక తల్లి ఎంతగా బాధపడుతున్నారో! ఈ బాధ పోవాలంటే సింహం పీడ విరగడకావాలి" అనుకుంటూ వెడుతున్న బుద్ధిమతి బుర్రలో ఒక

ఉపాయం తట్టింది.

అంతే! బుద్ధిమతి కావాలనే ఆలస్యంగా సింహం దగ్గరకు వెళ్లింది. దానిని చూసిన సింహం "నాకు ఆహారం రావటంలో ఆలస్యం అయితే మీ అందరినీ చీల్చి చెండాడతానని ముందే చెప్పాను. మీరు నాకు ఇచ్చిన మాటను తప్పారేమో నని ఇప్పుడే నేను మీవద్దకు బయలుదేరాలను కుంటున్నాను. మీ అదృష్టం! ఇంత లోపే నీవు నాకు కంటపడ్డావు? ఇంత ఆలస్యం ఏమిటి? ఎలాగో చస్తున్నావు కదా అని అడవిలోకి షికారు పోయి వచ్చావా?" అన్నది ఆగ్రహంతో.

ఆ మాటలకు బుద్ధిమతి ఎక్కడలేని భయం, బెదరుతోపాటు వినయం నటిస్తూ, 'లేదు, మహారాజా! నేను వస్తూ వస్తూ దారిలో దాహం వేయగా బావి దగ్గరకు పోయి దాహం తీర్చుకుంటున్నాను. అప్పుడు అక్కడకు ఒక సింహము వచ్చి నన్ను చంపబోయింది. అప్పుడు నేను 'నీవు మా అడవికి చెందినవాడవు కాదు. నన్ను చంపినట్లు మా సింహరాజుకు తెలిస్తే నిన్ను ప్రాణాలతో వదలడు' అన్నాను. అందుకు ఆ సింహము 'ఏంటి మీ సింహరాజా! అది నన్ను చంపుతుందా? నా సంగతి మీ సింహరాజుకు

తెలియదేమో, లెక్కలేనన్ని ఏనుగులను ఎదుర్కొని వాటినన్నింటిని నా పంజాదెబ్బతో సంహరించాను. మీ సింహరాజయినా, మరెవరైనా నా చేతిలో ఎందుకూ పనికిరారు. పో...! తక్షణమే పోయి దాన్ని నా దగ్గరకు తీసుకురా! అదో నేనో తేల్చుకుంటాము' అన్నది. అప్పుడు నేను పరిగెత్తుకుంటూ మీ వద్దకు వచ్చాను. అదిప్పుడు ఆ బావిలోపల ఉన్నది. ఇదీ సింహరాజా, అసలుసంగతి" అన్నది బుద్ధిమతి.

దాని మాటలు వింటూనే తోక తెగిన కోతిలా గెంతులేస్తూ సింహం "పదా! ఆ అహంకారి ఎక్కడ ఉన్నదో నాకు చూపు. ఈ రోజూ దాని అంతు చూస్తాను. నా అడవికే వచ్చి నాతో సవాలు చేస్తుందా" అంటూ గాండ్రిస్తూ బయలుదేరింది.... బుద్ధిమతి తోడురాగా వేగంగా బావి దగ్గరకు పోయి

"ఏదీ .....! ఆ అహంకారి! దానిని నా పదునైన గోళ్ళతో చీల్చి చెండాడుతాను" అంటూ బావిలోకి చూసింది సింహరాజు.

బావిలోకి తొంగిచూసిన ఆ సింహరాజుకి దాని ప్రతిబింబమే భయంకరంగా అరుస్తూ కనిపించింది. దానిని చూసి అదే వేరే సింహమని భ్రమపడింది.

అప్పుడు బుద్ధిమతి "చూశారా మృగరాజా! మీరు వచ్చారని తెలియగానే అదెలా గర్జిస్తుందో! ఏమైనా సరే ఈ రోజు మీ పౌరుషాన్ని చూపాల్సిందే" అంటూ దాని కోపం రెట్టింపు అయ్యేలా రెచ్చగొట్టింది.

'హుఁ...! ఇప్పుడే చూస్తావు నా పౌరుషాన్ని" అంటూ మహా ఆగ్రహంతో, సింహం ఆ బావిలోకి దూకింది. బావిలోపల దానికి మరో సింహమేది కనబడకపోవడంతో పైకి వచ్చే అవకాశం లేక "ఈ కుందేలు నన్ను మోసం చేసింది" అని భయంకరంగా గర్జిస్తూ ఆ బావినీటిలో మునిగి ఊపిరి ఆడక గిలగిల తన్నుకుని విధిలేక ప్రాణాలు వదిలేసింది. ఆ అరుపులు విన్న మిగతా జంతువులు అక్కడికి వచ్చి బుద్ధిమతి ద్వారా జరిగిన సంగతి తెలుసుకుని "శభాష్! కండబలంతో చేయలేనిది బుద్ధి బలంతో చేశావు" అంటూ మెచ్చుకున్నాయి.

ఆ కథ చెప్పిన దమనకుడు నవ్వి "ఆ కుందేలు వలెనే నేను కూడా బుద్ధిబలాన్ని ఉపయోగించి నా శత్రువయిన సంజీవకుని నా దారి నుండి తప్పిస్తాను" అన్నాడు

"దమనకా! నీ ఆలోచన మెచ్చుకోదగినదే. కాని జాగ్రత్త! రాజులతో కార్యమంటే కత్తి మీద సాములాంటిది. ఎటు తప్పటడుగు వేసినా పోయేవి నీ ప్రాణాలే. అయినా నువ్వు కార్యాన్ని అమలులో పెట్టడానికి ఏదో పథకం ఆలోచించి ఉంటావు. అదేమిటో నాకు చెబితే నేను కూడా నీకు సహాయ పడతాను" అన్నాడు కరటకుడు.

దమనకుడు వేసిన ఎత్తు

బాలిశ : ఆత్మచ్ఛిద్రం నపశ్యతి, అపితు పరచ్ఛిద్రమేవ పశ్యతి

(రా.సూ.అ-5; సూ-49)

'మూర్ఖుడు తనలో ఉన్న లోపాలు చూసుకోడు. పరుల లోపాలే చూస్తాడు.'

కరటకుడి మాటలకి దమనకుడు వికవిక నవ్వి "అయితే విను! పూర్వం మన పింగళకునిచే తీసివేయబడిన భృత్యులు ఇద్దరు ఉన్నారు

గుర్తుందా! వారు ఈ మధ్య తరచుగా సంజీవకుని వద్దకు వచ్చి పోతూ దాని ద్వారా తిరిగి పింగళకుని వద్ద ఆశ్రయాన్ని పొందాలనుకుంటున్నాయి. ఈ కారణాన్ని సాకుగా ఉపయోగించి ఆ సంజీవకుడి అడ్డు తప్పిస్తాను" అన్నాడు దమనకుడు.

దమనకుడి మాటలను విని "నీ పనిలో నీకు విజయం కలగాలని కోరుకుంటున్నాను వెళ్ళు" అంటూ పలికాడు కరటకుడు.

అంతట దమనకుడు సరాసరి పింగళకుని వద్దకు పోయాడు. సంజీవకునితో స్నేహం కలిపిన దగ్గరనుండి దమనకుడంటే పింగళునికి ఎంతో అభిమానం కలిగింది. అందుకే అతడు దమనకుని చూడడంతోనే 'రా...! దమనకా! రా.....! వచ్చి కూర్చో." అన్నాడు ఉత్సాహంతో.

దమనకుడు పింగళకుని వద్దకు పోయి కూర్చుని 'ఏదో విషయం చెప్పాలనుకుని, అది చెప్పలేక సతమతమవుతున్నట్లు' మొహన్ని పెడుతూ నటించసాగాడు.

దమనకుడి ప్రవర్తనను చూసిన పింగళకుడు "దమనకా! నీవు నాతో ఏదో చెబుదామని వచ్చావు. కాని ఎందువల్లనో చెప్పలేకపోతున్నావు.

అదేమిటో నిర్భయంగా చెప్పు. నీకేమి భయం లేదు" అన్నాడు దర్పంగా.

"మహారాజా! మీకు మంచి చేయబోయి ఆ దుష్టుడిని తీసుకొచ్చి మీవద్ద చేర్చినట్లున్నాను. నావల్ల మీకు అపాయం రావడం నేను సహించ లేను. అందుకే ఈ మాట మీతో చెబుతున్నాను. తమరు అన్యథా భావించకండి. సంజీవకుని ప్రవర్తన మీద నాకు అనుమానంగా ఉన్నది. ఎందుకంటే ఇదివరలో మీరు తీసేసిన భృత్యులు దానిని తరచుగా కలుసుకుంటున్నారు. మీకు స్నేహితుడయి వుండి మీ శత్రువులను కలుస్తున్నాడంటే తప్పక సంజీవకుని మనసులో ఏదో దురుద్దేశం ఉన్నట్టే. ఆ సంగతి మీ ఆస్థానములోని వారికి కూడా తెలుసు. కాని మీ ముందు ధైర్యం చేసి చెప్పలేకపోయారేమో!" అన్నాడు దమనకుడు.

ఆ మాటల్ని నమ్మేసిన పింగళకుడు "అయితే ఇప్పుడు ఏం చేద్దా మంటావో నీవే చెప్పు" అన్నాడు సందిగ్ధంగా.

"మహారాజా! ఇటువంటి విషయాల్లో ఎటువంటి నిర్ణయాలు తీసుకోవాలో నా కంటే ఎక్కువగా మన కరటకునికి తెలుసు. అతనిని

తీసుకువస్తాను. నాకు ఆజ్ఞ ఇవ్వండి” అని పింగళకుడు ‘సరే’ అనగానే అక్కడి నుండి వెళ్ళి దమనకుడు కరటకునితో తిరిగి వచ్చాడు.

కరటకుడు, పింగళకుడు చెప్పినదంతా విని “మహారాజా! కొత్తవారి గురించి తెలుసుకోకుండా వారికి ఆశ్రయాన్ని ఇస్తే చీరపేనుకు పట్టిన గతే ఎవరికయినా పడుతుంది” అన్నాడు గంభీరంగా.

“ఎవరా నల్లి? ఏమాకథ?” అడిగాడు సింహరాజు పింగళకుడు.

కరటకుడు చెప్పిన
చీరపేను - నల్లి కథ

ఉపకారో నార్యేష్వ కర్తవ్యః (రా.సూ.అ-6; సూ-30)
‘చెడ్డవారికి ఉపకారం చెయ్యకూడదు.’

ఒకానొకప్పుడు ఒక రాజుగారి విశ్రాంతిమందిరంలో ఒక చీరపేను ఉండేది. ఇది మహారాజు నిద్రపోయినపుడు ఆయనకు ఎటువంటి బాధ కలగకుండా ఆయన రక్తాన్ని పీల్చి జీవించేది. ఇది ఇలా సుఖంగా ఉండగా దాని ఖర్మగాలి అక్కడికొక నల్లి వచ్చింది.

నల్లిని చూసిన చీరపేను ‘వెంటనే ఇక్కడి నుండి వెళ్ళిపొమ్మ’న్నది.

కాని నల్లి “ఈ చోటేమన్నా నీ సొంతమా! నేను ఇక్కడ వుంటే నీకేం అడ్డు! అయినా నేనూ, నువ్వు కూడా రక్తమే కదా తాగేది. కనుక నాతో గొడవపడకుండా నాకు కాస్త చోటిస్తే హాయిగా నీతో పాటు ఉంటాను. పైగా రాత్రి అయింది. బాగా ఆకలిగా ఉంది. నేను మరోచోటు వెతుక్కోవాలంటే చాలా సమయం పడుతుంది. ఈలోపు ఆకలికి ఆగలేక నేను చచ్చిపోతే ఆ పాపం నీకే చుట్టుకుంటుంది. కాబట్టి ఈ ఒక్కపూట నన్ను నీ అతిథి అనుకొని నీతో పాటు ఉండనివ్వు” అంది.

నల్లి మాటలు విన్న చీరపేను “సరే! నువ్వు ఇంతగా అడుగుతున్నావు కనుక ఉండనిస్తున్నాను. కాని కక్కుర్తిపడి రాజుగారికి నిద్రాభంగం చేస్తే

మన ప్రాణాలు పోతాయి. జాగ్రత్త" అంటూ హెచ్చరించింది.

కొద్దిసేపటికి మహారాజు వచ్చి మంచం మీద నిద్రించసాగారు. ఆకలితో ఉన్న నల్లి రాజుగారు నిద్రాదేవి ఒడిని చేరకుండానే ఆయన రక్తాన్ని పీలుస్తూ "ఆహాఁ .... పంచభక్ష్యాలు రోజూ భుజించే ఈ రాజు రక్తం చాలా రుచిగా ఉన్నది" అనుకుంటూ చీరపేను చెప్పిన మాటలను మరచింది.

నల్లి గట్టిగా రక్తాన్ని పీలుస్తుండడంతో రాజుగారికి ఎక్కడలేని దురద కలిగి కోపంతో లేచి భటులను పిలిచి "నన్ను ఏదో కుట్టినట్టుంది. మంచాన్ని శోధించండి" అన్నాడు.

ఈ మాటలు నల్లి విని, చరచర పాకుతూ తన దారిన తాను పోయింది. పాపం ఏమీ తెలియని పేను మాత్రం ఈ భటుల కళ్ళలో పడింది.

అంతే! భటులు దానిని తమ చేతులలోకి తీసుకుని నలిపి చంపేశారు. కరటకుడు కథ పూర్తిచేసి...

"కాబట్టి రాజా! గుణం తెలుసుకోకుండా ఆశ్రయం ఇచ్చినందు

వలన ఇన్ని సమస్యలు వస్తాయి. ఒకవేళ మీరు సంజీవకుడిని క్షమించి వదిలేసినా, ఇంటిగుట్టు తెలిసిన వాడు ఊరుకుంటాడా! మళ్ళీ మళ్ళీ తమపై కుట్రలు చేస్తూనే ఉంటాడు. అలా అని చంపేద్దామా అంటే, నిజానిజాలు తెలియకుండా ఏ పనీ చేయరాదు. అందుకే ఇటువంటి విషయాల్లో ఎప్పుడూ తొందరపడి నిర్ణయాలు తీసుకోకూడదు. ఒకవేళ నిజంగా సంజీవకుడు మీకు ద్రోహం చేసినట్లయితే అతడు క్షమార్హుడు కాడు. కనుక ఒకసారి సంజీవకునికి కబురు పంపుదాము. అతడిని ఈ విషయమునకు వివరణ ఇమ్మందాము. అటు పిమ్మట ఏం చేయాలో ఆలోచిద్దాము" అన్నాడు కరటకుడు. అందుకు పింగళకుడు కూడా ఒప్పుకున్నాడు.

అప్పుడు కరటకుడు 'దమనకా! నీవు పోయి సంజీవకుని ఇక్కడికి వెంట బెట్టుకురా' అన్నాడు ఆజ్ఞాపిస్తూ.

దమనకుడు 'అలాగే' అంటూ సంజీవకుని వద్దకు బయల్దేరాడు. మార్గమధ్యంలో పోతూ,పోతూ, "భలే! నాకు ఇన్ని ఉపాయాలు వచ్చునని ఇప్పుడే తెలుస్తున్నది. కాలం, కర్మ అన్నీ నాకే అనుకూలంగా ఉన్నట్లున్నాయి. ఈ అవకాశాన్ని నేను జారనివ్వకుండా వాళ్ల మధ్య అనుమానాన్ని ఇంకాస్త

పెంచి దానిని ద్వేషంగా మారుస్తాను. అప్పుడు నా పని సులువవుతుంది" అనుకుంటూ సంజీవకుని నివాసము సమీపించాడు.

సంజీవకుడు, దమనకుని చూస్తూనే ఎంతో అప్యాయంగా ఎదురెళ్ళి "మిత్రమా! బాగున్నావా? ఎన్నిరోజులకు నీ రాక రా....రా...! కూర్చో" అన్నాడు ఎంతో ఆప్యాయంతో.

దమనకుడు ఎక్కడలేని విచారం నటిస్తూ "ఏం బాగో ఏమో మిత్రమా! రాచకార్యాలను చేసే మావంటి వారికి బాగుకి తావెక్కడ ఉంది. నీతో ఒక ముఖ్యమైన విషయం చెప్పాలి. ముందు నీ చుట్టూ ఉన్నవారిని బయటకు వెళ్ళమను" అన్నాడు.

సంజీవకుడు దాని మాటలకు ఎంతో ఆశ్చర్యపడి అందరిని మర్నాడు రమ్మని పంపించి "ఇప్పుడు చెప్పు మిత్రమా! విషయం ఏమిటో" అన్నాడు సందిగ్ధంగా.

"సంజీవకా! పింగళకునికి, నీకు మధ్య మైత్రిని ఏర్పరచింది నేనే. అలాంటి నేనే నీతో ఇలాచెప్పవలసి వస్తున్నందుకు బాధగా ఉంది. కాని రాజాజ్ఞ పాలించడం సేవకునిగా నా ధర్మం కనుక చెబుతున్నాను. నీవు మరోలా భావించకు. ఈ మధ్య నీవు తనకు వ్యతిరేకంగా ఏవో కుట్రలు పన్నుతున్నావని పింగళరాజు అనుమానిస్తున్నాడు. నేడు ఆ అనుమానం కాస్త బలపడి, నన్ను పిలిచి 'దమనకా! నీవు పోయి సంజీవకుని బంధించి తీసుకురా!' అన్నాడు. అప్పుడు నేను 'మహారాజా! సంజీవకుడు తమరి మిత్రుడు, ఆ విధముగా అవమానించడం సమంజసము కాదు. రేపు మీ అనుమానం నిజము కాకపోతే మిత్రునికి మీరు ముఖము ఎలా చూపించగలరు? అందుకే సంజీవకుని మర్యాదగానే తీసుకువస్తాను' అన్నాను. అందుకు పింగళకరాజు అనుమతించి నిన్ను తీసుకురమ్మన్నాడు. అదీ సంగతి" అన్నాడు. దమనకుడు.

ఆ మాటలు వింటూనే సంజీవకుడు దుఃఖంతో "దమనకా! నేను పింగళకునికి వ్యతిరేకముగా కుట్రలు పన్నుతానా? అది అబద్ధము. నేను

మిత్రద్రోహం, రాజద్రోహం ఎలా చేస్తాను? ఇదేవరో, మా స్నేహము గిట్టక చేసిన ప్రచారము. ఇప్పుడు దీనివలన నాగతి దుష్టుల మాటలను నమ్మి సింహముచే చంపబడిన ఒంటెవలె అవుతుందేమో!"నని బాధపడ్డాడు.

"ఎవరా ఒంటే? ఏమా కథ?" అడిగాడు దమనకుడు కుతూహలంగా.

సంజీవకుడు చెప్పిన
నక్క-పులి-కాకి-ఒంటె కథ

నికృతి ప్రియా నీచాః (రా.సూ.అ-3; సూ. 35.)
'అపకారం చెయ్యడమే నీచులకి ఇష్టం.'

ఒకానొక అడవిలో ఒక సింహాన్ని ఆశ్రయించుకుని దుష్టబుద్ధులు గల కాకి, నక్క, పులి జీవిస్తున్నాయి. సింహం ఆశ్రయంలో ఉండటం వలన వాటికి ఎటువంటి పనీ పాటు లేకపోగా చివరకు ఆహారాన్ని కూడా, సింహం వేటాడి మిగిల్చిన దాన్నే మూడు కలిసి తింటూండేవి.

ఇలా వాటి జీవనం సుఖంగా జరుగుతుండగా, ఒకనాడు ఈ మూడు అడవిలో తిరుగుతుండగా వాటికి బాగా బలిసిన ఒంటె ఒకటి కనిపించింది.

ఒంటెని చూసిన మూడూ దాని దగ్గరకు వెళ్ళి "నీవు ఈ అడవికి ఎందుకు వచ్చావు? ఎవరు నువ్వు? ఏ శత్రురాజయినా నిన్ను పంపించాడా?" అంటూ ప్రశ్నించాయి.

ఆ మాటలకు బెదిరిన ఒంటె "మీరు అనుకుంటున్నదేదీ కాదు. నా యజమాని నన్ను తీసుకుని సంతకు పోయాడు. అక్కడ నేను కర్మవశాన దారి తప్పి ఎటుపోవాలో తెలియక మీ అడవికి చేరుకున్నానే కాని, నాకు మరో ఉద్ధేశ్యం లేదు. రేపో మాపో నా కోసం వెతుకుతూ నా యజమాని వస్తాడు. అప్పటివరకు ఎలాగో ఈ అడవిలోనే అటు ఇటు తిరుగుదామనుకుంటున్నాను" అని చెప్పింది.

ఆ మాటలకు ధైర్యం తెచ్చుకున్న మూడు జంతువులా ఒంటెని దబాయిస్తూ "అలాగా! అయితే వెంటనే మా సింహరాజు వద్దకు పదా!" అంటూ దానిని తీసుకువెళ్లి సింహరాజు సమక్షంలో నిలబెట్టాయి.

ఒంటెని చూసిన సింహము "ఎవరు ఇది? ఎందుకు వచ్చింది?" అంటూ ప్రశ్నించింది.

సింహానికి దాని సంగతినంతా చెప్పాయి నక్క, కాకి.

అప్పుడు సింహము "అలాగా! నీ యజమాని వచ్చేంతవరకు మా ఆశ్రయంలోనే కాలం గడుపు. నీకు ఏ భయం ఉండదు" అన్నది ఠీవిగా.

అప్పటినుండి ఒంటె వాటి దగ్గరే ఉండసాగింది. ఈ మూడింటికి మాత్రం దాన్ని చూస్తూనే నోట్లో నీళ్ళూరేవి.

"అబ్బా! ఇప్పటి వరకు నేను ఎన్ని జంతువుల మాంసాన్నో రుచి చూశాను. కాని ఒంటె మాంస రుచి మాత్రం తెలియదు. దీన్ని ఇప్పుడే సంహరించి తినాలనుంది" అన్నది. పులి.

"నీవు ఆ పనిచేసినట్లయితే సింహం నీ ప్రాణాలు తీసి నీ మాంసాన్ని రుచి చూస్తుంది" అన్నాయి మిగతా రెండు. అప్పటినుండి పులి ఒంటెను ఎలాగైనా చంపడానికై అనుక్షణం ఎదురుచూడసాగింది.

ఒకరోజు వేటకు పోయి వచ్చిన సింహం కుంటుతూ గుహలోకి పోయింది. కారణం ఏమిటని అడిగిన ఆ మూడింటితో "వేటాడుతుండగా ఒక అడవి ముల్లు నా కాలిలో బలంగా గుచ్చుకుంది. నేను కదలలేక పోతున్నాను. కాబట్టి ఈ రోజు నుండి నా కాలు నొప్పి తగ్గేవరకు నాకు కూడా మీరే ఆహారాన్ని తేవాలి" అన్నది.

ఇన్నాళ్ళు సింహం వేటాడిన జంతువుల మాంసం తినడం, తిరగడం తప్ప మరో పని చేయడం అంటూ ఎరుగని ఈ మూడింటికి సింహం మాటలతో గొంతులో పచ్చి వెలక్కాయ అడ్డం పడ్డట్లు అయింది. సింహం ఆజ్ఞ అంటే దాన్ని చచ్చినట్లు అమలు చేయాలి కదా! లేకపోతే ఎక్కడ ఏ తంటా వచ్చిపడుతుందో అనుకుంటూ ఆ మూడు ఆహారం కోసం వేటకు పోయాయి.

కొంతదూరం పోయిన తరువాత పులి "హూ!c నేను ముసలి

దాన్నయి పోయినందువల్లన నా కళ్ళు కనిపించవం లేదు. మీరిద్దరు వేటకి వెళ్ళండి" అన్నది.

"నేనా సింహానికి ఏమి తేగలను" అన్నది కాకి.

"అంటే నేను మాత్రం తేగలనా?" అన్నది నక్క.

"మరయితే ఇప్పుడు ఏం చేద్దాం? ఉట్టి చేతులతో వెళితే బాగోదు కదా?" అన్నది పులి.

"అయితే ఒక పని చేద్దాం. నీకు ఒంటె మాంసం తినాలనుందన్నావు కదా! నీ కోరిక, మన సమస్య కూడా తీరే మార్గం చెబుతా విను. నేను ఏదో విధంగా మాయ మాటలు చెప్పి ఆ ఒంటెను ఇక్కడకు తీసుకువస్తాను. అప్పుడు కాకిబావ దాని కళ్లను పొడిచేస్తాడు. నీ పళ్ళు గట్టిగానే ఉన్నాయి కదా! దానితో ఆ గుడ్డి ఒంటెను తేలికగా చంపవచ్చు. దాని మాంసాన్నే సింహానికి తీసుకువెళదాము. పైగా అది పెద్ద జంతువు కనుక మనము చాలా రోజుల వరకు ఆహారం కోసం కష్టపడనవసరం లేదు. ఈలోగా సింహం కాలు నొప్పి కూడా తగ్గిపోతుంది" అన్నది నక్క.

"అప్పుడు ఆ సింహం మన ముగ్గుర్నీ ఒక్క పంజా దెబ్బతో చంపేస్తుంది. నీకేమన్నా మతిపోయిందా! పోయి పోయి మన ప్రాణాల మీదకు తెచ్చుకుంటామా?" అన్నది కాకి కోపంగా.

"అయితే నేనో ఉపాయం చెప్తాను. అప్పుడు సింహమే దానంతట అది ఒంటెను చంపుతుంది" అని తన పథకాన్ని మిగిలిన రెండింటికి చెప్పింది పులి.

ఆ పథకం ప్రకారం ఆ మూడూ సింహం దగ్గరకు పోయి దీనంగా ముఖాలు పెట్టి "మమ్మల్ని క్షమించండి మృగరాజా! మీ కొరకు మేము ఏమీ తీసుకురాలేకపోయాము. అందుకే మేమే మీకు ఆహారమవుద్దామని వచ్చాము" అన్నాయి.

వాటి మాటలకు ఆశ్చర్యపోయిన సింహం "ఆశ్రయం ఇచ్చిన వారిని చంపేటంత మూర్ఖుడిలా మీకు కనిపిస్తున్నానా?" అన్నది కోపంగా.

"మరేం చేయమంటారు రాజా! అల్పులమైన మేము అడవిలో ఏ ఆహారమునూ సంపాదించలేకపోయాము. మావంటివారు జీవించడం కంటే మీకు ఆహారమై, మీ ఋణం తీర్చుకుందామనుకున్నాము" అన్నాయి ఆ మూడు అమాయకత్వం, రాజభక్తి నటిస్తూ.

అప్పుడే అక్కడికి వచ్చిన ఒంటె ఈ విషయం తెలియక "మిత్రులారా! ఏమిటి అలా ఉన్నారు? ఏం జరిగింది?" అని అడిగింది.

"మిత్రమా! నీకు తెలుసు కదా! మన సింహరాజు ఆహారము సంపాదించుకోలేని పరిస్థితిలో ఉన్నదని, అందుకే మమ్మల్ని తినండి మా ఋణం కొదిగానైనా తీరుతుందంటున్నాము" అంది పులి.

అపుడు ఒంటె "మిత్రురాలా! మీకన్నా సింహరాజుకు ఎక్కువ ఋణపడింది నేనే. నన్ను ఏ క్రూరమృగం బారిన పడకుండా కాపాడాడు. ఇక మీ ముగ్గురి విషయానికి వస్తే, కాకి, నక్క అల్పమైన జంతువులు, పులి ముసలిది. అల్పులను, వృద్ధులను చంపుట మహారాజులకు శోభ

నివ్వదు" అంటూ సింహం వైపు తిరిగి "సింహరాజా! నన్ను తమరికి ఆనందంగా సమర్పించుకుంటున్నాను. సందేహించక నన్ను చంపి ఆరగించండి" అన్నది భక్తితో.

తాము అనుకున్నది అనుకున్నట్లు జరుగుతున్నందుకు ఆనంద పడిన మిగతా మూడూ "అవును మృగరాజా! ప్రాణము పోవునపుడు అందుబాటులో దొరికిన దాన్ని తినడం తప్పుకాదు. పైగా ఒంటె తనకు తానుగా తమరికి సమర్పించుకుంటోంది. సందేహించకండి" అన్నాయి.

అసలే తీవ్రమయిన ఆకలితో ఉన్న సింహానికి వీటి దుర్బోధలు బాగా చెవికెక్కి తన బుద్ధిని విస్మరించి ఒంటె మీద దూకి దానిని చంపేసింది. దానితో ఈ మూడింటికి అవి చేసిన పథకం ఫలించి ఆహారం కోసము వెతికే బాధ లేకుండా పోయింది. పులి కోరిక కూడా తీరింది. ఈ విధంగా అమాయకపు ఒంటె ప్రాణాలు కోల్పోయింది.

సంజీవకుడు ఈ వృత్తాంతము చెప్పి దమనకుని చూస్తూ "చూశావా మిత్రమా! దుష్టులు చుట్టూ ఉన్నపుడు ధర్మపరుడయిన రాజు కూడా ఎలా మారతాడో! రాచ పదవి ఉన్నవాడు, పాములు చుట్టుకుని ఉన్నటువంటి వాడు, ఎలా వుంటాడో చెప్పలేం. అటువంటి వారితో ఎదుటివారే జాగ్రత్తగా ఉండాలి! ఇటువంటిదే ఒక సింహం ఉన్నది. దాని ప్రమాదంలో పడకుండా తప్పించుకున్న వడ్రంగి లాగా తెలివి కలిగి ప్రవర్తించాలి" అన్నది.

"ఎవరా వడ్రంగి? ఏమిటి అతని కథ?" అని అడిగాడు దమనకుడు ఉత్సాహంగా.

సంజీవకుడు చెప్పిన
సింహము-వడ్రంగి కథ

సన్తోఽసత్సు న రమన్తే (రా.సూ.అ-7; సూ-26)

'సత్పురుషులు అసత్పురుషులతో సుఖంగా కాలం గడపలేరు.'

వడ్రంగి ఒకడు ఒకసారి అడవిలోకి వెళ్ళగా అక్కడ వాడికి బాగా బలిసిన సింహము కనబడింది. దానితో బెదిరిన వడ్రంగి భయపడి పారిపోవడానికి ప్రయత్నించాడు.

సింహము వాడిని ఆపి "భయపడకు! నిన్ను ఏమీ చేయను. నీ వద్దనుండి ఏవో ఆహార సువాసనలు వస్తుంటే ఇటు వచ్చాను. అవేమిటో నాకు కూడా పెట్టు" అన్నది.

వడ్రంగి తను తినడానికి తెచ్చుకున్న పదార్థాలను సింహానికి పెట్టాడు.

ఆ పదార్థాలను తిన్న సింహము వాటి రుచికి సంతోషించి "మానవా! ఈరోజు నుండి నీవు నాకు మిత్రుడివి. ఈ మిత్రుడి మాటలను ఆలకించు. ఈ ఆహారము ఎంతో రుచిగా ఉన్నది. నాకు ప్రతిరోజు ఈ ఆహారాన్ని తెచ్చిపెడతావా?" అని అన్నది.

అప్పటికే అదంటే భయం తగ్గిపోయిన వడ్రంగి "ఓఁ! దానికేం భాగ్యం! తప్పక తెచ్చిపెడతా" అంటూ, అంతటి మృగరాజు తనకు మిత్రుడయినందుకు ఆనందిస్తూ అక్కడినుండి వెళ్ళిపోయాడు.

ఆనాటి నుండి ప్రతిరోజూ వడ్రంగి ఆహార పదార్థాలను ఇంటివద్ద వండించి తీసుకువచ్చేవాడు. వాటిని ఆనందంగా తింటూ ఆ వడ్రంగికి రోజూ అడవిలోని జంతుమాంసాన్ని రుచికరమైన పండ్లను కానుకగా ఇచ్చేది సింహం. ఇలా కొన్నిరోజులు గడిచాయి.

వడ్రంగి రోజూ తెచ్చి పెడుతున్న తిండి రుచి మరిగిన సింహం తన స్థావరానికి వెళ్లకుండా అక్కడే ఉండసాగింది. తన మిత్రులని కల్సుకోవడం మానేసింది.

ఆ సింహానికి కాకి, నక్క, తోడేలు స్నేహితులు. అవి సింహాన్ని ఒకసారి కలుసుకుని "మిత్రమా! ఈ మధ్య అడవిలో నీ సంచారమే లేనట్లుంది. వేటాడ్డం మానేసినట్లున్నావు" అన్నాయి.

"అవును మిత్రులారా! నాకు ఈ మధ్య ఒక వడ్రంగి స్నేహితు

జంతువులు

డయినాడు. అతడు రోజూ ఇంటి వద్ద నుండి ఆహార పదార్థాలను తీసుకు వస్తున్నాడు. అవి ఎంతో రుచికరంగా ఉంటున్నాయి. వాటినే తింటూ వేటాడటం మానుకున్నాను" అన్నది సింహం ముసిముసిగా నవ్వుతూ. దాని గాంభీర్యం కూడా మర్చిపోయింది, అది సాధుజంతువుగా మారి పోవడం, ఆ మూడింటికి ఆశ్చర్యం కలిగించింది.

"అలాగా! అయితే ఆ స్నేహితుడెవరో మాకు కూడా చూపవా! మేము కూడా అతడిని చూస్తాము" అన్నవి ఆ మూడు ఏకకంఠంతో.

"అలాగే! అతడు ఇప్పుడు వస్తూనే ఉంటాడు. మీరు ఇక్కడే ఉంటే అతడిని చూడవచ్చు" అన్నది.

అంతలో దూరంగా వస్తున్న వడ్రంగికి కాకి, నక్క, తోడేలు సింహం వద్ద కనిపించేసరికి వాడు దూరంగానే ఆగిపోయాడు. వడ్రంగి దూరంగా నిలుచుండిపోవడం చూసిన సింహం వాడి దగ్గరకు వెళ్ళి కారణం అడిగింది.

"మృగరాజా! నీవు ఉత్తముడవని నీతో మిత్రత్వానికి ఒప్పుకున్నాను. కాని నీ వెనుక ఇటువంటి దుష్టగుణాలు కల మృగాలు ఉంటాయనుకోలేదు. నాకు సెలవిస్తే నేను వెళ్ళిపోతాను. ఇక నుండి నీకు నాకు ఎటువంటి స్నేహం ఉండదు" అంటూ అక్కడనుండి వచ్చేశాడు వడ్రంగి.

సంజీవకుడు తన కథ ముగించి "దమనకా! మిత్రత్వం చేసేముందు అవతలి వ్యక్తికి గల స్నేహితులను, వారి బలాన్ని గ్రహించాలి. కాని నేనా పని చేయక, ఇప్పుడు నా ప్రాణాల మీదకు తెచ్చుకున్నాను. సరే. పద. మృగరాజు దగ్గరకు పోదాము" అన్నాడు.

"ఆగు మిత్రమా! తొందరపడకు. పింగళకరాజు బలాన్ని అంచనా వేయకుండా పోతే నీవు కూడా సముద్రుని వలెనే పరాభవం పాలవుతావు. ఆ కథను విను" అంటూ ఇట్లు చెప్పసాగాడు దమనకుడు.

దమనకుడు చెప్పిన
రెండు పావురాలు-సముద్రం కథ

దైన్యాన్మరణముత్తమమ్. (రా.సూ.అ-7; సూ-32)
'దైన్యం కంటే మరణించడం ఉత్తమం.'

ఒక సముద్రపు తీరమునందు గల చెట్టుపై పావురాల జంట నివసిస్తుండేది. ఆడపావురం ఎన్నిసార్లు గుడ్లు పెట్టినా సముద్రుడు అలల రూపంలో వచ్చి ఆ గుడ్లను తస్కరిస్తుండేవాడు.

ఒకనాడు గర్భవతి అయిన ఆడపావురం మగపావురంతో "మనం పెట్టిన గుడ్లను సముద్రుడు తస్కరిస్తున్నాడు. కాబట్టి నేను ఈసారి గుడ్లను పెట్టే సమయంలోగా వేరే ప్రదేశానికి వెళ్ళిపోదాము" అన్నది.

దాని మాటలకు ఆ మగపావురం "ఈసారి అటువంటిదేదీ జరగదులే" అన్నది.

పంచతంత్రం

"అయ్యో చెప్పిన మాటవినకపోతే మనగతి 'ఆపద ముంచుకొస్తుం దని తెలిసి కూడా మిన్నకుండిన చేపవలె' అవుతుంది. ఆ వృత్తాంతము విను" అంటూ ఇట్లు చెప్పసాగింది

ఆడపావురం చెప్పిన మూడు చేపల కథ

ఒకానొక కాలువలో మూడు చేపలు ఉండేవి. ఆ కాలువ ఎంతో విశాలమయినది కావడంచేత నీరు ఎప్పటికి ఎండిపోదు అన్న ధీమాగా ఉండేవి ఆ మూడు.

ఒకసారి మొదటిచేప నీటి ఒడ్డుకు అతి సమీపముగా ఉండగా కొందరు వ్యక్తులు తాము నివసించే కాలువ మీద వంతెనను నిర్మించడం గురించి మాట్లాడుకుంటున్నారు.

"చూడండి. మీ పంటలకు కావలసిన నీరు ఇప్పుడే పొలాలకు మళ్ళించుకోండి. కొద్దిరోజులలో ఈ కాలువపై వంతెనను నిర్మించవలసి ఉన్నందున కాలువలోని నీటిని పూర్తిగా వేరే మార్గములోకి మళ్ళిస్తున్నారు".

వెంటనే ఆ చేప పోయి, మిగతా రెండు చేపలకు ఈ సంగతి చెప్పి "మనం వెంటనే ఇక్కడి నుండి పోదాం, లేకపోతే మన ప్రాణాలకు ప్రమాదం" అంటూ అది ఆ రాత్రికి రాత్రే వేరే కాలువకు వెళ్ళిపోయింది. మిగిలిన చేపలు మాత్రం 'ఎప్పుడో జరిగేదానికి ఇప్పుడే ఎందుకు కంగారు' అనుకుంటూ ఉండిపోయాయి.

అయితే మరుసటి రోజునే అనుకోని విధంగా కాలువలో నీరు ఎండిపోయింది. దానితో జాలరులు వచ్చి చేపలను పట్టుకున్నారు. ఒక జాలరి వలలో ఈ రెండు చేపలు మిగతా చేపలతో సహా పడ్డాయి.

రెండిట్లో ఒక చేప చచ్చినట్లు నటించింది. అప్పుడు చచ్చిన చేపలను ేరు చేస్తున్న జాలరి దానిని చచ్చిన చేపల్లో ఉంచాడు. అది నెమ్మదిగా ంప్పించుకొని నీటిలోకి వెళ్ళిపోయింది. రెండో చేప మాత్రం ఎగిరెగిరి ఃడుతూ చివరకు అది అలాగే చనిపోయింది.

ఆడపావురం యీ కథ చెప్పి "మన గతి కూడా అలా కాకూడదు. ుదటి చేప మాదిరిగా తెలివితో ప్రవర్తించాలి" అన్నది ఆడపావురం. ప్పటికి కూడా మగపావురం తన మూర్ఖత్వాన్ని వదలలేదు.

ఆడచేపకి కోపం వచ్చి "నీవు ఇలాగే మూర్ఖత్వంతో వుంటే హంసల ాట వినకుండా మూర్ఖంగా ప్రాణాలు వదులుకున్న తాబేలు వలె ువుతుంది. ఆ కథ కూడా విను" అంటూ వాటి కథ చెప్పసాగింది.

ఆడపావురం చెప్పిన
హంసలు-తాబేలు కథ

ఒక సరోవరంలో రెండు హంసలు, తాబేలు ఎంతో స్నేహంగా దేవి. అనుకోకుండా ఆ సరోవరంలో నీరు అడుగంటడం జరిగింది.

హంసలు రెండూ వేరే ప్రదేశానికి వెళ్ళాలని నిశ్చయించుకుని తాబేలుతో "మిత్రమా! మన సరోవరంలో నీరు ఎప్పుడు పూర్తిగా అడుగంటు తుందో అని భయంగా ఉన్నది. అందుకే మేము వేరే సరోవరానికి వెళ్లి పోదామనుకుంటున్నాము" అన్నాయి.

వాటి మాటలను విన్న తాబేలు ఎంతో విచారంతో "మిత్రులారా! మీరంటే ఎగురగలరు గనుక వెళతాము అంటున్నారు. మరి నా పరిస్థితి ఏమిటి? కనుక నన్ను మీతోపాటు తీసుకుపొండి" అన్నది. తాబేలు మాటలకు హంసలు అంగీకరించలేదు.

"మిత్రమా! నిన్ను మాతోపాటు ఎలా తీసుకువెళ్ళగలము. నీవు ఎలాగో నడవగలవు కాబట్టి, ఈ అడవిలో మరో కొలను ఉన్నది అక్కడికి వెళ్ళు. మేము నిన్ను అప్పుడప్పుడు వచ్చి చూసి వెళుతుంటాము. కాదని నువ్వు మాతో పాటే ఏదో విధంగా వస్తానని పట్టుబడితే అది నీ ప్రాణానికే ప్రమాదం కలిగించవచ్చు. కాబట్టి మా మాట విను" అన్నాయి హంసలు.

"మిత్రుని వదలి వెళ్ళడం మీకు న్యాయం కాదు. నన్ను మీతో తీసుకువెళ్ళవలసిందే" అన్నది తాబేలు.

ఇక తాబేలు తమ మాటలు వినదని నిర్ణయించుకున్న హంసలు 'సరే' నని ఒక కర్రపుల్లను తీసుకొచ్చి "మిత్రమా! నీవు నీ నోటితో దీనిని గట్టిగా కరిచి పట్టుకో. ఎట్టి పరిస్థితులలోను నోరు తెరవద్దు" అని మరీ మరీ చెప్పాయి ఆ రెండు.

"ఓ! అలాగే" అంది ఆ తాబేలు. తరువాత ఆ రెండు హంసలు కర్రపుల్లను చెరోవైపు నోటియందు ఉంచుకొనగా తాబేలు ఆ పుల్ల మధ్యభాగాన్ని తన నోటితో గట్టిగా పట్టుకున్నది. అలా అవి ఆకాశమునందు ఎగిరివెడు తుండగా నేలమీది పిల్లలు ఆశ్చర్యంగా గట్టిగా చప్పట్లు కొడుతూ అల్లరి చేయసాగారు.

తాబేలు హంసలు చెప్పిన మాటలు మరచి అది ఏమిటో అడుగు దామని నోరు తెరిచింది. అంతే నేల మీద పడి ప్రాణాలు కోల్పోయింది.

ఆడపావురం ఆ కథ పూర్తిచేసి "కాబట్టి మన గతి కూడా అలా అవ్వాలని నీకున్నదా?" అన్నది.

దానికి మగపావురం "ఈసారి సముద్రుడు గనుక గుడ్లను తస్కరించి నట్లయితే వానికి తగిన గుణపాఠం నేర్పుతాను" అన్నది. దీని అహంకారపు పలుకులను సముద్రుడు వననే విన్నాడు.

"నేనంటే ఏమనుకున్నావు! ఈసారి మీ గుడ్లను తస్కరించుకు పోతాను. నీవు ఏమి చేస్తావో, నాకు ఎలా గుణపాఠం చెబుతావో చూస్తాను" అనుకుని ఆడ పావురం గుడ్లను పెట్టగానే పెద్ద అలతో పొంగి వచ్చి ఆ గుడ్లను తస్కరించుకుపోయాడు. గుడ్లను కోల్పోయిన ఆడకొంగ ఎంతో బాధతో దుఃఖిస్తూ "నా మాట విన్నావా? ఇప్పుడు చూడు ఏం జరిగిందో! ఈసారి కూడా నేను పెట్టిన గుడ్లను ఆ సముద్రుడు ఎలా మింగివేశాడో" అన్నది ఏడుస్తూ.

దానితో ఆగ్రహించిన మగపావురం గరుత్మంతుని ఉద్దేశించి తన మనసులో "పక్షిజాతికి రాజయినటువంటి ఓ గరుత్మంతా! నీవు తక్షణమే ఆ సముద్రుని ఆహాన్ని అణగద్రొక్కాలి. నీ శక్తిని చూపి మా యొక్క

సంతానాన్ని రక్షించు" అని వేడుకున్నది.

అపుడు గరుత్మంతుడు ప్రత్యక్షమయి సముద్రుని దగ్గరకు పోయి "ఓ సముద్రుడా! నీ ఆటలు ఇక చాలు! నీ తప్పు తెలుసుకుని ఈ పావురాల నుండి తస్కరించిన గుడ్లను అప్పగించు. లేదా నిన్ను నా పుక్కిట పట్టి నాశనం చేస్తాను" అన్నాడు.

పావురాలను అల్పమైనవి అవి తనను ఏం చేయగలవని సముద్రుడు అనుకున్నాడు. కాని అల్పమైన వాటి వెనుక గరుత్మంతుడంతటి బలమైనవాడు ఉంటాడనుకోలేదు. వెంటనే తన ప్రాణాల మీది ఆశతో గుడ్లను తీసుకువచ్చి పావురాలకి అప్పగిస్తూ క్షమించమని వేడుకున్నాడు.

అలా ఒకటి తర్వాత ఒకటిగా మూడు కథలు చెప్పి "కనుక సంజీవకా ఎవరితోనయినా తలపడేముందు వారికి ఉన్నటువంటి శక్తియుక్తులను, బలాబలాలను తెలుసుకోవాలి. కాని నీవు మాత్రం పింగళకుని శక్తి గురించి తెలిసి అతడితో తలపడాలనుకోవడం ఆశ్చర్యంగా ఉన్నది" అన్నాడు దమనకుడు.

సంజీవకుడు తలూపి "నేను మృగరాజుతో తలపడతానన్నది

ఆయన గురించి తెలియక కాదు. నేను ఆయనకు రాజద్రోహిని కాదని తెలపటం కొరకే, సరే ఏదయితే అదే అవుతుంది. నీవు పోయి పింగళకునితో యుద్ధమునకు సిద్ధముగా ఉండమని తెలుపు" అని చెప్పాడు.

దమనకుడు తన ఎత్తు పారినందుకు ఆనందిస్తూ పింగళకుని వద్దకు పోయి "సింహరాజా! ఆ సంజీవకుడు ఎంత అహంకారో, రాజద్రోహో, మిత్రదోహో ఇప్పుడు తెలిసింది. అతడి గురించి మనకు తెలిసిన సమాచారమంతా నిజమే! 'పింగళరాజుకు అపకారం తలపెడతావా' అంటే 'పదవికోసం నేను ఏ పనయినా చేస్తాను. నా రహస్యం మీకు తెలిసిపోయింది కాబట్టి ఈ చాటుమాటు వ్యవహారాలు నాకెందుకు? తక్షణమే నీవు పోయి మీ పింగళరాజును నాతో యుద్ధానికి సిద్ధంగా ఉండమని చెప్పు. యుద్ధంలో అతడి ప్రాణాలు తీసి నేను ఈ అడవికి అధిపతి నవుతా'నని అన్నాడు మహారాజా!" అంటూ కల్పించి మరీ చెప్పాడు దమనకుడు.

దమనకుడి మాటలు వింటూనే తీవ్ర అగ్రహానికి లోనయిన పింగళకుడు "రానీ! ఆ మిత్రద్రోహికి నా పంజా దెబ్బ రుచి చూపిస్తాను" అన్నాడు.

ఇంతలో దూరం నుండి సంజీవకుడు రావడం గమనించి తన గుహ నుండి బయటకు వచ్చి భయంకరంగా అరుస్తూ సంజీవకుని పైకి దూకాడు.

ఈ శబ్దం విన్న అడవిలోని జంతువులన్నీ అక్కడ గుమిగూడాయి. ఇరువురి మధ్యన భయంకరమైన పోరు జరుగుతున్నది. అందులో పింగళకుడు బాగా గాయపడ్డాడు.

అది చూసిన కరటకుడు "ఒరే! దమనకా! నీవు శత్రువును వదిలించుకుందామని వేసిన పథకం కాస్తా బెడిసికొట్టి పింగళకునికే చుట్టుకున్నది. చూడు అతడికి ఎన్ని గాయాలు అయినవో, అసలు నీవంటి

బుద్ధిహీనునికి సలహా ఇవ్వడం నాది తప్పు. పూర్వం నా వలెనే ఒక పక్షి కోతులకు సలహా యిచ్చి హాని తెచ్చుకున్నది. ఆ కథను చెబుతాను. విను" అంటూ దమనకునితో ఇట్లు చెప్పసాగాడు.

కరటకుడు చెప్పిన
కోతులు - పక్షి కథ

ప్రియమప్యహితం న వక్తవ్యమ్ (రా.సూ. అ-6, సూ - 62)
ప్రియమే అయినా హితం కానిది చెప్పకూడదు.

ఒక అడవిలో కొన్ని కోతులు నివసిస్తున్నాయి. ఒక చలిరాత్రి అవి చలితో వణికిపోతూండగా వాటికి కొన్ని మిణుగురు పురుగులు కనిపించాయి. కోతులు ఆ పురుగుల మిణుకు మిణుకుమను కాంతిని చూసి

మంట అనుకొని భ్రమపడి వాటిని పట్టుకుని కుప్పగా పోసి దాని చుట్టూ కూర్చున్నాయి. అయినా వాటి చలి తగ్గలేదు. వీటి అవస్థలను చూస్తున్న చెట్టుమీది పక్షి ఒకటి జాలిపడి "కోతులారా! ఆ మిణుగురు పురుగులతో

మీ చలి తగ్గదు. కొన్ని ఎండు కట్టెలు తీసుకొని వాటిని చెకుముఖి రాళ్ళతో నిప్పు రప్పించి అంటించండి. అప్పుడు మంట వస్తుంది. దానితో చలి కాచుకోండి" అన్నది.

దాని మాటలు విన్న ఒక కోతి "అంటే మాకు నిప్పు కూడా ఏదో తెలియదని ఎగతాళి చేస్తున్నావా? ఉండు నిన్ను ఇప్పుడు ఏం చేస్తానో" అంటూ దానిని దొరక బుచ్చుకుని మెడ విరిచేసి చంపేసింది.

ఈ కథ విన్న దమనకుడు కోపంగా "అంటే నేను బుద్ధిహీనుడినని నీ ఉద్దేశ్యమా" అన్నాడు.

"నీవు కోతి వంటి బుద్ధిహీనుడివని కాదు. కానీ నీ స్వలాభం కోసం పులితోలు కప్పుకొని మోసపోయిన గాడిదవి కాకూడదని" అన్నాడు.

"ఎవరా గాడిద? ఏమా కథ?" అడిగాడు దమనకుడు.

కరటకుడు చెప్పిన
పులితోలు కప్పుకున్న గాడిద కథ

స్వభావో దురతిక్రమః (రా.సూ.అ-5, సూ-33)

స్వభావాన్ని అతిక్రమించడం కష్టం.

ఒక ఊరిలో రాములు అనే ఓ చాకలి ఉండేవాడు. అతని దగ్గర రెండు గాడిదలు ఉన్నాయి. అవి రోజూ బట్టలమూటలను ఇంటి దగ్గర నుంచి కాలువకీ, కాలువ దగ్గర నుంచి ఇంటికీ చేరుస్తూ అతనికి సహాయంగా ఉండేవి.

రెండు గాడిదలలో ఒక గాడిద బాగా ముసలిది అయిపోయింది. అది అంతకు ముందులాగా బట్టల మూటలని మొయ్యలేక ఎక్కడపడితే అక్కడ కూలబడిపోతోంది. కొద్దిరోజులు దానితో ఇబ్బందిపడ్డ ఆ చాకలి దాన్ని కసాయివాడికి అమ్మెయ్యాలని నిర్ణయించుకున్నాడు.

అప్పుడు ఆ గాడిద "ఓ చాకలీ! నన్ను కరుణించు. ఇన్నాళ్ళూ నా శక్తి ఉన్నంతవరకు నీకు సేవచేస్తూ వచ్చాను. ఇప్పుడు ముసలిదాన్ని అయిపోయానని నన్ను కసాయివాడికి అమ్మేస్తావా?" అంటూ ఏడ్చింది.

"అమ్మక ఏం చెయ్యమంటావు? నీకు తిండి కూడా దండగ" అంటూ కసురుకున్నాడు ఆ చాకలి.

కానీ 'తనని కరుణించమంటూ' ఆ గాడిద పదే పదే వేడుకోవటంతో "సరే" అన్నాడు చాకలి.

కొద్దిరోజులు అయ్యేసరికి ఏ పనీ చెయ్యకుండా ఖాళీగా ఇంట్లో కూర్చున్న గాడిదను మేపడం ఆ చాకలికి చాలా భారంగా తోచింది. దాంతో ఒక ఉపాయం ఆలోచించి మర్నాడు సంతకు వెళ్ళి ఓ పులితోలును తీసుకొచ్చాడు.

ఆ ముసలి గాడిదను పిలిచి "చూడు! నీకు తిండిపెట్టడం నాకు కష్టంగా వుంది. అందుకనే ఈ పులితోలును తెచ్చాను. హాయిగా దీన్ని కప్పుకుని బయటకు వెళ్ళి రాత్రిపూట నీ ఇష్టం వచ్చిన చేలో నువ్వు కడుపునిండా తిని రా. నువ్వు పులివి అనుకుని ఎవ్వరూ ఏమీ చెయ్యరు" అన్నాడు. గాడిద అందుకు "సరే" అంది.

ఆ రాత్రి పులితోలు ఆ గాడిదకు కప్పి బయటకు వదిలాడు చాకలి. ఆ గాడిద సరాసరి ఊరిచివర ఉన్న జొన్నచేలవైపు వెళ్ళింది. ఆ చేనుకి కాపలా ఉన్నవాళ్ళు దాన్ని నిజంగా పులి అనుకుని పారిపోయారు. గాడిద దర్జాగా అర్ధరాత్రి వరకు కడుపునిండా తిని ఇంటికి వచ్చింది.

ఆరోజు నించీ రోజూ గాడిద పులితోలు కప్పుకుని చేలలోకి వెళ్ళి కడుపునిండా తిని ఇంటికి చేరుకునేది. చేలకి కాపలా ఉన్నవాళ్ళు 'పులి ఒకసారి మనిషి రక్తం రుచి మరిగితే అది ఇక ఊరిమీద పడి అందరినీ చంపి తింటుంది' అని భయపడి దాని జోలికి పోకుండా అది వచ్చినపుడు

దూరంగా పారిపోయేవాళ్ళు. ఆ ఊళ్ళో శివయ్య అనే తెలివైనవాడొక డున్నాడు.

శివయ్య జొన్నచేను కాపుకు వచ్చింది. ఒకరాత్రి ఆతడి ప్రక్క పొలంలో తిని శివయ్య పొలంలో కూడా కాసిని జొన్నకంకులను తిని ఇంటికి వెళ్ళింది గాడిద.

మర్నాడు పొద్దున్నే పొలం దగ్గరకు వచ్చిన శివయ్య తన చేనులోని జొన్నకంకెలు రాలినలిగి ఉండటాన్ని గమనించి 'పులి కన్ను నా పొలం మీద కూడా పడింది. దాని బారి నుంచి నా పొలాన్ని ఎలా కాపాడుకోవాలి అయినా 'పులి ఎక్కడన్నా గడ్డిమేస్తుందా?' అని అనుమానించాడు.

'తన అనుమానం నిజమో... కాదో' తేల్చుకోవాలని నిర్ణయించుకుని ఆ రాత్రి పొడవైన కత్తి, బలమైన కర్ర తీసుకుని పొలం దగ్గరకు వెళ్ళి గట్టు మీద వున్న వేపచెట్టు ఎక్కి కూర్చున్నాడు శివయ్య.

బాగా చీకటి పడ్డాక పులితోలు కప్పుకుని ఆ గాడిద శివయ్య పొలం దగ్గరికి వచ్చింది. సరాసరి చేలోకి దిగి తాపీగా జొన్న కంకులను తినసాగింది.

కొద్దిసేపు మౌనంగా వూరుకున్న శివయ్య 'పెద్దగా శబ్దం చేస్తే ఆ పులి పారిపోతుందేమోనని' గొంతుమార్చి గట్టిగా అరిచాడు.

ఆ శబ్దం గాడిద విన్నది. బొంగురుగా వినిపించిన ఆ అరుపుని బట్టి తనలాగే జొన్నకంకులు తినటానికి తన యజమాని చాకలి రెండో గాడిదను కూడా పంపివుంటాడని అనుకుంటూ 'నేను ఇక్కడ ఉన్నాను ఇటువైపురా' అన్నట్లు పెద్దగా ఓండ్ర పెట్టింది.

ఆ అరుపు విన్న శివయ్యకు పులి అసలు రంగు తెలిసిపోయింది. వెంటనే చెట్టుదిగి కర్ర తీసుకుని గాడిద వెంటపడి దాన్ని కర్రతో కొట్టి చంపేశాడు.

"నీచబుద్ధి గల స్నేహితుడి వల్ల మనకు కూడా ఆపదలు వస్తాయి. సాయంచేసే గుణం వున్నవాళ్ళని చూసి ఓర్వలేని వాళ్ళు తమకు తెలియకుండానే ఇతరులకు హాని చేస్తారు. అలాంటి వారితో స్నేహం ఎప్పటికైనా ప్రమాదాన్ని తెస్తుంది. ఇలాగే నీచబుద్ధి పావురం వల్ల హంస ప్రాణాలు పోగొట్టుకుంది" అన్నాడు కరటకుడు.

"ఎవరా పావురం? ఏమా కథ?" అడిగాడు దమనకుడు.

కరటకుడు చెప్పిన

నీచబుద్ధి గల పావురం - హంస కథ

నాస్తి ఖలస్య మిత్రమ్ (రా.సూ.అ-6; సూ-55)

'దుష్టుడికి మిత్రుడు అనేవాడు ఉండడు.'

మహేంద్రపురం పొలిమేరల్లో ఉన్న అడవిలో ఓ హంస, పావురం ఎంతో స్నేహంగా ఉండేవి. హంస పున్నమినాటి చంద్రునిలా తెల్లగా నిండుగా ఉండేది. దానికి చేతనయినంతవరకు ఇతర పక్షులకు సాయం చేస్తూ ఆనందంగా జీవించేది.

పావురం మాత్రం 'పక్షుల జాతిలో ఉత్తమజాతికి చెందిన హంస తనకి స్నేహితుడని, తను మంచివాడు కావటం వల్లనే ఆ హంస తనతో స్నేహం చేసిందని' తన జాతి పక్షుల ముందు గర్వంగా గొప్పలు చెప్పుకునేది.

ఆ మహేంద్రపురంలో ఉండే వల్లభుడు అనే వేటగాడు ఒకరోజు వేటకోసం అడవికి వచ్చాడు. మిట్టమధ్యాహ్నం వరకు వెతికినా వాడికి ఒక్క జంతువు కూడా దొరకలేదు.

'ఇవ్వాళ్ళ పొద్దున్నే లేచి ఎవరి మొఖం చూశానోగానీ అడవంతా

బోసిపోయినట్లుగా ఉంది' అనుకుంటూ ఎండవేడికి తట్టుకోలేక దగ్గరలో ఉన్న ఓ చెట్టుక్రిందకు చేరి తన దురదృష్టానికి చింతించసాగాడు.

ఆ చెట్టుమీద నిద్రపోతున్న హంస ఆ అలికిడికి నిద్రలేచి చూసింది. చెట్టుక్రింద కూర్చున్న వేటగాడు కనిపించాడు దానికి. వాడిని చూడగానే ఆ హంసకు జాలికలిగింది.

'అలసటతో ఉన్న వేటగాడిని కాసేపు సేదతీర్చుదాం' అనుకుంటూ తన పొడవైన రెక్కను విసనకర్రలా మార్చి వాడికి గాలి విసరసాగింది. ఆ చల్లని గాలికి అలసటతో ఉన్న వేటగాడికి నిద్రవచ్చి ఆ చెట్టుక్రిందనే నిద్రపోయాడు.

అదే సమయంలో అక్కడికి వచ్చిన పావురం హంస చేస్తున్న పని చూసి "నీది ఎంత జాలి మనసు! మనల్ని చంపటానికి వచ్చిన వేటగాడికి కూడా కష్టపడి గాలివిసురుతున్నావు. ఇలాంటి పాపాత్ముడికి సేవలు చేయటానికి నీకు సిగ్గుగా లేదూ?" అంది.

దానికి హంస "మిత్రమా! పరోపకారమిదం శరీరం అన్నారు పెద్దలు. ఎదుటివ్యక్తి ఎలాంటివాడైనా మనకు చేతనయినంత సాయం చెయ్యాలి" అంది.

"చెయ్యి! చెయ్యి! బాగా సాయం చెయ్యి!" అంటూ పావురం ఎగతాళిగా నవ్వుతూ సరిగ్గా ఆ వేటగాడి మొహంమీద పడేలా రెట్టవేసి తుర్రుమంటూ ఎగిరిపోయింది.

ఆ రెట్ట సూటిగా పోయి వేటగాడి ముక్కుమీద పడటంతో వాడు కోపంగా కళ్ళుతెరచి తల పైకెత్తి చెట్టువైపు చూశాడు. వాడికి రెక్కలను చాపి ఉన్న హంస కనిపించింది.

వెంటనే బాణం అందుకుని గురిచూసి హంసను కొట్టాడు. అది సూటిగా పోయి హంస డొక్కల్లో గుచ్చుకుని దాని ప్రాణాలను తీసింది.

కరటకుడు కథ ముగించి "నీచబుద్ధి గల పావురం చేసిన పనికి పరోపకారబుద్ధి గల హంస తన ప్రాణాలను పోగొట్టుకుంది. కనుక నీచబుద్ధి గలవారితో స్నేహం చెయ్యటం ప్రమాదం అన్న సంగతి తెలుసుకోవాలి! దమనకా! మూర్ఖుల మధ్య తలదూర్చి ప్రాణాలు పోగొట్టుకున్న పక్షివి కాబోకు" అని హితవు పలికాడు.

"ఎవరా పక్షి? ఏమా కథ?" కుతూహలంగా అడిగాడు దమనకుడు.

కరటకుడు చెప్పిన
అడవి పక్షి - కోతులు కథ

దుష్కరం కర్మ కారయిత్వా కర్తారమవమన్యతే నీచః (రా.సూ.అ−6; సూ−68)
'నీచుడు కష్టమైన పని చేయించుకుని అది చేసిన వాణ్ణే అవమానిస్తాడు.'

పూర్వం ఓ అడవికి దగ్గరలో కొండగుహలు ఉండేవి. ఆ గుహలలో ఓ కోతులగుంపు ఉండేది. వాటికి ఒకరోజు ఎడారిని చూడాలని కోరిక కలిగింది. ఎడారి ప్రాంతంలో ఉండే కష్టనష్టాల గురించి ఆ కోతులకు కాస్తంత కూడా అవగాహన లేదు.

ఒకరోజు ఉదయం ఆ కోతులగుంపు ఎడారికి ప్రయాణం కట్టాయి. ఒక కోతి వాటికి మార్గదర్శకుడిలా ఉండి ముందు దారిచూపిస్తుంటే మిగిలిన కోతులన్నీ దాని వెనక వరుసగా నడవసాగాయి. మధ్యాహ్నం దాకా నడిచి ఎండిపోయిన ఓ నదీప్రాంతం చేరుకున్నాయి.

ఆ నది రెండు మూడు మైళ్ళు మించి వెడల్పు ఉంటుంది. అది ఎండిపోవటం వల్ల బీటలు వేసిన పొడి ఇసుకతో, ఎత్తుపల్లాలతో ఉందా ప్రాంతం. దానిని చూసిన కోతులన్నీ అదే ఎడారని భావించి ఆ ఎడారి అవతల ఏముందో చూడాలని ఆ నదిలో నడక మొదలుపెట్టాయి.

అది ఎండాకాలం... అందులోనూ మిట్టమధ్యాహ్న సమయం. క్రింద సెగలు కక్కుతున్న ఇసుక వేడికీ, పైన సూర్యుడి వేడికీ కాళ్ళు కాలుతున్నాయి. అయినా ఆ కోతులు మొండిగా నదిలో సగం దూరం నడిచాయి.

నది మధ్యలో పెద్ద మర్రిచెట్లు రెండు ఉన్నాయి. వాటిని చూడగానే ఆ కోతులకు ప్రాణం లేచివచ్చింది. గబగబా పరిగెత్తి చెట్లమీదకు చేరాయి అవి. ఎండలో నడిచిన అలసట వల్ల వాటికి దాహం వేస్తోంది. త్రాగుదా మంటే చుట్టుప్రక్కల గుక్కెడు కూడా మంచినీళ్ళు కనిపించలేదు.

కోతులు నీళ్ళకోసం ఆ చెట్లుమీద కూర్చుని నాలుగువైపులా వెతుకు తుండగా దూరంగా ఇసుకలో వాటికి నీళ్ళు ఉన్నట్లు కనిపించింది. దానితో కోతులు పోలోమంటూ అటువైపు పరిగెత్తుకుంటూ వెళ్ళాయి.

కానీ చెట్టుమీద నుంచి చూసినపుడు నీళ్ళు ఉన్నట్లు కనిపించిన ప్రదేశంలో వాటికి చుక్క కూడా నీళ్ళు కనిపించలేదు. దాంతో నీరసంగా చెట్టు దగ్గరకు చేరాయి.

కొద్దిదూరంలో వాటికి మళ్ళీ నీళ్ళు కనిపించాయి. లేని ఉత్సాహం తెచ్చుకుంటూ మళ్ళీ అక్కడికి పరిగెత్తాయి. కానీ అక్కడ కూడా వాటికి చుక్కనీరు కనిపించలేదు. మళ్ళీ ముఖం వేలాడేసుకుంటూ చెట్టుమీదకు చేరాయి.

ఆ చెట్టు మీదే చిటారుకొమ్మలలో ఓ అడవి పక్షి గూడు కట్టుకుని ఉంటోంది. కోతుల గుంపు చెట్టుమీదకి చేరటంతో 'అవి తనకి ఏదన్నా హాని తలపెడతాయేమో' అని గూడులోపల దాక్కుని తలను మాత్రం బయట పెట్టి చూడసాగింది.

కోతులు నీళ్ళకోసం పడుతున్న అవస్థను అడవిపక్షి అర్థం చేసుకుని వాటికి సహాయం చెయ్యాలనుకుంది. గూడులోంచి బయటకు వచ్చి

నీరసంగా ముఖాలు వేళ్ళాడేసుకున్న కోతుల ముందు వాలి, "ఓ అమాయక మైన కోతుల్లారా...! మీరు ఇసుకలో ఎండవేడిమికి వచ్చే ఆవిర్లను చూసి నీరని భ్రమపడి వాటికోసం పరిగెడ్డం చూశాను. వాటిని ఎండమావులు అంటారు... అక్కడ నీరు దొరకదు. దాని కోసం వెడితే నిరాశే మిగులుతుంది. నా వెంట రండి. మీకు తియ్యటి నీరు దొరికే చోటును చూపిస్తాను" అంది ఆ అడవి పక్షి.

"సరే! పద" అంటూ ఆ కోతులన్నీ పక్షివెంట నడిచాయి. అక్కడికి దగ్గరలో ఓచోట చెట్ల మధ్య నున్న తియ్యని నీళ్ళు దొరికే చెరువు దగ్గరకు కోతులను తీసుకెళ్ళింది ఆ పక్షి.

కోతులు ఆ చెరువులో నీళ్ళు తాగి కడుపు నింపుకున్నాయి. ఆ నీళ్ళు లేత కొబ్బరినీళ్ళలో తేనె కలిపినంత తియ్యగా వున్నాయి.

కోతులు ఆ నీళ్ళు త్రాగి చెట్ల క్రిందకు చేరాయి. అప్పుడు ఆ పక్షి వాటిముందు వాలి "మిత్రులారా! దాహం తీరిందా...?" అంటూ అడిగింది.

అంత తియ్యని నీళ్ళు అక్కడ ఉన్నా తాము ఇసుకనేలలో కాళ్ళు కాలుకుంటూ నీళ్ళకోసం రెండుసార్లు తిరిగినా చెప్పకుండా ఆ తరువాత తాపీగా వచ్చి చెప్పిన ఆ అడవి పక్షి మీద ఆ కోతులకు విపరీతమైన కోపం ముంచుకొచ్చింది.

వెంటనే ఓ కోతి అడవిపిట్ట మెడను చటుక్కున పట్టుకుని "నువ్వు వేలెడంత లేవు. మేం ఇసుకలో నీళ్ళకోసం పిచ్చివాళ్ళలా పరుగులు పెడుతుంటే ఇక్కడ ఇంత తియ్యని నీళ్ళ చెరువు ఉందని చెప్పకుండా వినోదం చూస్తున్నావా?" అంటూ పుటుక్కున దాని మెడను విరిచేసింది.

"అయ్యో! ఈ మూర్ఖులకు సాయం చెయ్యబోయి అనవసరంగా ప్రాణాలు పోగొట్టుకున్నానే" అనుకుంటూ ఆవేదనతో ప్రాణం విడిచింది ఆ అడవి పక్షి.

అలా తన కథని ముగించిన కరటకుడు నవ్వి "మూర్ఖులకు సాయం చెయ్యటంలో ఇలాంటి ప్రమాదాలు ఉంటాయి కనుక అలాంటివారికి సాయం చెయ్యాలనుకున్నప్పుడు తగినంత జాగ్రత్తగా ఉండటం మంచిది. నీలాగే పదవికోసం పాటుపడి చివరికి ప్రాణాలు పోగొట్టుకున్నాడు 'చపల చిత్తుడు' అనే నక్క" అన్నాడు కరటకుడు.

"ఎవరా చపలచిత్తుడు? ఏమా కథ?" అడిగాడు దమనకుడు.

కరటకుడు చెప్పిన
రంగు మచ్చల నక్క కథ

బుద్ధిహీన పిశాచతుల్యః (రా.సూ.అ-8; సూ-10)
'బుద్ధిలేనివాడు పిశాచం వంటివాడు.'

ఆనందపురం అనే ఊరికి దగ్గరలో ఒక పెద్ద అడవి ఉండేది. ఆ అడవిలో రకరకాల జంతువులు, పక్షులు నివసిస్తున్నాయి. వీటితోపాటుగా ఆ అడవిలో నక్కల గుంపు కూడా ఉండేది.

ఆ నక్కల గుంపులో 'చపలచిత్తుడు' అనే ఒక నక్క ఉండేది. అది మహా జిత్తులమారి. పైగా అది తన గురించి ఎప్పుడూ గొప్పలు చెప్పుకుంటూ ఉండేది. అప్పుడప్పుడు అది ఆనందపురం విహారానికి వెళ్ళి కోళ్ళను పట్టుకుని తెచ్చి విందుభోజనంలా తినేది.

ఒకనాడు ఆ నక్క ఆనందపురం విహారానికి బయలుదేరింది. మధ్యాహ్నం దాకా ఆనందపురం మొత్తం కలియతిరిగింది. దానికి బలిసిన కోడిపుంజు ఒక్కటి కూడా కనిపించలేదు. పిచ్చిపట్టిన దానిలాగా ఊరంతా కలియతిరుగుతూండగా ఒకచోట ఒక వర్తకుడి ఇంటి పనివాళ్ళు రంగులు వేస్తున్నారు. ఇంటి గోడకు వెయ్యగా మిగిలిన రంగురంగుల సున్నాన్ని క్రింద కాలువలోకి మేడమీద నుంచి విసురుగా పారపోశారు.

అప్పుడే ఆ ప్రక్క నుంచి వెడుతున్న నక్క వంటినిండా ఆ సున్నం పడిపోయి రంగురంగుల మచ్చల్లా తయారయ్యాయి. అది చూసుకున్న నక్కకు సంతోషం వేసింది. తన జాతి వారందరికీ చూపించటానికి అది అడవిలోకి ఉత్సాహంగా పరిగెత్తింది.

అడవిలో వెళ్తూండగా దానికి ఒక ఆలోచన వచ్చింది. దాన్ని ఆచరణలో పెట్టి తన కోరిక తీర్చుకోవాలని నిర్ణయించుకుంది. అడవిలో తన జాతివారందరి దగ్గరకు వచ్చి తన వంటిమీదున్న రంగు రంగుల మచ్చల్ని కులుకుతూ ప్రదర్శించి చూపింది.

"అరే! చపలచిత్తా! నీవంటిమీద ఈ మచ్చలు ఎలా వచ్చాయి?" అంటూ ఉత్సాహగా అడిగాయి తోటినక్కలు.

అపుడు చపలచిత్తుడు "నేను అడవంతా సరదాగా తిరుగుతున్నాను. ఓ చెట్టుక్రింద వనదేవత నిల్చుని ఉంది. ఆమెను చూసి భక్తిగా దండం పెట్టాను.

అప్పుడు ఆమె 'చపలచిత్తా! నేను కొన్నాళ్ళపాటు ప్రక్క అడవిలో ఉన్న మా పుట్టింటికి వెడుతున్నాను. నేను తిరిగి వచ్చేవరకు నా బదులు ఈ అడవిని నువ్వు పాలించు. నీ వంటిమీద రంగు రంగుల మచ్చలను సృష్టిస్తాను. ప్రతి మచ్చలోనూ ఒక శక్తి ఉంటుంది. నిన్ను ఎవరన్నా ఏదన్నా అంటే వాళ్ళమీద ఆ శక్తులు ప్రయోగించి చంపు' అంటూ నావంటిమీద ఈ రంగురంగుల మచ్చలను సృష్టించి ఆమె తన పుట్టింటికి వెళ్ళింది" అంటూ చెప్పాడు చపలచిత్తుడు.

'చపలచిత్తుడు వనదేవత' అని నమ్మాయి నక్కలన్నీ... చపలచిత్తుడి మాటలను చాటుగా విన్న ఓ కుందేలు ఆ వార్తను మోసుకుపోయి మిగతా జంతువులతోపాటు పులులకు, సింహాలకు కూడా చేరవేసింది.

ఆ అడవికి 'క్రూరకర్తుడు' అనే సింహం రాజు. అది ఆ వార్త

వింటూనే వనదేవత అనుగ్రహం పొందుదామని నక్కని చూడటానికి వచ్చింది. సింహం వెంట ఏనుగు, ఖడ్గమృగం, కుందేళ్ళు, లేళ్ళు కూడా గుంపులు, గుంపులుగా వచ్చాయి.

సింహం నక్కకు పాదాభివందనం చేసింది. నక్క దానిని ఆశీర్వదించింది. అపుడు నక్క సింహంతో "ఈ అడవిని నన్ను పాలించమని వనదేవత చెప్పింది" అంది నక్క.

సింహం కొంచెంసేపు ఆలోచించింది. ఇప్పుడు తను కాదంటే నక్క 'వనదేవత ఇచ్చిన శక్తులతో' తనని చంపివేస్తుందేమో అన్న భయంతో "సరే" అంది.

నక్కని ఆ అడవికి రాజుగా పట్టాభిషేకం చెయ్యాలని ఆ జంతువులన్నీ నిర్ణయించాయి. ఆ వేడుకలో కోకిలలు గానం చెయ్యాలని... నెమళ్ళు నృత్యం చెయ్యాలనీ... పులులు, సింహాలు గర్జిస్తూ మేళాలు వాయించాలని... అన్నిరకాల జంతువులు, పక్షులు ఆ సంబరంలో పాలుపంచుకొని 'చపలచిత్త' మహారాజుకు జేజేలు పలకాలని నిర్ణయించాయి.

'చపలచిత్తుడు' ఆ నిర్ణయంతో పాటే తన మంత్రివర్గాన్ని కూడా ప్రకటించి సింహానికి, పులికి, ఏనుగుకు, అడవి పావురానికి, ఖడ్గమృగానికి ఇలా ఒక్కొక్క జాతిలో జంతువుకీ ఒక్కో శాఖ ఇచ్చింది. కానీ తన జాతివారైన నక్కలలో ఒక్కదానిని కూడా మంత్రివర్గంలోకి తీసుకోలేదు.

చపలచిత్తుడి మంత్రివర్గ ప్రకటన విన్న ఓ ముసలి నక్క "చపల చిత్తా! అన్ని జాతి జంతువులకూ మంత్రి పదవులు ఇచ్చావు. మరి మనజాతి వారిని ఒక్కరిని కూడా మంత్రివర్గంలోకి తీసుకోలేదేం...?" అంటూ అడిగింది.

అపుడు చపలచిత్తుడు నవ్వి "మనజాతి లోంచి నేను రాజునయ్యాను కదా! ఇది చాలదా!" అని గర్వంగా ముసలి నక్కకి సమాధానం చెప్పింది.

ఆ సమాధానం విని మిగతా నక్కలన్నీ లోలోపలే 'నక్కరాజు'ని ఆడిపోసు కున్నాయి.

నక్కరాజుగారి పట్టాభిషేక మహోత్సవ దినం రానే వచ్చింది. ఆ రోజు అడవంతా కోలాహలంగా మారిపోయింది. హంస పురోహితులు వచ్చి వేదమంత్రాలతో నక్కను నిద్రలేపాయి. ఒళ్ళు విరుచుకుంటూ 'చపల చిత్తుడు' తన గుహలోంచి బయటకు వచ్చాడు. బయట సింహాలు, పులులు, కుందేళ్ళు వరుసగా బారులుతీరి ఉన్నాయి.

నక్క బయటకు వచ్చి అందరి వంకా గర్వంగా చూసింది. హంసలు మంత్రాలు చదువుతుండగా ఏనుగులు తొండాలు పైకి ఎత్తి నక్కమీద నీళ్ళు తొండాలతో విరజిమ్మాయి.

తమ జాతివాడు ఆ అడవికి మహారాజు అవుతున్నాడని ఆనందంతో మిగిలిన నక్కలన్నీ పెద్దగా ఊళవేశాయి. అది వింటూనే 'చపలచిత్తుడు' వంటిమీద నీళ్ళను విదిలించుకుంటూ తను కూడా ఆనందంతో పెద్దగా ఊళవేశాడు.

ఏనుగులు విరజిమ్మిన నీళ్ళకి నక్క వంటిమీద రంగురంగుల మచ్చల్లా అంటుకున్న సున్నం కరిగిపోయి నక్క నిజశరీరం బయట పడింది. అది కూడా మామూలు నక్కలానే కనిపిస్తూ ఊళవేస్తూండటం వల్ల అది మోసం చేసిందని అర్థమై అడవికి రాజయిన సింహం ముందుకు దూకి దానిని చంపివేసింది.

"పాపం సున్నం నీళ్ళకి కరిగిపోతుందని తెలియని నక్క అందరినీ మోసం చేసి ఆ అడవికి రాజు అవ్వాలనుకుంది. చివరికి దాని బండారం బయటపడి ప్రాణాలు పోగొట్టుకుంది.... అందుకే రంగులు మార్చి మోసం చెయ్యాలనుకుంటే ఫలితం ఇలాగే ఉంటుంది" అని చెప్పి కరటకుడు గాఢంగా నిట్టూర్చి.....

"దమనకా! శత్రువులు వినయం నటిస్తూనే సమయం దొరకగానే

దెబ్బతీస్తారు. అలా తన వాళ్లని చంపిన గ్రద్దల మీద తెలివిగా పగతీర్చుకున్న తెలివైన కాకిలా ఆలోచించాలి ఎవరైనా" అన్నాడు కరటకుడు.

"ఎవరా కాకి? ఏమా కథ?" అడిగాడు దమనకుడు.

కరటకుడు చెప్పిన

గ్రద్దలపై పగతీర్చుకున్న కాకి కథ

యావచ్ఛత్రో శ్ఛిద్రం పశ్యతి తావద్దసైన వా సంవాహ్యః చిద్రేతు ప్రహరేత్. (రా.సూ.అ-3; సూ-27)

'శత్రువులో ఉన్న లోపం కనపడేవరకూ వాణ్ణి చేతుల మీద కాని, భుజాలమీద కాని మొయ్యాలి. లోపం కనపడగానే వాడిమీద దెబ్బతియ్యాలి.'

పూర్వం నల్లమల అడవులలో ఓ పెద్ద వేగిస చెట్టు ఉండేది. ఆ చెట్టు కొమ్మలలో గూళ్ళు కట్టుకుని కొన్ని కాకులు నివశిస్తూ ఉండేవి. ఆ కాకులకు రాజు కరివర్షనుడు. అతడంటే మిగిలిన కాకులకు అమితమైన భక్తి, గౌరవం.

చెట్టుకు కొద్దిదూరంలో ఓ కొండ వుంది. ఆ కొండలో ఒక గుహ ఉంది. ఆ గుహలో కొన్ని గ్రద్దలు జీవిస్తున్నాయి. వాటి రాజు భీరవర్షనుడు.

కాకులకు, గ్రద్దలకు ఏ కారణం లేకుండానే శత్రుత్వం ఏర్పడింది. అది రోజు రోజుకూ ముదిరి పగగా మారింది.

ఒకరోజు భీరవర్షనుడు తన పరివారాన్ని పిలిచి "ఈ రాత్రికి ఆ కాకుల మూకలను చంపి రండి" అంటూ ఆజ్ఞాపించాడు.

ఆ గ్రద్దలన్నీ అర్థరాత్రి పూట ఆ కాకుల నివాసం మీద దాడిచేసి గాఢనిద్రలో ఉన్న కాకుల్ని దొరికిన దాన్ని దొరికినట్లు చంపి నానా భీభత్సం చేశాయి. కరివర్షనుడు, మరికొన్ని కాకులు మాత్రం ప్రాణాలతో బయటపడి దూరంగా పారిపోయి దాక్కున్నాయి.

మర్నాడు ఉదయం కరివర్ణనుడు తన పరివారంతో ఆ వేగిస చెట్టు దగ్గరకు వచ్చాడు. నేలమీద ఖండఖండాలుగా మారిన కాకుల శవాలు పడి వున్నాయి. రక్తం ధారలుగా పారి నల్లగా గడ్డకట్టి ఉంది. ఆ మాంస ఖండాలను చూసి బ్రతికి బయటపడ్డ కాకులు కంటతడి పెట్టాయి.

కరివర్ణనుడితో పాటు ఆ కాకుల మంత్రి జ్ఞాననేత్రుడు కూడా ప్రాణాలతో బయటపడ్డాడు. అతని మనసు గ్రద్దల మీద పగతో రగిలి పోయింది. ఏమైనా సరే భీరవర్ణనుడిని, అతని పరివారాన్ని చంపి చనిపోయిన కాకులకు ఆత్మశాంతి చేకూర్చాలనుకున్నాడు.

అందుకు తగిన ఉపాయాన్ని వెంటనే ఆలోచించి కరివర్ణనుడితో "రాజా! మీరు ఈ అడవి చివర ఉన్న దేవీ ఆలయంలోని చెట్లమీద కాలక్షేపం చేయండి.... నేను త్వరలో ఈ భీరవర్ణనుడికీ అతని పరివారానికీ చావు ముహూర్తం పెట్టి కబురుచేస్తాను" అన్నాడు జ్ఞాననేత్రుడు.

కరివర్ణనుడు 'సరే' అంటూ మిగిలిన కాకులతో వెళ్ళిపోయాడు.

జ్ఞాననేత్రుడు చనిపోయిన కాకుల నుంచి కొంత రక్తం సేకరించి తన వంటికి పూసుకుని ఆ కాకుల కళేబరాల మధ్య పడుకున్నాడు. చనిపోయిన కాకులను చూడటానికి భీరవర్ణనుడు తాపీగా తన పరివారాన్ని వెంటబెట్టుకుని వచ్చాడు.

కాకుల మృతదేహాల మధ్య పడుకున్న జ్ఞాననేత్రుడు మూలుగు నటించసాగాడు. అది విన్న భీరవర్ణనుడు దగ్గరకు వచ్చి చంపబోయాడు.

అప్పుడు ఆ కాకి "రాజా! నన్ను కరుణించండి. నేను ఈ కాకులకు మంత్రిని. మారాజు కెప్పుడూ మీతో విరోధం వద్దని సంధి చేసుకుందామని చెబుతుండేవాడిని. కానీ మా కరివర్ణనుడు వినలేదు. మీలాంటి బలవంతులతో శత్రుత్వం పెట్టుకుని మా జాతివారి చావుకు కారణమైన మారాజు తను మాత్రం ప్రాణభీతితో పారిపోయాడు. పిరికిపంద" అని మూలుగుతూనే చెప్పాడు.

భీరవర్ణనుడు జ్ఞాననేత్రుడి పొగడ్తలకు పొంగిపోయి తన మంత్రి

వద్దంటున్నా వినకుండా ఆ కాకిని రక్షించి తన కోటలో ఆశ్రయం ఇవ్వటంతో పాటు తన ముఖ్య సలహాదారుడి పదవిని కట్టబెట్టాడు.

కొన్నాళ్ళు గడిచిపోయాయి. జ్ఞాననేత్రుడు, భీరవర్షనుడికి తలలో నాలుకలా మారిపోయాడు. కొన్నాళ్ళపాటు జ్ఞాననేత్రుడి మీద ఒక కన్ను వేసి ఉంచిన గ్రద్ద మంత్రి ఆ కాకి ప్రవర్తన అనుమానించడానికి తగ్గట్టుగా లేకపోవటంతో దానిని స్వేచ్ఛగా వదిలేసింది.

కాకి సమయంకోసం ఎదురుచూస్తూ కాలం గడపసాగింది. ఒకరోజు ఆ గ్రద్దరాజు గారి పుట్టినరోజు జరిగింది. ఆనాటి అర్థరాత్రి వరకు విందువినోదాలతో కాలక్షేపం చేసిన గ్రద్దలు వళ్ళు తెలియకుండా నిద్రలోకి జారిపోయాయి.

అలాంటి సమయంకోసమే ఎదురుచూస్తున్న ఆ కాకి ఆ గుహల్లోని అన్ని గదులనూ ఎండుగడ్డి కుప్పలతో మూసేసి గుహద్వారాన్ని కూడా గడ్డి దుబ్బులతో మూసేసి తన రాజు అయిన కరివర్షనుడు తలదాచు కుంటున్న గుడి దగ్గరకి వెళ్లి పెద్దగా అరుస్తూ తన జాతివారందరినీ నిద్రలేపి విషయం చెప్పి 'ప్రతి కాకినీ ఒక ఎండుపుల్లను నోట కరచుకు' రమ్మంది.

జ్ఞాననేత్రుడు చెప్పినట్లే ప్రతికాకీ ఓ ఎండుపుల్లను నోటకరచుకుని వచ్చి గ్రద్ద గుహ లోపలికి పడేశాయి. ఆ తరువాత కరివర్షనుడిని నిప్పు రాజేయమంది ఆ మంత్రి కాకి. అతను అలాగే చేశాడు.

గుహలో మంటలు ఆకాశం అంత ఎత్తు లేచాయి. లోపల వళ్ళు తెలియని నిద్రలో ఉన్న గ్రద్దలు ఆ మంటలకు ఉడికి మాడి చచ్చిపోయాయి.

తన పగ తీరిందని జ్ఞాననేత్రుడు సంతోషించాడు. శత్రువు సమూలంగా నాశనమైపోవటంతో కాకులు మళ్ళీ వేగిస చెట్టుమీదకు చేరి హాయిగా జీవించసాగాయి.

శత్రుజాతి వాడని తెలిసినా కాకిని చేరదీసి ఆదరించిన తప్పుకు ఫలితంగా భీరవర్షనుడు తన పరివారంతోపాటు తనుకూడా ప్రాణాలు పోగొట్టుకున్నాడు.

"శత్రువును ఆదరిస్తే ఇలాంటి ప్రమాదం వస్తుంది. కనుక శత్రువుకు

ఎప్పుడూ చోటు ఇవ్వరాదు. ఒకసారి అలా శత్రువుతో స్నేహం చేసి కూడా జాగ్రత్తపడిందో ఎలుక" అన్నాడు కరటకుడు.

"ఎవరా ఎలుక? ఏమా కథ?" అడిగాడు దమనకుడు.

కరటకుడు చెప్పిన

తెలివైన ఎలుక - పిల్లి కథ

అమిత్ర విరోధాదాత్మ రక్షమా వసేత్ (రా.సూ.అ-1; సూ-59)

'శత్రువు విరోధం చూపుతున్నపుడు వాడితో విరోధం కంటే ఆత్మ రక్షణకు ఏర్పాట్లు చేసుకోవడం మంచిది.'

గంగానదీ తీరంలో ఒక పెద్ద మర్రిచెట్టు ఉంది. ఆ చెట్టు తొర్రలో 'విషకర్ణుడు' అనే ఒక పిల్లి ఉండేది. ఆ చెట్టు క్రిందే ఉన్న కలుగులో 'సుబుద్ధుడు' అనే ఒక ఎలుక ఉంది. ఆ రెండింటి మధ్య జాతిరీత్యా శత్రుత్వం ఉంది. కనుక ఎలుక సాధ్యమైనంత వరకు పిల్లి కంటపడకుండా జాగ్రత్త పడేది.

ఒకనాడు రాత్రిపూట వేటగాడు అడవి జంతువుల కోసం ఆ చెట్టుక్రింద వలపన్ని వెళ్ళిపోయాడు. ఉదయం నిద్రలేచిన పిల్లి వళ్ళు విరుచుకుంటూ ఆహారం కోసం చెంగుమంటూ బయటకు దూకింది. క్రిందనున్న వల గురించి దానికి తెలియకపోవటం వల్ల ఆ వలలో చిక్కుకు పోయింది.

వలలోంచి బయటపడటానికి గింజుకుంటూ "రక్షించండి... రక్షించండి" అని అరవసాగింది పిల్లి.

ఆ అరుపులు విన్న ఎలుక కలుగులోంచి బయటకు వచ్చి వలలో చిక్కుకునన పిల్లిని చూసి 'హమ్మయ్య! ఈనాటితో ఈ పిల్లి పీడ విరగడై పోతుంది' అని మనసులో సంతోషిస్తూ "అయ్యో! మిత్రమా! పొద్దున్నే ఈ వలలో చిక్కుకున్నావా...!" అంటూ సానుభూతిగా పలకరించింది.

ఎలుక మాటలకు పిల్లి ఏడుస్తూ "మిత్రమా! నన్ను రక్షించు" అంటూ ప్రాధేయపడింది.

"అయ్యో! జాతిరీత్యా మనిద్దరం శత్రువులం. నిన్ను రక్షిస్తే నువ్వు నన్ను చంపేస్తావు.... కోరి కోరి ప్రాణాల మీదకి తెచ్చుకునేంత మూర్ఖురాలిని కాదు" అంటూ 'దీని తిక్క బాగా కుదిరింది' అని అక్కడక్కడే తిరుగుతూ ఆనందంగా నృత్యం చెయ్యసాగింది.

ఇంతలో ఒక కాకి వచ్చి చెట్టుమీద వాలింది. దాన్ని చూసిన ఎలుక వెంటనే పిల్లి వల దగ్గరకు చేరి కొరుకుతున్నట్లు నటించింది. కొంతసేపు ఆ కాకి 'ఎలుక ఆ వల దగ్గర నుంచి ఇవతలకి వస్తుందేమో దాన్ని పొడుచుకు తిందాం' అన్న ఆశతో ఎదురుచూసి ఎంతసేపటికీ ఎలుక ఇవతలకు రాకపోవటంతో విసుగొచ్చి ఎగిరిపోయింది.

కాకి ఎగిరిపోగానే ఎలుక మళ్ళీ ఇవతలకు వచ్చి నృత్యం చెయ్య సాగింది.

అప్పుడు పిల్లి "మిత్రమా! వలను కొరకకుండా వదిలేశావేం...?" అనడిగింది.

"ఓసి పిచ్చి మార్జాలమా! ఇంతకుముందు ఒక కాకి వచ్చి ఆ చెట్టుమీద వాలింది. అది నన్ను పట్టుకుపోయి చంపి తినాలని కూర్చుంది. అందుకే నేను నీ వల కొరుకుతున్నట్లు నటించాను.నేను నీ దగ్గర ఉండగా అది నా దగ్గరకు రావటానికి సాహసించదు. ఎందుకంటే దానికి నువ్వంటే భయం" అంటూ అసలు విషయం బైటపెట్టి వలచుట్టూ గిరగిరా తిరగ సాగింది.

కొంతసేపటికి వేటగాడు వలవైపు వస్తూ కనిపించాడు. అప్పుడు ఎలుక వలను కొరికి పిల్లిని రక్షించింది.

అప్పుడు పిల్లి "నేను నీకు శత్రువుని అన్నావు, మరి ఇప్పుడెందుకు రక్షించావు" అని అడిగింది.

దానికి ఎలుక నవ్వి "మనకి ప్రాణదానం చేసినవాళ్ళు ఎవ్వరైనా వాళ్ళకి అవసరమైనపుడు ప్రాణదానం చెయ్యాలి. కాకి నన్ను ఎత్తుకు పోకుండా నిన్ను అడ్డంపెట్టుకుని నా ప్రాణాలను కాపాడుకున్నాను. అందుకే నిన్ను రక్షించాను" అంటూ వివరించింది.

"మిత్రమా! నా ప్రాణాలు కాపాడావు. నా ఇంటికి వచ్చి విందు స్వీకరించు" అంది పిల్లి ఎలుకతో.

"వద్దు మిత్రమా! నీ ఇంటికి నేవస్తే నువ్వు నాకు విందివ్వటం కాదు నన్నే విందు చేసుకుంటావు" అంటూ కలుగులోకి తుర్రుమంది.

"శత్రువుతో శాశ్వత స్నేహం చెయ్యకూడదు. అవసరమైన సమయంలో శత్రువుతో తాత్కాలికంగా స్నేహం చెయ్యాలి కానీ శాశ్వతమైన మైత్రి చెయ్యరాదు అన్నదే ఈ కథలో నీతి" అని వివరించాడు కరటకుడు.

"ఈపాటి నీతి నాకూ తెలుసు కరటకా! కానీ తొందరపాటుగా వ్యవహరించి ప్రాణాలు పోగొట్టుకోవడానికి నేను యజమానురాలి తొందరపాటుకి ప్రాణం కోల్పోయిన ముంగిస వంటివాడిని కాను" అన్నాడు దమనకుడు వెటకారంగా.

"ఎవరా ముంగిస? ఏమా కథ?" అడిగాడు కరటకుడు ఉత్కంఠగా.

దమనకుడు చెప్పిన

ముంగిస - యజమానురాలు కథ

ఉపకర్తర్యపకర్తు మిచ్ఛత్య బుధః (రా.సూ.అ-3; సూ-14)

'తెలివితక్కువవాడు ఉపకారం చేసినవాడికి కూడా అపకారం చెయ్యాలని అనుకుంటాడు.'

ఒక ఊళ్లో రామశాస్త్రి అనే పండితుడు ఉండేవాడు. అతని పెరటిలో ఉన్న కుంకుడు చెట్టు క్రింద కలుగు చేసుకుని ఒక ముంగిస ఉండేది. అది

గంగమ్మ

రామశాస్త్రి భార్య పడేసిన చద్ది అన్నం తిని జీవిస్తూ ఉండేది.

ఒకరోజు రామశాస్త్రి ప్రక్క ఊరిలో జరుగుతున్న పురాణ మహోత్సవాలలో పాల్గొనేందుకు వెళ్ళాడు. ముంగిస ఇంట్లోకి వచ్చి సరాసరి మధ్యగదిలోకి వెళ్ళి తలుపు మూల చల్లగా ఉండటంతో అక్కడ పడుకుంది.

అదే గదిలో రామశాస్త్రి కొడుకు ఏడాది పిల్లాడు ఉయ్యాలలో నిద్రపోతున్నాడు. రామశాస్త్రి భార్య వంటగదిలో పనీపాటా చేసుకుంటోంది.

ఎక్కడి నుంచి వచ్చిందో గానీ ఓ పాము ఇంటి పైకప్పులోకి చేరింది. అక్కడ నుంచి ఉయ్యాల తాడు మీద నుంచి నెమ్మదిగా ఉయ్యాలలో పడుకున్న పిల్లాడివైపు పాక్కుంటూ రాసాగింది.

అదే సమయంలో కళ్ళు తెరిచిన ముంగిస ఉయ్యాలవైపు చూసి పాముని గమనించింది.

'ఇన్నాళ్ళ నుంచీ తనకి అన్నం పెడుతున్న అన్నపూర్ణలాంటి రామశాస్త్రి భార్య ఋణం తీర్చుకునే అవకాశం దొరికింది' అనుకుంటూ ముంగిస ఎగిరిపాముని పట్టుకుని క్రిందకు దూకింది.

పాము, ముంగిస మధ్య పోరాటం మొదలైంది. చివరికి ముంగిస పాముని చంపింది. ఆ తరువాత అది తను చేసిన పని రామశాస్త్రి భార్యకు చూపించాలని వంటగదిలోకి వెళ్ళింది.

నోటివెంట రక్తంతో ఉన్న ముంగిసను చూస్తూనే అది తన పిల్లాడికి ఏదో హాని తలపెట్టిందని భావించిన రామశాస్త్రి భార్య చేతిలో ఉన్న పచ్చడి బండను దానిమీదకు విసిరింది. ఆ దెబ్బకి ముంగిస గిలగిలా తన్నుకుని చచ్చిపోయింది.

ఆ తరువాత ఉయ్యాలలో పిల్లాడు క్షేమంగా ఉండటం చూసిన రామశాస్త్రి భార్య ప్రక్కనే పడి వున్న పాముని చూసి జరిగిన విషయం అర్థం చేసుకుని 'అనవసరంగా తొందరపడి ముంగిసను చంపినందుకు' బాధపడింది.

దమనకుడు యీ కథ చెప్పి "అందుచేత, కరటకా! తొందరపాటుగా వ్యవహరించి పీకలమీదకి తెచ్చుకోడానికి నేను దద్దమ్మని కాదులే" అన్నాడు.

ఆ మాటలకు కరటకుడు నిట్టూర్చి "ఏమో... పింగళకుడికి, సంజీవ కుడికి స్నేహం కుదిర్చిన నువ్వు ఇప్పుడు వాళ్ళ మధ్య విరోధం కల్పిస్తే ఏమవుతుందో ఏమో...? నీలాగే మిత్రభేదానికి పాల్పడిన 'మల్లుడికి' ఏగతి పట్టిందో తెల్సా?" అన్నాడు.

"ఎవరా మల్లుడు? ఏమిటా మిత్రద్రోహం?" అడిగాడు దమనకుడు అనుమానంగా.

కరటకుడు చెప్పిన
మిత్రద్రోహి మల్లుడి కథ

ప్రచ్ఛపాపానాం సాక్షిణో భూతాని. **(రా.సూ.అ-8; సూ- 35)**

'రహస్యంగా పాపాలు చేసినవాళ్లకి పంచమహాభూతాలే సాక్షులు.'

ఒకానొక గ్రామమునందు మల్లుడు, లల్లుడు అనే ఇద్దరు స్నేహితులు ఉండేవారు. వారు ఏదైనా వ్యాపారం ప్రారంభిద్దామనే ఉద్దేశ్యముతో ఆ పనీ ఈ పనీ చేస్తూ కొంత ధనమును కూడబెట్టారు.

అప్పుడు మల్లుడు "మిత్రమా! ఇంత ధనం మన దగ్గర ఉన్నట్లు ఏ చోరుడైన పసిగట్టినట్లయితే మన కష్టం బూడిదలో పోసిన పన్నీరవుతుంది. కనుక దీనిని ఎక్కడైనా దాచిపెట్టేద్దాము. మన వ్యాపారానికి కావల్సినంత ధనం పోగయే వరకు సంపాదించిన ధనాన్ని గోతిలో దాచిపెడదాము. మన వ్యాపారానికి తగిన ధనము పోగయిన తరువాత మొత్తం తీసుకుందాము" అన్నాడు.

ఆ సలహా నచ్చిన లల్లుడు అందుకు 'సరే' నన్నాడు. అంతట ఆ

మిత్రులిద్దరూ ఆ ఊరిలో ఉన్న ఒక పెద్ద మర్రి చెట్టు క్రింద గొయ్యి తవ్వి తమ ధనాన్ని ఒక సంచిలో ఉంచి అందులో దాచారు.

ఇలా కొన్ని రోజులు గడిచిపోయిన తరువాత ఒకసారి మిత్రులిద్దరూ తాము సంపాదించిన ధనమును అందులో దాచిపెడదామని ధనమును దాచిన చెట్టు దగ్గర త్రవ్వితే ఆ ధనపు సంచి కనబడలేదు.

దీనితో మిత్రులిద్దరూ "నీవు తీశావంటే, నీవు తీశావు" అనుకున్నారు. చివరకు ఆ గొడవ కాస్తా గ్రామాధికారి వద్దకు పోయింది. అతడు నిజము ఎలా కనిపెట్టాలని యోచిస్తుండగా ధనమును దోచుకున్న మల్లుడు వెంటనే "నేనే కనక సత్యవంతుడనయితే తప్పనిసరిగా ఆ వృక్షం నాకు సాక్ష్యం పలుకుతుంది" అన్నాడు.

ఆ మాటకి గ్రామాధికారితో సహా గ్రామస్థులు ఆశ్చర్యపోయారు. అపుడు గ్రామాధికారి "సరే! రేపు ఆ వృక్షం చేత సాక్ష్యం చెప్పించు" అని తెలిపాడు.

తరువాత ఇంటికి పోయిన మల్లుడు తన సోదరునికి విషయం చెప్పి దొంగసాక్ష్యం చెప్పమన్నాడు. అప్పుడు అతడు "ఏ పనినైనా ఉపా

పంచతంత్రం **165**

యంతో సాధించాలనుకున్నపుడు దాని వలన వచ్చే అపాయాన్ని కూడా గమనించాలి. ఇందుకు నీకో కథ చెబుతాను విను" అంటూ ఇట్లు చెప్పసాగాడు.

మల్లుడికి అతడి సోదరుడు చెప్పిన ఉపాయంలో అపాయం కథ

ఆత్మనః పాపయాత్మైవ ప్రకాశయతి (రా.సూ.అ–8. సూ–36)
'ఎప్పుడో ఒకప్పుడు తన పాపం తానే బైటపెట్టుకుంటాడు.'

ఒక అడవికి వలస వచ్చిన రెండు కొంగలు అడవినందు గల వృక్షముపై గూటిని నిర్మించుకుని నివసిస్తుండేవి.

దానిక్రిందే ఒక సర్పము కూడా వుండేది. ఈ విషయం కొంగలకు తెలియదు.

ఆడకొంగ గుడ్లను పెడుతున్న ప్రతిసారి ఈ సర్పం వచ్చి వాటిని మింగేస్తూ ఉండేది. పెడుతున్న గుడ్లు ఏమవుతున్నాయో తెలియక ఒకచోట కూర్చుని రోదించసాగాయి ఆ రెండు కొంగలు.

అప్పుడు అటుగా వచ్చిన పక్షి ఒకటి సంగతిని తెలుసుకొని "అయ్యో! మీరు ఆ వృక్షముపైన నివాసముంటున్నారా? ఆ వృక్షము క్రింద ఉన్న పుట్టలో ఒక సర్పము ఉంటున్నది. అదే మీ గుడ్లను మింగేస్తోంది. పూర్వం దాని బాధను భరించలేక మేమందరము ఆ చెట్టును వదలి వేరే చెట్టు పైకి వెళ్ళిపోయాము. మీకు ఈ సర్పం సంగతి తెలియక ఈ చెట్టుపైకి వచ్చినట్లున్నారు. దీని అంతు చూడాలని మా పక్షులన్నీ ఎప్పుడో ఒక ఉపాయాన్ని ఆలోచించాము. అయితే దాని అమలు చేయడానికి మాకు తగిన సమయం రాలేదు. ఇప్పుడు మీకు ఈ పాము పీడ వదిలించు కునేందుకు ఆ ఉపాయం చెబుతాను వినండి. పాము పుట్టకు కాస్త దూరంలో

ముంగిస నివాసం ఉంటోంది. మీరు కొన్ని చేపలను ముంగిస నివాసం నుండి సర్పం పుట్ట వరకు వేయండి. ముంగిస ఆ చేపలను తింటూ సర్పం పుట్ట దగ్గరకు వస్తుంది. అప్పుడు సర్పం పౌరుషంతో దానిపైకి తలపడుతుంది. ముంగిస దానిని చంపేస్తుంది. మీకు దాని పీడ వదిలి పోతుంది" అన్నది.

పక్షి చెప్పినట్లుగానే ఆ కొంగలు రెండూ చేశాయి. వారు అనుకున్నట్లుగానే ముంగిస పాముని చంపేసి ఆ చెట్టుపైన పక్షిపిల్లల అలికిడి విని చెట్టుపైకి ఎక్కి ఆ పిల్లలను కూడా స్వాహా చేసేసి తన నివాసానికి పోయింది.

"ఆ విధంగా మల్లుడా! నీవు ఉపాయంలో అపాయాన్ని తెచ్చుకోకు" అన్నాడు వాడి సోదరుడు. అయినా మల్లుడు వినకుండా "నీవీ పని చేయవలసిందే" అని పట్టుబట్టడంతో ఇక తప్పక వాడి సోదరుడు పోయి చెట్టుతొర్రలో కూర్చున్నాడు.

మరుసటి రోజు అందరిని తీసుకుని గ్రామాధికారి మర్రిచెట్టు వద్దకు పోయి మర్రిచెట్టును "ఓ మర్రిచెట్టూ! నీవు వీరిద్దరిలో దొంగ ఎవరో, ధనమును ఎవరు తస్కరించారో చెపు"మన్నాడు

అప్పుడు అందరూ ఆశ్చర్యపడే విధంగా ఆ వృక్షం "మిమ్ములను ఇక్కడకు తీసుకు వచ్చినవాడు ఎంతో సత్యవంతుడు. మిగిలినవాడే ఈ దొంగతనం చేసింది" అన్నది.

"చెట్టు మాట్లాడటం ఏమిటా?" అని అనుమానపడిన గ్రామాధికారి ఆ తొర్రవద్దకు పోయి తన చేతిలోని కర్రతో దానిలోకి పొడవసాగాడు. ఆ పొడుపులకు లోపలనుండి ఒక వ్యక్తి బయటకు దూకాడు. వాడు మల్లుని సోదరునిగా అక్కడివారు గుర్తించి వెంటనే వాడిని పట్టుకొని నిజం చెప్పమన్నారు.

అప్పుడు వాడు "అయ్యా! ఇందులో నాదేమీ దోషం లేదు. వీడే రాత్రి ఇంటికి వచ్చి 'ధనమును నేనే దొంగిలించాను. గ్రామాధికారితో నేను సత్యవంతుడినని వృక్షముతో చెప్పిస్తానన్నాను. కాబట్టి నీవు తొర్రలో దాక్కుని లల్లుడే ఆ ధనమును దొంగిలించాడని చెప్పమన్నాడు' వీడి మాటలకు నా బుద్ధిగడ్డితిని ఈ పని చేసాను. నన్ను క్షమించండి" అన్నాడు.

అప్పుడు గ్రామాధికారి అసత్యం ఆడిన మల్లునికి గ్రామ బహిష్కా

రాన్ని విధించి వాడి ఇంటిని సోదా చేసి దొరికిన సొమ్మునంతటిని లల్లునికి అప్పగించాడు.

"చూశావా దమనకా! స్వార్ధానికి పోయి మిత్రుని మోసగించబోయి నందుకు ఎటువంటి శిక్షను అనుభవించాడో మల్లుడు" అన్నాడు కరటకుడు.

"అంతేకాదు. నీకు సహాయం చేసిన పాపానికి నేను కూడా నీ పాపంలో పాలు పంచుకున్నాను. పరులకు హాని తలపెట్టాలనుకునేవారికి తప్పకుండా ముప్పు కలుగుతుంది. ఇందుకు ఉదాహరణగా నీకు ధనగుప్తుడు - ఇంద్రపాలితుడు అనే మిత్రుల కథ చెబుతాను విను" అంటూ దమనకునితో కరటకుడు ఇలా చెప్పాడు.

నక్క చెప్పిన
ఇంద్రపాలితుడు - ధనగుప్తుడు కథ

ఒకానొక గ్రామములో ఇంద్రపాలితుడు - ధనగుప్తుడను మిత్రులు ఉండేవారు. ఒకనాడు ఇంద్రపాలితుడు గ్రామాంతరము పోతూ ధనగుప్తుని వద్దకు వచ్చి "మిత్రమా! నేను కొన్ని దినములు వ్యాపార నిమిత్తం విదేశాలకు పోతున్నాను. నా వద్ద వెండి చాలా పెద్ద మొత్తములో ఉన్నది. నేను లేని సమయంలో అది నా ఇంట్లో ఉండుట మంచిదికాదు. అందు వలన నీవు నేను వచ్చేవరకు ఆ వెండిని భద్రపరచు. నేను తిరిగి వచ్చిన తరువాత తీసుకుంటాను' అన్నాడు.

"ఎంతమాట మిత్రమా! నీవు దానికి నన్ను ఇంతగా అడగాలా! తప్పకుండా నీ సొమ్మును నా సొమ్మువలె భద్రపరుస్తాను" అని ధనగుప్తుడు మాట ఇవ్వగా ఇంద్రపాలితుడు వెండి మొత్తం అతడికి అప్పగించి తాను విదేశాలకు వెళ్ళిపోయాడు.

కొన్ని రోజుల తరువాత తిరిగి వచ్చిన ఇంద్రపాలితుడు ధనగుప్తుని

వద్దకు పోయి క్షేమసమాచారము కనుక్కొని కొంతసేపు మాట్లాడిన తరువాత "మిత్రమా! నీకు నేను ఇచ్చిన సంపదకు మంచి ధర వచ్చింది. కాబట్టి దానిని విక్రయిద్దామనుకుంటున్నాను. ఇన్ని రోజులు నా సంపదను భద్రపరచి నందుకు నీ ఋణం ఉంచుకోను" అన్నాడు.

అప్పుడు ధనగుప్తుడు ఎంతో దుఃఖం అణచిపెట్టుకుంటున్న వాని వలె విచారంగా ముఖం పెట్టాడు. దీనిని గమనించిన ఇంద్రపాలితుడు 'అతడి విచారానికి కారణం ఏమిటని' అడిగాడు.

అప్పుడు ధనగుప్తుడు తలదించుకొని "ఏం చెప్పమంటావు మిత్రమా! మా ఇంట్లో ఎన్నో ఎలుకలు ఉన్నాయి. అవి నీ వెండిని తినేశాయి. దీనికి నేను ఎంతో చింతించాను. కాని నీవు నా మిత్రుడివి. నా మాటలు తప్పక అర్థం చేసుకుంటావనే ధైర్యంతో ఉన్నాను. నేనే నీతో ఈ విషయాన్ని చెబుదామనుకుంటుండగా నీవే వచ్చి అడిగావు" అన్నాడు బాధని అభినయిస్తూ.

ఆ మాటలు విన్న ఇంద్రపాలితుడు నిట్టూర్చి, "పోనీలే మిత్రమా!

నీవు మాత్రం కావాలని చేశావా!" అంటూ అక్కడినుండి వెళ్ళిపోయి యధావిధిగా మిత్రుని ఇంటికి రాకపోకలు సాగించాడు.

ఒకనాడు ఇంద్రపాలితుడు మిత్రుడి ఇంటికి వచ్చి వాకిట్లో ఆడుకుంటున్న ధనగుప్తుడి కొడుకుని ఎత్తుకొని ముద్దుచేస్తూ "ఏరా నాన్నా! ఏం కావాలి?" అని అడిగాడు. అప్పుడే పీచుమిఠాయి బండివాడు గంట వాయించుకుంటూ ఆ గుమ్మం ముందునుంచి వెళ్ళాడు. పిల్లాడు పీచుమిఠాయి కొనిపెట్టమన్నాడు. తండ్రి మందలించాడు. ఇంద్రపాలితుడు అతని కొడుకుని ఎత్తుకొని "అన్నా! మనం సంపాదించేది దేనికి, పిల్లల కోసమేగా! వాళ్ళు నోరుతెరిచి అడిగింది కూడా కొనిపెట్టకుండా డబ్బును దాచి ఏం సుఖం.."అంటూ "రా....రా...నా చిట్టితండ్రి, నేను కొనిపెడతాను" అంటూ ఆ పిల్లాడిని ఎత్తుకుని బయటకు వచ్చాడు. అప్పటికే ఆ పీచుమిఠాయి బండి చాలాదూరం వెళ్ళిపోవటంతో తనుకూడా ఆ బండి వెళ్ళిన వైపు నడిచాడు.

కొద్దిసేపటి తరువాత ఇంద్రపాలితుడు వంటరిగా తిరిగి రావడం చూసిన ధనగుప్తుడు "ఇంద్రపాలితా! నా కొడుకు ఏడీ?" అంటూ కంగారుగా అడిగాడు.

"అన్నా! నన్ను క్షమించు. పీచు మిఠాయి కొని డబ్బులు ఇద్దామని చంకలో ఉన్న పిల్లాడిని క్రిందకు దింపాను.... డబ్బులిచ్చి పిల్లవాడ్ని ఎత్తుకుందామని చూస్తే ఎక్కడినుంచి వచ్చిందో కానీ ఓ రాకాసి గ్రద్ద నీ కొడుకును ఎత్తుకుపోతూ కనిపించింది" అన్నాడు ఇంద్రపాలితుడు బాధగా.

"ఓరి పాపాత్ముడా! ఎక్కడన్నా గ్రద్దలు కోడిపిల్లలను తన్నుకు పోతాయి గానీ పసిపిల్లలని తన్నుకుపోతాయా? నిజం చెప్పు, నా కొడుకుని ఏం చేశావు?" అంటూ గద్దించాడు ధనగుప్తుడు.

"అన్నా! నేను నిజమే చెబుతున్నాను" అన్నాడు ఇంద్రపాలితుడు.

ఇంద్రపాలితుడు చెప్పినది వింటూనే ధనగుప్తుడు ఆవేశపడిపోతూ

"నీవు నామీద కుట్ర చేస్తున్నావు. నేను ఇప్పుడే గ్రామాధికారి వద్దకు పోతాను" అని గ్రామాధికారి వద్దకు పోయి...

"అయ్యా, గ్రామాధికారిగారూ! నా మిత్రుడైన యీ ఇంద్రపాలితుడు 'మిఠాయిలు కొనిపెడతానంటూ"నమ్మించి నా కొడుకుని తీసుకుపోయాడు. తిరిగి తానొక్కడే వచ్చి 'నా కొడుకుని గద్ద ఎత్తుకుపోయిందని' చెబుతున్నాడు. గద్ద ఎక్కడైనా పిల్లవాడిని తీసుకుపోదా?" అని ఆరోపించాడు.

అప్పుడు ఇంద్రపాలితుడు "అయ్యా! వెండిని ఎలుకలు తినగా లేనిది బిడ్డను గద్ద ఎత్తుకుపోతే ఆశ్చర్యం ఏమున్నది?" అన్నాడు.

"ఎలుకలేమిటి? వెండిని తినడమేమిటి?" అన్నాడు గ్రామాధికారి ఆశ్చర్యంగా.

అప్పుడు జరిగిన సంగతిని ఇంద్రపాలితుడు తెలిపి "నా వెండిని నాకు అప్పగించితే అతని బిడ్డను నేను అప్పగిస్తాను" అన్నాడు.

దానితో తన తప్పును గ్రహించిన ధనగుప్తుడు వెండిని అతడికి అప్పగించి తన బిడ్డను తీసుకున్నాడు. అప్పటినుండి గ్రామంలో అందరూ అతడిని మిత్రద్రోహి అని పిలవసాగారు.

ఈ కథను విన్న దమనకుడు "కరటకా! నీవు అనవసరంగా ఏవేవో లేనిపోనివి ఊహించుకుంటున్నావు. రాజకీయాలందు ఎవరి లాభాలను వారు చూసుకుంటారు. పరుల సంగతిని వారు ఆలోచించరు. తమకు అడ్డుగా ఉన్నవారిని తొలగించుకోవడమే వారి ప్రధాన లక్ష్యము. నేను ఆ పనే చేశాను. ఇందులో అసమంజసము, మోసము, స్వార్థమూ ఏమిలేదు. చూడు. మన పింగళకుడు ఏ విధముగా సంజీవకుని ఎదుర్కొంటున్నాడో! పింగళకుని చూస్తుంటే కొద్దిసేపటికే తన శత్రువుపై విజయాన్ని సాధించి మనకు మేలు చేయబోతున్నట్లున్నాడు" అన్నాడు.

వారిద్దరూ అలా మాట్లాడుకుంటూ జరుగుతున్న పోరును తిలకించసాగారు.

సంజీవకుని స్థితి చాలా దయనీయంగా ఉన్నది. శరీరమంతా రక్తగాయాలతో ఎర్రగా మారిపోయింది. ముఖంలో ఎక్కడలేని అలసట కనిపిస్తున్నది. పోరాడే శక్తిని కోల్పోతున్నాడు.

ఆ అదను చూసిన పింగళకుడు సంజీవకుని కంఠమును దొరకబుచ్చుకుని గట్టిగా కొరికివేశాడు. దానితో సంజీవకుడు నేలపైపడి కొనఊపిరితో కొట్టుకొంటుండగా పింగళకుడు ఆఖరిసారిగా తన పంజా విసిరాడు.

అంతే! సంజీవకుని ప్రాణాలు అనంతవాయువులలో కలిసిపోయినాయి. అనంతరం తాను చేసిన దారుణానికి పశ్చాత్తాపంతో పరితపిస్తూ పింగళకుడు దాదాపు పిచ్చివానివలె "అయ్యో! ఆవేశములో ఒళ్లు మరిచి నేను ఆశ్రయం ఇచ్చిన వాడినే సంహరించానే" అనుకుని మిక్కిలి దుః ఖించసాగాడు.

అప్పుడు దమనకుడు పింగళకుని వద్దకు పోయి "రాజా! రాజ ద్రోహం చేసినవాడు మిత్రుడైనా మరెవరైనా సరే, ఈ విధముగానే ప్రాణాలు పోగొట్టుకోవలసి వస్తుంది. మీరు ఇందులకు చింతించవలసిన పనిలేదు"

పోగొట్టుకోవలసి వస్తుంది. మీరు ఇందులకు చింతించవలసిన పనిలేదు" అన్నాడు.

ఆ తరువాత పింగళకుడు తన మంత్రిగా దమనకుని నియమించుకున్నాడు.

ఆ విధంగా దమనకుని ఎత్తు ఫలించింది. పింగళకుని వద్ద తిరిగి అత్యున్నతమైన పదవిని సొంతం చేసుకున్నాడు.

ఈ వృత్తాంతాన్ని చెప్పిన విష్ణుశర్మ "రాకుమారులారా! రాజనీతిలో మిత్రభేదము కూడా ఒక భాగం. అవసరాన్ని బట్టి పరిస్థితులని బట్టి రాజనేవాడు తన రాజ్యాన్ని తన ప్రజలని శత్రువుల బారినుండి రక్షించుకోవడానికి, తన పదవిని సుస్థిరం చేసుకోవడానికి తన శతృవుల మధ్య 'మిత్రభేదం' కల్పించి తాను లాభపడాలి. ఇదే 'మిత్రభేదం' కథలోని తంత్రం" అని ముగించాడు.

'పంచతంత్రం'లోని
రెండవభాగం
'మిత్రభేదం' సమాప్తము.

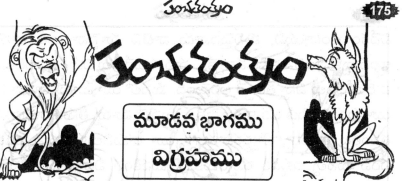

పంచతంత్రం

మూడవ భాగము

విగ్రహము

ముగ్గురు రాకుమారులూ ఆనాటి ప్రాతఃకాలాన్నే మేలుకొని కాలకృత్యాలు తీర్చుకున్నారు.

ఆశ్రమప్రాంగణంలోని జంతువుల నివేశన ప్రదేశాలను శుభ్రంచేసి, వాటికి నీళ్లుపోసి, ఒళ్లు తోమి, మేత వేసి కొంతసేపు వాటి ఆలనా పాలనా చూశారు.

అనంతరం రాకుమారులు అంతవరకూ తాము నేర్చుకున్న పాఠాలనూ, శాస్త్రాలనూ వల్లెవేసుకున్నారు. వారు అలా అధ్యయనం చేసుకుంటున్నపుడు, వారి మొదటి మిత్రం రామచిలుక వారికి ఎదురుగ్గా కూర్చొని తను కూడా వారితోపాటు ఆ పాఠాలను వల్లెవేయసాగింది.

అప్పుడు రాకుమారుల్లో పెద్దవాడు తన అభిప్రాయాన్ని వ్యక్తం చేస్తూ "చూశారా, సోదరులారా! మన నెచ్చెలి మధురభాషిణి కూడా మనతో సమానంగా శాస్త్రాధ్యయనం చేస్తూ 'సాధనమున పనులు సమకూరు ధరలోన' అన్న సూక్తిని నిజం చేస్తోంది కదూ..." అన్నాడు.

అంతట రెండవ రాకుమారుడు తలపంకిస్తూ "అవునవును... ఒకప్పుడు మనం ఎలా ఉండేవాళ్ళం? మూర్ఖులకంటే హీనంగా బ్రతుకుతున్న మనకి యీ మధురభాషిణి దారిచూపించింది. మన గురుదేవులు విష్ణుశర్మగారి సన్నిధికి మనల్ని చేర్చింది. మనుషులకే కాదు,. పశుపక్ష్యాది జంతువులకి కూడా ఆకలి, ఆత్మ, తెలివీ, తేటా, వినయం,

వివేకం ఉంటాయనీ, మనిషైనవాడు వాటిని చూసైనా బుద్ధీ జ్ఞానం అలవర్చుకోవాలని ఇక్కడికి వచ్చాకే... మన గురుదేవులు విష్ణుశర్మ పండితుల వారి బోధనలు విన్న తర్వాతే అర్థమైంది. మనలో యీ మార్పు రావడానికి యీ మధురభాషిణి ఒక కారణమైతే... మనలో మార్పు తీసుకురావడానికి తనంతట తానుగా, స్వార్థరహితంగా యీ రామచిలుకని మన వద్దకు పంపి మనల్ని ఇక్కడికి రప్పించుకుని, మనకింత విద్యాదానం చేస్తున్న మన గురుదేవులే మనలో వచ్చిన యీ మార్పుకి మూలకారకులు. ఎన్ని జన్మలెత్తినా వారి ఋణం తీర్చుకోలేం..." అన్నాడు కృతజ్ఞతగా.

"నిజం.. నిజం" అంటూ మూడవ రాకుమారుడు తలూపి "అంతటి గురుదేవుల ఋణం ఎలా తీర్చుకోవాలో చెప్పనా! వారు బోధించిన విద్యని అనుక్షణం నెమరువేసుకుంటూ, మనం నేర్చుకున్న విషయాలను ఆచరణలో చూపిస్తూ, ప్రజలకీ, వారితోపాటు పశుపక్ష్యాది మూగజీవులకి సాధ్యమైనంత మేలు చేస్తూ 'విష్ణుశర్మగారి శిష్యులంటే వీళ్లు.... గురువుకి తగ్గ శిష్యులు' అని పదిమందీ మెచ్చుకునేలా మన గురువుగారికి పేరు తీసుకురావాలి. ఇదే మనం చూపించవల్సిన కృతజ్ఞత" అన్నాడు.

ఆ ముగ్గురి మాటలూ వింటూ చిరునవ్వుతో వచ్చాడు విష్ణుశర్మ. ఆయన్ని చూడగానే రాకుమారులు తమ ప్రసంగాలకి స్వస్తి పలికి, లేచి, వినయవిధేయతలతో గురుదేవుడికి అభివాదాలు చేశారు.

"సత్సంకల్ప సిద్ధిరస్తు..." అంటూ విష్ణుశర్మ వాళ్లని ఆశీర్వదించి "రాకుమారులారా... ముందు కథలు చెప్పుకుందామా? లేక విద్యాభ్యాసం చేసుకుందామా?" అని అడిగాడు.

రాకుమారులు మరింత వినయంతో తలలు వంచి "ఏది ముందు బోధిస్తే మాకు మేలు చేస్తుందని మీకనిపిస్తుందో దాన్నే ముందుగా బోధించండి" అన్నారు ఏకకంఠంతో నమ్రతగా.

వారిమాటలకి విష్ణుశర్మ మందహాసం చేసి "ఇప్పటివరకూ మీరు నేర్చినదంతా ఇంతవరకూ వల్లెవేసుకున్నారు. అలసిన మీ మనస్సులకి

కాస్తంత విశ్రాంతితో పాటు ఉపశమనం కావాలి. కనుక ముందుగా పంచతంత్రం కథలు చెప్పుకుందాం" అన్నాడు.

ఆ మాటలకి ముగ్గురు ముఖాలూ వికసించాయి. కథలంటే పిల్లలకి చెప్పలేనంత ఆనందమే కదా...! విష్ణుశర్మ సావధానంగా ఆశీనుడై "కుమారులారా! ఇంతవరకూ మిత్రలాభం మిత్రభేదం అను రెండు భాగాలు విన్నారు. ఇప్పుడు **'పంచతంత్రం'** మూడవభాగమైన **'విగ్రహము'** వినిపిస్తాను. దీనికి **'కాక - ఉలూకీయము'** అనే మరొక పేరుకూడా ఉంది. ఈ మూడవభాగంలోని ప్రధానపాత్రలైన **'కాకి-గుడ్లగూబ'**ల ఆధారంగా యీ రెండోపేరు కూడా దీనికి పెట్టబడింది.... అయితే 'విగ్రహం' అనే పేరు యీ మూడవభాగానికి సరైన పేరు" అన్నాడు.

"విగ్రహం అంటే ఏమిటి? గురుదేవా?" అని ప్రశ్నించారు రాకుమారులు.

"విగ్రహం అంటే 'విరోధం' అని అర్థం. ఇద్దరు స్నేహితుల మధ్య శతృత్వం కల్పించడం 'మిత్రబేధం' అయితే, ఏమాత్రం పరిచయం లేని ఇద్దరి మధ్య మూడోవారు విరోధం కల్పిస్తే దాన్ని 'విగ్రహం' అంటారు. ఇందులో కూడా అనేక పక్షులు, జంతువులు మనల్ని ఉత్సాహపరుస్తాయి. అవి అనేక కథలు చెప్తూనే మంచి మంచి నీతులు కూడా తెలియజేస్తాయి. ఇక వినండి" అని చెప్పి **'పంచతంత్రం'** మూడవభాగం 'విగ్రహం' కథలు వినిపించసాగాడు విష్ణుశర్మ....

విష్ణుశర్మ చెప్పిన
కాకి - ఉలూకముల కథ

దుర్బలాశ్రయో దుఃఖమావహతి (రా.సూ. అ-1; సూ-61)
'దుర్భలుడిని ఆశ్రయిస్తే లేనికష్టాలు తెచ్చిపెట్టుకున్నట్లవుతుంది.'

ఒకానొక కీకారణ్యమునందు గల వృక్షములపై కొన్ని వేలసంఖ్యలో పక్షులు తమ గూళ్ళను కట్టుకుని జీవిస్తున్నాయి.

అదే అడవిలో గల ఒక విశాలమయిన వృక్షమునందు గుడ్లగూబలు ఉంటున్నాయి. వాటికి రాజు మహావీరుడు. పేరుకు తగినట్లుగానే శత్రువులను ఎదుర్కోవడంలో మహా దిట్ట. పైగా ఎంతో క్రూరుడు, కోపిష్ఠి, బలశాలి.

దానితో ఎటువంటి పక్షి గాని, జంతువు గాని గుడ్లగూబల జోలికి రావాలంటేనే భయపడిపోయేవి.

దానితో మిగిలిన గూబలకు ఎంతో అహంకారం పెరిగిపోయింది. 'తమ రాజంతటివాడు లేనే లేడు' అనుకుని ఒకనాటి రాత్రి ఇవన్నీ గుంపుగా అన్ని పక్షుల వద్దకు పోయి "ఓ పక్షులారా! మా రాజు అసమాన పరాక్రమవంతుడు కనుక మీరు వారిని పక్షిలోకానికి సార్వభౌమునిగా ఎన్నుకోవాలి" అన్నాయి దర్పంగా.

గుడ్లగూబలకి భయపడ్డ మిగిలిన పక్షులు 'అలాగే' అటూ మరునాడు తెల్లవారకముందే గూబల నివాసంవైపు తరలివెళ్ళసాగాయి.

ఇలా పక్షులన్నీ వేలసంఖ్యలో వెళుతుండటం చూసి సమీపంలో ఉంటున్న కాకులలోని ఒక కాకి వీరిని సమీపించి "ఎక్కడికి పోతున్నారు?" అని అడిగింది. కాకికి విషయం తెలిపాయి ఆ పక్షులు.

వాటి మాటలు వింటూనే ఆ కాకి "ఏమిటి? ఆ మహావీరుని రాజుగా ఎన్నుకుంటారా? మీకేమైనా మతిపోయిందా? పక్షిరాజు గరుత్మంతుడు ఉండగా మరొకడు మనకు రాజు ఎలా అవుతాడు? పైగా ఆ గూబను సార్వభౌమునిగా ఎన్నుకుంటే ఏమి ఉపయోగం? మనకు ఉపయోగపడవలసిన పగటి సమయాలయందు నిద్రపోతూ మనకు అనువుగాని రాత్రులందు మేలుకొనేవాడు మన యోగక్షేమాలను విచారిస్తాడా? ఇవన్నీ మీరు ఆలోచించలేదా? ఆ దివాంధుడుని సార్వభౌముడిగా ఎలా ఎన్నుకుంటారు?" అన్నది.

"నీవు చెప్పినది నిజమే! కాని పక్షిరాజు గరుత్మంతుడు ఎక్కడో ఉంటాడు. ఈ మహావీరుడు మనకు సాయం చేయకపోయినా వాడు క్రూరుడని పేరుపడి ఉన్నాడు. కనుక ఏ శత్రువూ మన జోలికిరాడు కదా!"

అన్నాయి పక్షులు.

"మీ ఆలోచన సరియైనది కాదు. గరుత్మంతుడు ఇక్కడలేనంత మాత్రాన అతడి శక్తిసామర్థ్యాలు తెలిసినవాడు ఎవడైనా మన జోలికి రాగలడా? చంద్రుడు దగ్గరలేడని భయపడి కుందేళ్లు తమ ప్రాణాలను బలి ఇచ్చుకున్నాయా? తమ రాజు పేరునే ఉపయోగించుకుని మదపు టేనుగుల కాళ్ళకింద పడకుండా బ్రతికిపోలేదా?" అన్నదా కాకి.

"ఎవరా కుందేలు? ఏమా కథ?" అడిగాయి పక్షులు.

కాకి చెప్పిన

మదపుటేనుగులు - కుందేలు కథ

అసంశయవినాశాత్ సంశయవినాశః శ్రేయాన్

(రా.సూ.అ-2; సూ-61)

'నిస్సంశయమైన వినాశం కంటే సంశయ వినాశం మేలు.'

ఒకానొక అడవియందు పెద్ద చెరువు వున్నది. దానికి సమీపంలోనే అనేక కుందేళ్లు కూడా నివసిస్తుండేవి.

ఆ అడవిలోనే మరోచోట పెద్ద ఏనుగుల మంద ఉండేది. ఆ మంద ప్రతిరోజూ ఈ చెరువుకే వస్తుండేవి. అలా వస్తున్నపుడు వీటి పాదాల క్రిందపడి ఎన్నో కుందేళ్లు, ఇతర చిన్న చిన్న జంతువులు మరణిస్తుండేవి.

ఒకనాడు కుందేళ్ళ నాయకుడయిన చతురంగుడు ఒక పథకాన్ని ఆలోచించాడు. పౌర్ణమినాటి రాత్రి ఆ చెరువు దగ్గరికి వెళ్ళి అక్కడ హాయిగా విహరిస్తున్న ఏనుగుల వద్దకు వెళ్ళి చతురంగడు“నేను చంద్రుని దూతను.

ఆయన పంపగా మీ వద్దకు రాయబారిగా వచ్చాను. మీరు

ప్రతిరోజూ ఈ చెరువుకు వస్తూ మార్గమధ్యంలో ఏమున్నదో చూసుకోకుండా మా రాజుకు మిక్కిలి ప్రియమైన అనేక కుందేళ్లను మీ పాదాల క్రింద నలిపి చంపేశారు. దానితో మా రాజుకు కోపంవచ్చి 'ఇవాళ నుంచి మీరుగానీ ఈ చెరువుకి వచ్చినట్లయితే మిమ్మల్నందరినీ శిక్షిస్తాను' అని నన్ను చెప్పిరమ్మన్నారు. నా మాటలలో నమ్మకం లేకపోతే చూడండి. మా రాజు ఆగ్రహావేశాలతో పళ్లను నూరుతూ ఎలా కంపిస్తున్నారో" అంటూ చెరువులోని చంద్రుని ప్రతిబింబాన్ని చూపింది.

దానితో బెదిరిపోయిన ఆ ఏనుగులు "ఇహ ఈ చెరువుకు రానే రాము. మా తప్పులను కాయమని మీ రాజుతో చెప్పు" అంటూ అక్కడి నుండి వెళ్ళిపోయాయి. అంతట ఆ కుందేళ్ళన్నీ "అమ్మయ్యా! ఈరోజుతో ఏనుగుల పీడ వదిలింది" అనుకుని హాయిగా ఊపిరి పీల్చుకున్నాయి.

కాకి ఆ కథ చెప్పి "విన్నారు కదా. మీరు నా మాటలు వినకపోతే మూర్ఖత్వంతో రుద్రాక్ష పిల్లిని నమ్మి తమకు న్యాయం చెప్పమని దాని దగ్గరకు పోయి ప్రాణాలు కోల్పోయిన కుందేలు, పావురం గతి పడుతుంది" అని ఆ కాకి ఆ కథను చెప్పసాగింది.

కాకి చెప్పిన
రుద్రాక్ష పిల్లి-కుందేలు-పావురం కథ

ఉపస్థితవినాశః దుర్నయం సునయం మన్యతే (రా.సూ.అ-7; సూ-18)
'వినాశనం దగ్గిరపడ్డవాడు చెడ్డ నిర్ణయాన్ని మంచిదానిగా భావిస్తాడు.'

ఒకసారి ఒక కుందేలు ఒకటి ఆహారం కోసం అడవిలోకి పోగా దాని నివాసములోకి పావురము ఒకటి వచ్చి హాయిగా పడుకుంది.

ఆహారానికి పోయి తిరిగి వచ్చిన కుందేలు దానిని చూసి "ఏయ్ పావురమా! నీవు నా నివాసములో పడుకున్నావేమిటి? ఇది నేనెంతో కష్టపడి కట్టుకున్నది. పో ఇక్కడి నుండి" అని అన్నది.

"ఏమిటీ! ఇది నీ నివాసమా! ఈ అడవిలో ఎవరు ఎక్కడయినా ఉండవచ్చు. అయినా ఇదేదో నీ స్వంత స్థలము అయినట్లు ఎందుకా అరుపులు పో! పోయి నీవే మరోచోటును వెతుక్కో" అన్నది.

దానితో వాటి మధ్య తీవ్రమైన గొడవ జరిగింది. చివరికి కుందేలు "సరే! నీ మాట నిజమో, నా మాట నిజమో ఎవరినయినా అడుగుదాము" అన్నది ఉక్రోషంగా.

"అలాగే! నాకేం భయం? పోదాం పదా!" అని దానిని అనుసరించింది పావురం.

అలా అవి రెండూ అడవిలో పోతుండగా వాటికి ఒక చెట్టుక్రింద రుద్రాక్ష మాల చేత ధరించి తపస్సు చేసుకుంటున్న పిల్లి కనిపించింది.

దానిని చూసిన పావురం "అదిగో దూరంగా ఆ వృద్ధ మార్జాలం తపస్సు చేసుకుంటున్నది. దానిని అడుగుదాం" అని రెండూ కలిసి దానిని సమీపించసాగాయి.

వాటిని చూసిన పిల్లి "ఈ వృద్ధాప్యములో ఆహారము కొరకు ఎన్ని పాట్లు పడాలో అని ఆలోచించి వేసుకున్న ఈ వేషము నాకు బాగా లాభసాటిగా ఉన్నట్లుంది. నా వేషమునకు మోసపోయిన ఎన్నో జంతువులు నా వద్దకు చేరుతున్నాయి. నేను వాటిని స్వాహా చేస్తున్నాను. ఇప్పుడు ఈ రెండూ కూడా నాకు స్వాహా కాబోతున్నాయి" అనుకుని వాటికి వినిపించేటట్లు "శివ శివా!" అని అనుకోసాగింది.

దానిని సమీపిస్తున్న కుందేలు ఆగిపోయి "ఓ పావురమా! తొందర పడి మనము దీని వద్దకు పోవడం లేదు కదా! నాకు దీనిని చూస్తుంటే అనుమానంగా ఉంది. దాని దగ్గరకు పోగానే మనమీద పడి చంపి తినదు కదా" అన్నది.

"నీకంతా అనుమానమే, పోనీ నీ చోటులో నన్ను ఉండనివ్వు. అప్పుడు మనం ఆ పిల్లి వద్దకు పోనక్కరలేదు ఏమంటావు?" అన్నది పావురం.

అందుకు ఒప్పుకోని కుందేలు "సరే పద!" అంటూ పావురంతో పాటు ఆ పిల్లికి దగ్గరగా పోయింది.

కళ్ళు మూసుకుని తపస్సు చేసుకుంటున్నట్లు నటిస్తున్న ఆ పిల్లి అవి తనకు అతి దగ్గరగా రాగానే ఒక్క క్షణం కూడా ఆలస్యం చేయకుండా వాటిమీద పడి చంపి తినేసింది.

ఆ కథ చెప్పి "అలాగే మీరు కూడా ఏదో ఉపకారం చేస్తాడని ఆ మహావీరుడిని అధిపతిగా చేసుకుంటే అదను చూసి మీ ప్రాణాలనే తీస్తాడు" అన్నది కాకి హెచ్చరిస్తూ.

కాకి మాటలలో వాస్తవం ఉందని అనుకున్న పక్షులన్నీ తాము తీసుకున్న నిర్ణయాన్ని రద్దు చేసుకుని ఎక్కడివక్కడ తమ నివాసాలకు వెళ్ళిపోయినాయి.

పక్షులన్నీ తాము చెప్పిన ప్రకారం వస్తాయని అన్ని ఏర్పాట్లు చేసుకున్న గుడ్లగూబలు అవి ఎంతకూ రాకపోవడంతో మహావీరుడు తన మంత్రి 'దీప్తుడి'ని పిలిచి "ఇదేమి దీప్తా! పక్షులు అన్నీ స్వారభౌమునిగా ఎన్నుకోవడానికి అంగీకరించాయని అన్నావు. మరి ఒక్క పక్షి కూడా వస్తున్న జాడ కనిపించడం లేదు. తెల్లవారిపోతోంది. నీవు చేసిన ఏర్పాట్లు అన్నీ వృథా అవడమే కాకుండా ఇది నాకు ఎంతో అవమానకరమైన విషయ మైంది" అంటూ అక్కడి నుండి వెళ్ళిపోయాడు.

తమ రాజుకి అంతటి అవమానం చేసిన పక్షుల మీద దీప్తుడికి ఎక్కడలేని కోపం వచ్చింది.

'వీటి అంతు రాత్రికి తేల్చుకుందాము' అనుకుని రాత్రి కాగానే గుడ్లగూబల సైన్యం తీసుకుని పక్షుల మీదకు పోయింది.

దండు వలె వచ్చి పడిన గూబలను చూస్తూనే పక్షులన్నింటికీ "మేము విషయం అర్థమయి మీ వద్దకు రాకపోవడంలో మా దోషం ఏమీ లేదు. ఒక వాయసము మేము వస్తుండగా మమ్ములను అడ్డగించి మీరాజు దుర్మార్గుడు. అతడిని సార్వభౌమునిగా అంగీకరించవద్దు అన్నది" అంటూ

అసలు విషయాన్ని చెప్పాయి. వెంటనే దీప్తుడు తన సైన్యాన్ని వెనక్కి తీసుకుని పోయి మహావీరునితో ఈ విషయం తెలిపాడు.

ఈ విషయం విన్న మహావీరుడు ఆగ్రహంతో నిప్పులు కక్కుతూ "ఎంత అహంకారం? ఆ వాయసం నన్నే నానామాటలు అంటుందా? దీప్తా! మన వారినందరినీ ఆయత్త పరచు. రేపు రాత్రికే ఆ వాయసాలన్నింటిని తుదముట్టిద్దాము" అన్నాడు.

దీప్తుడి వెంట రహస్యంగా అనుసరించిన ఒక కాకి వేగంగా తమచోటుకి పోయి ఈ విషయాన్ని వాయసరాజు జ్ఞానవంతునికి తెలిపింది. అపుడు రాజు పక్షులను అడ్డగించిన వాయసాన్ని పిలిచి "ఓ వాయసమా! నీవు చేసిన పని మన వాయసజాతికి శాపంగా పరిణమించేటట్లు ఉన్నది. తక్షణమే నీవు పోయి మన మంత్రులను, అందరినీ సమావేశపరచు" అని ఆజ్ఞ ఇచ్చాడు.

కొద్దిసేపట్లోనే వాయసమంత్రులందరూ చెట్లకొమ్మల మీద కొలువు దీరినారు. జ్ఞానవంతుడు వారికి జరిగినదంతా వివరించి చెప్పి "మంత్రు

లారా! ఆ గూబలకు పగటిచూపు ఉండదు. కనుక ఎటువంటి భయము లేకపోయింది. లేకపోతే ఈపాటికి ఎంతమంది కాకులము మరణించి ఉండేవారమో! కనుక రాత్రి కాకమునుపే మనందరం రక్షింపబడాలి. దానికి మీ మీ ఆలోచనలు తెలపండి" అన్నాడు.

మొదట ప్రకాశి అను కాకి కావు కావుమని అరిచి "మహారాజా! ఎప్పుడూ యుద్ధముకంటే సంధే మంచిదని నా అభిప్రాయము" అన్నాడు.

నవజీవుడు అనే కాకి ఎగిరి మరో కొమ్మ మీద వాలి "రాజా! ఆ గూబలు ఎంత దుర్మార్గమైనవో మనకు తెలుసు. వాటికి యుద్ధం తప్ప సంధిమాటలు చెవికెక్కవు. కనుక యుద్ధమే సరియైనది" అన్నాడు.

మందారకుడు అనే కాకి "రాజా! ఇక్కడి నుండి మనం వెళ్ళిపోతే ఎటువంటి యుద్ధం ఉండదు కదా?" అన్నాడు.

సుశాలి అనే కాకి "రాజా! మనము ఇక్కడి నుండి పోకూడదు. ఇక్కడే ఉండి పోరాడదాం. స్వస్థలానికి ఉన్నటువంటి బలం మరెక్కడా ఉండదు" అన్నాడు.

ఇలా ఎవరికి తోచినది వారు చెప్తుండగా అందరి కంటే వృద్ధుడు,

పంచతంత్రం 187

సర్వధర్మాలు నేర్చి వాయసములచే గౌరవింపబడుతున్న 'మహాయోగ్యుడు' అనే వాయసము "మీరు చెప్పినవన్నీ అనుసరించదగిన నీతిమార్గాలే. కానీ ప్రస్తుతము వాస్తవాన్ని దృష్టిలో ఉంచుకుంటే ఆ గూబలను మనము జయించలేము. అందుకని వాటితో ముఖాముఖీ తలపడుట కంటే మరోమార్గంలో శత్రువును ఎదురుదెబ్బ తీయడం మంచిది.

ఒకసారి ఇలాగే అనవసరమైన యుద్ధానికి కాలు దువ్వి నెమళ్ల రాజు మయూరుడు, హంసలరాజు అయిన చంద్రముఖుడి చేతిలో పరాజయం పాలైన కథ చెప్తా. వినండి" అంటూ ఆ కథ చెప్పసాగాడు.

మహాయోగ్యుడను వాయసం చెప్పిన
హంసలు-నెమళ్ళు-ఆధిపత్యం కథ

మహాదైశ్వర్యం ప్రాప్యాపి అధృతిమాన్ వినశ్యతి (రా.సూ.అ-3; సూ. 46)

'ధైర్యం లేనివాడు, చిత్త స్థైర్యం లేనివాడు గొప్ప అదృష్టం లభించినా కూడా నశిస్తాడు.'

ఒకప్పుడు కర్పూరదీపం అనే రాజ్యంలో 'పద్మకేళి' అనే సరస్సు ఉండేది. ఆ సరస్సులో చాలా నీటిపక్షులు నివసిస్తున్నాయి. ఆ పక్షులకు చంద్రముఖుడు అనే హంస రాజుగా ఉన్నాడు.

చంద్రముఖుడు తెలివైనవాడు, ధైర్యవంతుడు. ధర్మాన్ని తప్పక ఆచరించేవాడు. అందుకే ఆ సరస్సులోని పక్షులన్నీ అతనిని రాజుగా ఎన్నుకొన్నాయి. అతను కూడా తన జాతిపక్షులన్నింటినీ కన్న బిడ్డలుగా భావిస్తూ ప్రతిరోజూ వాళ్ళ కష్టసుఖాలను విచారిస్తూ అవసరమైన పక్షులకు చక్కని సలహాలనూ సహకారాన్నీ యిస్తూ ఉండేవాడు.

చంద్రముఖుడి మంచితనానికి ఆ సరస్సులో నివసించే పక్షులు గౌరవమర్యాదలను ఇస్తూ అతని మాటలు జవదాటకుండా పిల్లాపాపలతో సుఖశాంతులతో జీవిస్తూ ఉండేవి.

సృష్టిలో హంసలకు మాత్రమే ఓ విలక్షణమైన గొప్పశక్తి ఉంది. సగం పాలు, సగం నీళ్ళు కలిపి హంస నోటికి అందిస్తే పాలను మాత్రమే తాగి నీళ్ళను వదిలెయ్యగల శక్తి హంసలకు దేవుడు ఇచ్చిన గొప్పవరం. అలాంటి వరం పొందిన ఉత్తమ జాతికి చెందిన హంస తమకు రాజయినందుకు ఆ పక్షులు ఆనందంతో గర్వపడేవి.

చంద్రముఖుడి మంత్రి పేరు జ్ఞాననిధి. అది సారసపక్షి. అది చాలా తెలివైనది. ఎలాంటి ఆపద సమయంలోనైనా ఆవేశానికి లోనుకాకుండా శాంతంగా ఆలోచించి సరైన సలహాను చెప్పి ఆ ఆపద నుంచి తమ జాతిని కాపాడేది. అదంటే చంద్రముఖుడికి అమితమైన ప్రేమాభిమానం.

చంద్రముఖుడికి 'దీర్ఘనాసికం' అనే కొంగ గూఢచారిగా ఉండేది. అది మిగతా నీటి పక్షుల్లా కాక ఎంత దూరమైనా తక్కువ సమయంలో శ్రమ తెలియకుండా ఎగిరి తమ రాజ్యం చుట్టుప్రక్కల జరిగే వార్తావిశేషాలు మోసుకొచ్చి చంద్రముఖుడికి, జ్ఞాననిధికి వినిపించేది.

ఒకనాడు చంద్రముఖుడు తన 'కలువపువ్వు' ఆసనం మీద కూర్చుని వున్నాడు. నీటి పక్షులన్నీ అతని చుట్టూ చేరి ఉన్నాయి. చంద్రముఖుడు మిగతా పక్షుల సమస్యలను వింటూ తగిన సలహాలను ఇస్తున్నాడు.

అదే సమయంలో ఒక నీటి బాతు ఆ సభలోకి వచ్చి "మహారాజుకు వందనములు.... దేశ విదేశాలను చూసి విశేషాలను తెలుసుకోవటానికి వెళ్ళిన దీర్ఘనాసికం తిరిగివచ్చారు" అని తెలిపింది వినయంగా.

"దీర్ఘనాసికం అప్పుడే యాత్రను ముగించుకుని తిరిగి వచ్చిందా" అన్నాడు ఆ హంసరాజు ఉత్సాహంగా. అవును మరి! దీర్ఘనాసికం వచ్చిందంటే లోకంలోని వింతలూ విడ్డూరాలూ తెల్సుకుని వచ్చి విన్పిస్తుందన్న మాటే! ఆ విశేషాలు వినడానికి భలేగా ఉంటాయి.

కొద్దిక్షణాల తరువాత కొలనులోకి ప్రవేశిస్తూనే వినయంగా తలను వంచి చంద్రముఖుడికి వందనం చేసింది దీర్ఘనాసికం. ఆ అభివాదం స్వీకరించి, దీర్ఘనాసికాన్ని కూర్చోమన్నట్లు ఓ కలువపువ్వు ఆసనం చూపించాడు చంద్రముఖుడు.

దీర్ఘనాసికం కూర్చున్నాక "మిత్రమా దీర్ఘనాసికం! మన వాళ్లందరూ నీ యాత్రా విశేషాలను వినాలని ఉత్సాహపడుతున్నారు!" అన్నాడు జ్ఞాననిధి.

"చిత్తం మహామంత్రీ! నేను వంగ, కళింగ, అంగ రాజ్యాలన్నీ తిరిగిచూశాను. హిమలయ పర్వత శిఖరాలలో ఉన్న మానస సరోవరంలో స్నానం చేశాను. అమరనాథ ఆలయంలో శివుని దర్శనం చేసుకున్నాను.

దేశ విదేశాలలోని మన జాతి వారందరికీ మన కర్పూరదీపం అందం గురించి, మన చంద్రముఖ మహారాజు గారి గొప్పతనం గురించి వివరించి చెప్పి వాళ్ళని మన మహారాజు గారి తరపున మన రాజ్యానికి అతిధులుగా రమ్మని ఆహ్వానించాను. వారందరూ మన మహారాజు గారికి తమ అభినందనలు తెలియజేశారు. అయితే...."

"ఏమైంది?" అడిగాడు జ్ఞాననిధి.

"నా యాత్రలో ఒకే ఒక్క చోట అవమానం పొందాను ఆ అవమానాన్ని తల్చుకుంటే నా గుండె మండిపోతోంది" అన్నది దీర్ఘనాసికం ఆవేశంగా తన పొడుగాటి ముక్కుతో సరస్సులోని నీళ్లని పొడుస్తూ.

"దీర్ఘనాసికం ...! జరిగిన విషయం ఏమిటో అందరికీ అర్థమయ్యేట్లు చెప్పు" ఆజ్ఞాపించాడు చంద్రముఖుడు.

"చెబుతాను ప్రభూ...!" అని వినయంగా అంటూ దీర్ఘనాసికం వృత్తాంతాన్ని ఇలా వివరించసాగింది.

ఆరావళీ పర్వతప్రాంతంలోని అడవిలో చాలా పక్షులు చెట్లమీద గూళ్ళు కట్టుకుని నివసిస్తున్నాయి. కాకులు మొదలుకొని గ్రద్దల వరకు ఆ చెట్ల మీద గుంపులు గుంపులుగా సహజీవనం చేస్తున్నాయి.

ఆ అడవిలో నివసిస్తున్న పక్షులకు 'మయూరుడు' అనే నెమలి రాజు. అది కూడా చంద్రముఖుడిలా బలమైనదీ తెలివైనదీ మాత్రమే కాక అందమైనది కూడా. అది తన రాజ్యంలోని మిగతా పక్షులను ప్రేమాభిమానాలతో ఆదరిస్తూ ఉండేది.

అందుకే మయూరుడు అంటే మిగతా పక్షులకు అమితమైన భక్తీ గౌరవం. మయూరుడి కొలువు నిత్యం వినోద కాలక్షేపములతో సందడిగా వుండేది. అందాల రామచిలుకలు హాస్య ఛలోక్తులతో సభలో కొలువుదీరిన పక్షులను ఆనందంలో ముంచెత్తేవి. కోయిలలు తమ కమ్మని కంఠంతో వీనులకు విందుగా గానకచేరీలు చేసేవి. కొన్ని పక్షులు తమ ఆటలతో మిగతా పక్షులకు కనులవిందు చేస్తుంటే మరికొన్ని పక్షులు యుద్ధవిద్యలు ప్రదర్శించేవి.

అప్పుడప్పుడు మయూరుడు పురివిప్పి కోయిల పాటలకు నాట్యం చేసి ఆ పక్షుల మనసులకు ఉల్లాసం కలిగించేవాడు. ఒకనాటి సాయంత్రం

జంతువులు

కొలువు అయిపోవటంతో కొన్ని పక్షులు కబుర్లు చెప్పుకుంటూ తమ గూళ్ళ వైపు ఎగురుతుండగా దేశాటన చేస్తూ ఆ అడవిలోకి ప్రవేశిస్తున్న దీర్ఘనాసికన్ని చూసి 'ఎవరో పరాయి రాజ్యం నుంచి తమ రాజ్యంలోకి అక్రమగా చొరబడుతోందని' భావించి దీర్ఘనాసికాన్ని చుట్టుముట్టి దానిని మధ్యలో నిలబెట్టాయి.

అవి అంతవరకు దీర్ఘనాసికం లాంటి పక్షిని చూడలేదు. తెల్లని శరీరంతో తమ మిత్రులైన పావురాళ్ళ కంటే పెద్ద శరీరంతో పొడవైన ముక్కుతో ఉన్న దీర్ఘనాసికాన్ని చూస్తూ, "ఏయ్.... నీవెవరు?.... మా రాజ్యంలోకి ఎందుకొచ్చావు?" అంటూ ప్రశ్నించాయి.

అప్పుడు దీర్ఘనాసికం తనపేరు, వివరాలు చెప్పి, "దేశాటన చేస్తూ ఈ ప్రాంతానికి వచ్చాను. మీరు అనుమతి ఇస్తే కొన్నాళ్ళు మీ రాజ్యంలో ఉండి ఇక్కడ వింతలూ విశేషాలు చూసి వెళ్ళిపోతాను" అంటూ అర్థించింది.

ఆ పక్షులన్నీ ఒకదానితో ఒకటి సంప్రదించుకుని "సరే! అలాగే.... కాని నీ మాటలు కనుక అబద్ధం అయితే అందుకు ప్రతిఫలంగా నువ్వు ప్రాణాలు పోగొట్టుకుంటావు" అని హెచ్చరిస్తూ ప్రక్కకు తప్పుకుని దీర్ఘనాసికానికి దారి ఇచ్చాయి.

దీర్ఘనాసికం ఆ పక్షుల వెంట వాటి నివాసానికి వెళ్లింది.

ఆ పక్షులు దానిని తమ వెంట తీసుకువెళ్ళి ఘనంగా అతిథి మర్యాదలు చేశాయి. విందు వినోదాలలో ముంచెత్తాయి. పక్షులన్నీ దీర్ఘనాసికం చుట్టూ చేరి "మీ రాజ్య విశేషాలను చెప్పు" అంటూ అడిగాయి.

దీర్ఘనాసికం ఓసారి ఊపిరి పీల్చి వదిలి "మాది కర్పూరదీపం. అందులో ఉన్న పద్మకేళి సరస్సు మా నివాసం. ఎప్పుడూ కలువపువ్వులతో కళకళలాడుతూ ఉంటుంది. మా రాజు చంద్రముఖుడు అనే హంస. ఆయన

ధైర్యసాహసాలు గలవారు. మమ్మల్ని ఎంతో ప్రేమగా చూస్తారు. మా మంత్రి జ్ఞాననిధి అనే సారస పక్షి. నిజంగానే ఆయన సర్వ మెరిగిన విజ్ఞుడు.

ప్రతిరోజూ మా చంద్రముఖమహారాజు కొలువుతీరి మా కష్టసుఖాలను విచారించి సలహాలనూ, సహాయాన్నీ అందిస్తారు. మాలో మాకు చిన్నా పెద్దా తేడా లేదు. అందరూ సమానమే." అని చెప్పింది.

అప్పుడు అడవిపక్షులు, "భళీ! భలే బాగుంది. మా రాజ్యం విశేషాలను కూడా చెబుతాం విను. మా రాజు మయూరుడు అనే నెమలి. ఆయన పరాక్రమంలోనూ తెలివిలోనూ మీ రాజుకు ఏ మాత్రం తీసిపోడు. మా మంత్రి దూరదర్శి అను గ్రద్ధ. ఆయన రాజ్యపాలనా విషయాల్లోనే కాక యుద్ధతంత్రాల్లోనూ నిపుణుడు.

మా మయూర మహారాజు నిత్యం కొలువుకు వస్తారు.... ఆటపాటలతో విందులతో మేం కాలక్షేపం చేస్తాం. మా రాజ్యంలో ఏ సంబరం జరిగినా మా మయూర మహారాజు తన నాట్య విన్యాసాలతో మమ్మల్ని అలరిస్తారు. రేపు మా మహారాజు దర్శనం చేసుకుందువు గాని ముందు ఆయన నివాసాన్ని చూపిస్తాం పద....!" అంటూ దీర్ఘనాసికాన్ని తమతో తీసుకువెళ్ళి మయూరుడు నివసించే ఓ కొండగుహను చూపించి ఆ గుహలో ఉండే వింతలూ, విశేషాలూ వర్ణించి చెప్పాయి.

దీర్ఘనాసికం ఆ పక్షులు చెప్పినదంతా ఓపిగ్గా విని , ఆ తరువాత ఆ పక్షులతో కలిసి వాటి స్థావరాలకు తిరిగి వచ్చింది. మళ్ళీ పక్షులన్నీ 'దీర్ఘనాసికం' చుట్టూ గుండ్రంగా చేరాయి.

అప్పటికి అర్ధరాత్రి సమయం గడిచిపోయింది. దీర్ఘనాసికానికి ప్రయాణ అలసట వలన కంటిమీదకి నిద్ర ముంచుకొస్తున్నది. అయినా ఆ పక్షులు నిద్రపోకుండా మేలుకుని వుంటే తను నిద్రపోతాననటం మర్యాద కాదని బలవంతంగా కూర్చుంది.

అంతట ఒక పక్షి, 'మిత్రమా! ఇప్పటివరకు మీ రాజ్యవిశేషాలనూ, మీ రాజు గొప్పతనాన్నీ చెప్పావు. అలాగే మారాజ్య విశేషాలనీ, మా రాజు గొప్పతనాన్నీ విన్నావు. ఇప్పుడు మా రాజుగారి కోటను కళ్ళారా చూసి అందులో విశేషాలని తెలుసుకున్నావు. ఇప్పుడు చెప్పు. మన రెండు రాజ్యములలో ఏ రాజ్యం ఉత్తమమైనది!" అని అడిగింది.

"మన రెండు రాజ్యాలూ ఉత్తమమైనవే మిత్రులారా...' అన్నది దీర్ఘనాసికం వినయంగా, తెలివిగా.

"దీర్ఘనాసికం! 'ఉత్తమం' అంటేనే 'ఒకటి' కనక 'మేం ఏమనుకుంటామో' అని సందేహించకుండా మన రెండు రాజ్యాలలో ఏ రాజ్యం ఉత్తమమైనదో చెప్పు" అంటూ ఆ పక్షులన్నీ పట్టుపట్టాయి.

అప్పుడు దీర్ఘనాసికం నోరు విప్పి "మిత్రులారా! మీ రాజ్యం ఒక ప్రక్క రాళ్ళతోనూ మరో ప్రక్క చెట్లతోనూ నిండి ఉన్న రాజ్యం. మాది మానస సరోవరాన్ని మరిపించే అందాల రాజ్యం. ఇక్కడ చూడండి. ఈ వెన్నెల రాత్రి కూడా చీకటి వెలుగు కలిసి కనిపిస్తున్నాయి. కానీ మా రాజ్యంలో ఈ సమయంలో వెలుగు తప్ప చీకటి కనిపించదు. మా రాజ్యంలో ప్రభువులు కష్టసుఖాలను విచారించి సలహాలు ఇస్తారు. కానీ మీ ప్రభువులు విందు వినోదాలతో కాలక్షేపం చేస్తారు. మా రాజ్యం స్వర్గం. కానీ మీ రాజ్యం నరకం కాకపోయినా దానితో సమానమే. మీరు అడిగారు కనుకనే ఈ పోలిక చెప్పాను" అని దీర్ఘనాసికం వివరించింది.

"మా రాజ్యం వచ్చి మా ఆతిధ్యం పొంది మా రాజుని దూషించి మా రాజ్యాన్ని నరకంతో పోలుస్తావా?" అంటూ ఆ పక్షులన్నీ కలిసి దీర్ఘనాసికాన్ని తిడుతూ దాని మీద దాడిచేశాయి. దీర్ఘనాసికం వాటితో ఎదురుతిరిగి పోరాడి వంటినిండా గాయాలు అయి నేలకూడటంతో బంధించి తమ రాజైన మయూరము ఎదుట నిలబెట్టాయి.

"ప్రభూ! దీని పేరు దీర్ఘనాసికం. కర్పూర దీపంలో పద్మకేళి అనే

సరస్సు దీని నివాసమట. దేశాటన చేస్తూ మన రాజ్యంలోకి ప్రవేశించింది. దీనిని అతిథిగా గౌరవించి మన రాజ్యంలోని వింతలూ, విశేషాలూ చెప్పాం. అంతా విని 'మన రాజ్యం కంటే తన రాజ్యమే గొప్పదనీ తన రాజు చంద్రముఖుడనే హంస తమ కంటే గొప్పదనీ, తన రాజ్యం స్వర్గం అయితే మన రాజ్యం నరకమనీ' అంటోంది. దీనిని చంపబోతే, మమ్మల్ని గాయపరిచి పారిపోయింది.... కష్టపడి బంధించి తమ సమక్షానికి తెచ్చాం. తమరు విచారించి ఈ పొగరుబోతును శిక్షించండి" అని చెప్పాయి.

ఆ పక్షుల మాటలు విని మయూరుడు ఆలోచనలో పడ్డాడు. అప్పుడు అతని మంత్రి అయిన దూరదర్శి ముందుకు వచ్చి "ప్రభూ! ఆ కర్పూరదీపం మన రాజ్యానికి సామంత రాజ్యం. సామంతులు చక్రవర్తులకు కప్పం చెల్లించాలి. అది రివాజు కనుక ఈ దీర్ఘనాసికం వెంట మన రాయబారిని పంపుదాం" అంటూ చెప్పాడు.

మయూరుడి కొలువులోనే ఉండే కూజితం అనే పావురం కూడా దూరదర్శి చెప్పిన మాట "నూటికి నూరూ పాళ్ళూ నిజం" అంది.

మయూరుడు తన ఆలోచనలను కట్టిపెట్టి "సరే! ఆ చంద్రముఖుడి దగ్గరకు రాయబారిని పంపండి. కప్పం కట్టి మాకు సామంతుడిగా ఉంటాడో లేక యుద్ధానికి సిద్ధం అంటాడో అతనినే తేల్చుకోమనండి" అన్నాడు.

"అలాగే ప్రభూ! చంద్రముఖుడి దగ్గరకు రాయబారిగా పంపటానికి ఈ కూజితమే తగినది. దానినే పంపుదాం...." అన్నాడు దూరరశ్మి. దీర్ఘనాసికాన్ని విడిచిపెడుతూ "నువ్వు ముందుగా వెళ్ళి మీ రాజుగారికి మా రాయబారిగా కూజితం అనే పావురం వస్తోందని చెప్పు" అంటూ ఆజ్ఞాపించాడు దూరదర్శి.

"చెబుతాను! కానీ మా రాజు మహా పరాక్రమవంతుడు. మా నీటి పక్షులన్నీ కూడా రాజుకి తగ్గ బంట్లు. యుద్ధం చెయ్యాలన్న మీ సరదాకు

తగిన ఫలితం చూపిస్తారు" అని హెచ్చరించి పైకెగిరి కర్పూరదీపం వైపు ప్రయాణం సాగించి తన రాజ్యానికి చేరుకుంది దీర్ఘనాసికం.

"ఇదీ మహారాజా! జరిగింది...... ఆ రాజు మూర్ఖుడు.....ఆ ప్రజలు మూర్ఖులు.... వాళ్ళతో రాయబారం జరిపి సామంతులుగా ఉండటం కంటే యుద్ధంలో విజయమో, వీరస్వర్గమో తేల్చుకోపటం మేలు" అన్నది దీర్ఘనాసికం ఆవేశంగా -

అంతా విన్న మంత్రి జ్ఞాననిధి 'అవేశపడకు దీర్ఘనాసికం... ఆవేశం అనర్థ దాయకం. దూరాలోచన లేక ముంగిస సహాయాన్ని కోరి దానికై బలై పోయిన కొంగల జంట వలె కాకూడదు మన బ్రతుకులు' అన్నాడు.

"ఎవరా కొంగల జంట? ఏమా కథ?" అడిగాడు చంద్రముఖుడు.

జ్ఞాననిధి చెప్పిన
ముంగిస-కొంగల జంట కథ

న కృతార్థేషు నీచేషు సంబన్ధః (రా.సూ.అ-6, సూ.64)

'పనులు చేసి పెట్టేవాడే అయినా నీచులతో సంబంధం పెట్టుకోకూడదు.'

ఒక ఊరి చివర ఉన్న చింతచెట్టు మీద ఓ కొంగల జంట గూడు కట్టుకుని ఉంటోంది. ఒకరోజు పెద్ద గాలివాన వచ్చి ఆ మర్రిచెట్టు కూలిపోయింది.

దానితో ఆ కొంగల జంట గూడు కట్టుకోవటానికి మరో మంచి చెట్టుకోసం వెతుక్కుంటూ బయలుదేరాయి. ఆడకొంగ గర్భవతి కావడం వల్ల ఎక్కువదూరం ఎగరలేక పోవడంతో అవి అడవిలో ఉన్న మరో మర్రిచెట్టు మీద విరామం కోసం ఆగాయి.

అప్పుడు ఆడకొంగ "ఏవండీ... ఈ చెట్టు బాగానే ఉంది. మనం ఇక్కడే గూడు కట్టుకుందాం" అంది.

మగకొంగకి కూడా ఆ చెట్టు చుట్టుప్రక్కల ప్రదేశం బాగా నచ్చటంతో 'సరే' నంటూ అప్పటికప్పుడు ఎండుపుల్లలు తెచ్చి గూడు కట్టి గడ్డిని తెచ్చి మెత్తగా పరిచింది.

ఆ చెట్టు మీద మరే పక్షులు లేకపోవడం ఆ కొంగల జంటకి ఆశ్చర్యంగా అనిపించినా ప్రశాంతంగా ఉండటం వల్ల అవి అక్కడే జీవించసాగాయి. కొద్దిరోజులకి ఆడకొంగ గుడ్లను పెట్టింది. మగ కొంగ ఆహారం తీసుకురావటానికి వెళ్ళింది. అప్పుడు ఓ అడవిపావురం ఎక్కడ నుండో ఎగిరి వచ్చి ఆ చెట్టు మీద వాలి ఆడకొంగను పలకరించింది. ...కాలం తరువాత ఆ చెట్టు మీదికి ఓ పక్షి రావటంతో ఆనందంగా, ఆదరంగా మాట్లాడింది ఆడకొంగ.

అప్పుడు ఆ అడవి పావురం "మీరు ఈ అడవికి కొత్త అనుకుంటా. అందుకనే ఈ చెట్టు మీద గూడు కట్టుకున్నారు. ఇంతకుముందు ఈ చెట్టుమీద నా స్నేహితులు చాలామంది ఉండేవాళ్ళు. కానీ ఇక్కడ పొదల ప్రక్కన ఉన్న పుట్టలోకి ఓ పాము చేరి అది ఈ చెట్టు మీదకు వచ్చి గూళ్ళలోని గుడ్లను, పిల్లలను తింటోందని నా స్నేహితులు ఈ చెట్టు ఖాళీ చేశారు, మరి మీరు జాగ్రత్త" అంటూ చెప్పి, వచ్చిన దారిన వెళ్ళిపోయింది.

ఆడకొంగకు భయం వేసింది. మగకొంగ గూటికి రాగానే అడవిపావురం చెప్పిన విషయం పూసగుచ్చినట్లు చెప్పి, "మన జాతి పక్షులు సహజీవనం చేస్తాయని తెలిసి కూడా మనం వంటరిగా ఈ చెట్టు మీద గూడు కట్టుకున్నాము. ఇప్పుడు ఆ పాము ఈ గుడ్లను తినకుండా మనం ఎలా కాపాడుకోవాలి?" అంటూ కన్నీరు మున్నీరుగా ఏడ్చింది.

దానికి ఆ మగకొంగ "భయపడకు. ఈ అడవిలోనే ఉండే నక్క నాకు మిత్రుడు అయ్యాడు. అతడిని అడిగి ఏదన్నా ఉపాయం తెలుసుకు వస్తాను" అంటూ ఆడకొంగకు ధైర్యం చెప్పి, నక్కకోసం వెళ్ళింది.

కొంతసేపటి తరువాత నక్కను వెంటబెట్టుకుని ఆ చెట్టు దగ్గరకు వచ్చింది ఆ మగకొంగ. నక్క పాము పుట్టని దానికి కొద్దిదూరంలో ఉన్న ముంగిస కలుగును చూసి ఒక ఉపాయం ఆలోచించి ఆ కొంగలకు ఇలా చెప్పింది.

"ఈ పాము బెడద మీరు తప్పించుకోవాలంటే ఒకే ఒక మార్గం ఉన్నది. ఈ పాము పుట్టకి దగ్గరలోనే పాముకు శత్రువైన ముంగిస కలుగు కూడా ఉన్నది. కనుక మీరు కొన్ని చేపలను వేటాడి తెచ్చి ముంగిస కలుగు దగ్గర నుంచి పాము పుట్ట వరకు వరుసగా పడేయండి. అపుడు ముంగిస బయటకు వచ్చి వరుసగా చేపలను తింటూ పాము పుట్టను సమీపిస్తుంది. అప్పుడు ఒకటి రెండు చేపలని పాము పుట్టలోకి వేయండి. పాము బయటకు వస్తుంది. అప్పుడు పాముని ముంగిస చంపేస్తుంద" అంటూ చెప్పింది నక్క.

ఈ ఉపాయం కొంగలకు బాగా వచ్చింది. మర్నాడు ఉదయం ఆ రెండు కొంగలు దగ్గరలో ఉన్న సరస్సులో వేటాడి కొన్ని చేపలని తీసుకొచ్చి ముంగిస కలుగు దగ్గర నుంచి పాము పుట్ట వరకు వరసగా పడేసి ముంగిస ఎప్పుడు బయటకు వస్తుందా అని ఎదురు చూడసాగాయి.

కొంచెం ఎండ ఎక్కాక ముంగిస కలుగులోంచి బయటకు వచ్చి వళ్ళు విరుచుకుంటూ వరుసగా పడి ఉన్న చేపలని చూసింది. దానికి నోరూరింది.

ఒక్కొక్క చేపను తాపీగా తింటూ పాము పుట్ట దగ్గరకు వచ్చింది ముంగిస. సమయం కోసం ఎదురు చూస్తున్న కొంగలు పాము పుట్టలోకి చేపలను జారవిడిచాయి. పుట్టలో నిద్రపోతున్న పాము తలను ఆ చేపలు తాకటంతో అది బుస్సుమంటూ వేగంగా బయటకు వచ్చింది.

పుట్టలోంచి బయటకు వచ్చిన పామును చూస్తూనే ముంగిస

ఒంటికాలి మీద దానితో కలియబడింది. పాము ముంగిసల మధ్య పోరు మొదలైంది. చెట్టు మీదకు చేరిన రెండు కొంగలు ఆ పోరును వినోదంగా చూడసాగాయి.

కొంతసేపటికి ఆ పోరులో పామును చంపి ముంగిస విజయం సాధించింది. పామును ముక్కలు ముక్కలు చేసి మూతికి అంటిన రక్తాన్ని తుడుచుకుంటూ చెట్టు వంక చూసింది ముంగిస. దానికి చెట్టుమీద గూడులోంచి తలలు బయటపెట్టి చూస్తున్న కొంగపిల్లలు కనిపించాయి.

"ఆహా! తాజా మాంసం....." అనుకుంటూ ఆ ముంగిస గబగబా ఆ మర్రిచెట్టు ఎక్కి కొంగపిల్లలని గుటుక్కున మింగేసి తన దారిన తాను పోయింది.

పాము బెడద తప్పించుకోవటానికి ఉపాయం ఆలోచిస్తే చివరికి ముంగిస వల్ల తమకి ఆ అపాయమే కలిగిందని ఆ కొంగల జంట బాధ పడింది.

"అందుకే అపాయం నుంచి తప్పించే ఉపాయం మరో అపాయాన్ని తెచ్చేది కారాదన్న విషయం గుర్తుంచుకోవాలి. లేకపోతే ఈ కొంగల జంట లాగా మనం కూడా బాధపడాల్సి వస్తుంది మరి" అని చెప్పాడు జ్ఞాననిధి.

చంద్రముఖుడు ఆలోచించి "సరే, ఆ రాయబారి వచ్చాక ఏం చెయ్యాలో ఆలోచిద్దాం" అన్నాడు. ఆ మాటలు దీర్ఘనాసికానికి నచ్చలేదు. తనకి జరిగిన అవమానానికి ప్రతీకారం తీర్చుకోవడానికి ఏ మాత్రం పరిచయంలేని రెండు రాజ్యాల మధ్య విరోధం కల్పిస్తే దానికి స్పందించని తమ రాజు మీద దానికి బాగా కోపం వచ్చింది. అది సమయం కోసం నిరీక్షించసాగింది.

ఆ మర్నాటి ఉదయం కూజితం అనే పావురం వచ్చి చంద్రముఖుడి దర్శనం చేసుకుని "కొన్ని తరాల క్రితం మీ రాజ్యం మా రాజ్యానికి

సామంతరాజ్యంగా వుంటూ ఏటేటా కప్పం చెల్లించేది. ఈ మధ్య వచ్చిన ఘోరకలి కారణంగా పక్షిజాతులు ఆహారం కోసం అనేక ప్రాంతాలకు వలసలు పోయాయి. ఆ పరిస్థితులు సుభిక్షంగా మారిన తర్వాత ఎవరి ప్రాంతాలకి అవి చేరుకున్నాయి గానీ, మా సామంతుల మన్న విషయం మీరు మర్చిపోయారు. ఇప్పుడు మళ్ళీ మాకు కప్పం చెల్లించాలి. లేని పక్షంలో మీరు యుద్ధానికి సిద్ధం కావాలని మా చక్రవర్తుల వారు రాయబారం పంపారు" అని చెప్పింది.

దానికి చంద్రముఖుడు "రాయబారీ! మేం సర్వ స్వతంత్రులం. మీకు సామంతుడిగా అంగీకరించి కప్పం కట్టేంత పిరికి వాళ్ళం కాదు. కనుక మేం యుద్ధానికి సిద్ధమే అని మీ రాజుకు చెప్పు" అన్నాడు.

"చిత్తం మహారాజా! మీ మాటను మా ప్రభువుకు విన్నవిస్తాను" అంటూ కూజితం తన రాజ్యం వైపు ఎగిరిపోయింది.

కూజితం వెళ్ళిపోయాక చంద్రముఖుడు కొంతసేపు మౌనంగా ఉండి "మహామంత్రీ! ఈ రోజు నుంచే యుద్ధానికి తగిన ఏర్పాట్లు చెయ్యండి' అని చెప్పాడు.

"చిత్తం ప్రభూ! ముందు మనం మన పక్షులకు యద్ధవిద్యలో తగు శిక్షణని ఇవ్వాలి" అన్నాడు జ్ఞాననిధి.

"మంచిది. అలాగే చేయండి...." అన్నాడు చంద్రముఖుడు. అలా యుద్ధం జరిగి తన పగతీరబోతున్నందుకు ఆనందించింది దీర్ఘనాసికం.

ఇక్క చంద్రముఖుడి దగ్గరకు రాయబారిగా వెళ్ళి తిరిగివచ్చిన కూజితాన్ని చూస్తూ "ఏమైంది నీ రాయబారం?" అనడిగాడు దూరదర్శి.

"మహామంత్రీ! ఆ చంద్రముఖుడికి ఒళ్ళంగా పొగరే.... మన ప్రభువుని చక్రవర్తిగా గౌరవించి తను సామంతుడిగా ఉండటానికి నిరాక రిచాడు. అందుకనే యుద్ధానికి సిద్ధం అన్నాడు" అని ఉన్నవీ లేనివీ మరో

నాలుగు మాటలు కల్పించి చెప్పింది కూజితం. ఆ పావురం మాటలను మయూరుడు విని "మహామంత్రీ! ఇక ఆలస్యం చేయవద్దు. మన సైనికులను యుద్ధానికి సిద్ధం చేయండి. ఆ చంద్రముఖుడి పొగరు అణిచివేద్దాం" అంటూ ఆవేశంతో ఊగిపోయాడు ఆ నెమలి రాజు.

అప్పుడు గ్రద్ధ మంత్రి వారిస్తూ "మహారాజా! ఆవేశపడకండి. యుద్ధంలో ముఖ్యమైన తంత్రం శత్రువు బలాలను రహస్యస్థావరాలను తెలుసుకోవటం కనుక మనం ఎవరో ఒకరిని చంద్రముఖుడి రాజ్యానికి పంపి అతని బలం తెలుసుకున్నాక వ్యూహం పన్ని మంచి ముహూర్తంలో దండయాత్రలు చేద్దాం. మనం కొట్టే చావు దెబ్బ నుంచి సైనికులు మాత్రమే కాదు చంద్రముఖుడు కూడా తప్పించుకోకూడదు" అన్నాడు.

దూరదర్శి ఆలోచన ఆ మయూరరాజుకు నచ్చి "మహామంత్రీ! చంద్రముఖుడి బలాబలాలు తెలుసుకునే భారం కూడా నీదే" అన్నాడు.

"దేవరవారి ఆజ్ఞ" అంటూ దూరదర్శి భటులతో 'కాలమేఘాన్ని రమ్మనండి' అన్నాడు. కొద్దిక్షణాలలో ఒక కాకి కొలువులోకి వచ్చింది. అది నల్లగా కారిమబ్బు రంగులో వుంది. దాని పేరే కాలమేఘం.

"కాలమేఘం! నువ్వు రహస్యంగా కర్పూరదీపం వెళ్ళి అక్కడి కాకులగుంపులో కలిసిపోయి వాళ్లు యుద్ధానికి ఎలాంటి ప్రయత్నాలు చేస్తున్నారో తెలుసుకుని ఎప్పటికప్పుడు ఆ వివరాలు మాకు అందించు' అన్నాడు గ్రద్ద మంత్రి.

"చిత్తం! మహామంత్రీ!" అంటూ ఆ కాకి అప్పటికప్పుడు కర్పూర దీపం రాజ్యానికి ప్రయాణం కట్టింది.

"కాలమేఘం! యుద్ధంలో మనం విజయం సాధించటానికి నీదే ముఖ్యపాత్ర. నువ్వు అందించే వివరాలతోనే మనం ఆ పొగరుబోతు చంద్రముఖుడిని అతనికి బ్రహ్మరథం పట్టిన ఆ దీర్ఘనాసికాన్ని చావుదెబ్బ కొట్టగలం. అందుకని వాళ్ళకి అనుమానం రాకుండా నడుచుకో" అంటూ ఆ కాకిని హెచ్చరించింది గ్రద్ధ.

"చిత్తం" అంటూ ఆ కాకి ఆకాశంలోకి ఎగిరింది.

అదే సమయంలో ఇక్కడ చంద్రముఖుడి కొలువులో కూడా.... "మహారాజా! శత్రువు శక్తియుక్తులు తక్కువగాఅంచనావేస్తే మనం యుద్ధంలో ఓటమి చూడాల్సి వస్తుంది. అందుకే శత్రువు యుద్ధం కోసం ఏ ఏర్పాట్లు చేస్తున్నాడో మనం తెలుసుకుని అందుకు తగట్టుగా మనం యుద్ధ ఏర్పాట్లు చేసుకోవాలి. అందుకని మీరు అనుమతిస్తే మయూరుడి కొలువులో జరుగుతున్న ఏర్పాట్లు ఎప్పటికప్పుడు మనకి చేరవేసేందుకు ఒక దూతను పంపుతాను" అన్నాడు చంద్రముఖుడి మంత్రి సారసపక్షి జ్ఞాననిధి.

"మంచి ఆలోచన.... అయితే అంత తెలివి, ధైర్యం కల ఆ దూత ఎవరు....? వెంటనే అతన్ని మా ముందుకు పిలిపించండి" అన్నాడు చంద్రముఖుడు.

అప్పటిదాకా కొలువు బయట నిరీక్షిస్తున్న దీర్ఘనాసికం రాజు, మంత్రి ముందుకు వచ్చింది.

"దీర్ఘనాసికమా?" అన్నాడు చంద్రముఖుడు ఆశ్చర్యంగా.

"అవును... మహారాజా! దీర్ఘనాసికానికి ఆ రాజ్యం గురించి కొంత వరకు తెలుసు. ఇప్పుడు యుద్ధ వాతావరణం నిండి ఉన్న ఆ రాజ్యంలోకి ఈ దీర్ఘనాసికం మాత్రమే సులువుగా ప్రవేశించగలదు" అంటూ వివరించి చెప్పాడు జ్ఞాననిధి.

"నీ ఆలోచన బాగుంది" అంటూ రాజు మంత్రిని అభినందించాడు.

"దీర్ఘనాసికం! ఆ మయూరుడి బలాబలాలను వారికి తెలిసిన యుద్ధవిద్యలను, వాళ్ళు ఏ సమయంలో యుద్ధభేరి మ్రోగించాలనుకుంటున్నారో.... తదితర వివరాలను ఎప్పటికప్పుడు మాకు తెలియజెయ్యి..... నీ వివరాలతోనే మేం యుద్ధ ఏర్పాట్లను సాగిస్తామని గుర్తుంచుకో" అంటూ ఆ సారసపక్షి మంత్రి దీర్ఘనాసికాన్ని హెచ్చరించాడు.

"చిత్తం" అంటూ మంత్రికి, రాజుకి నమస్కరించి దీర్ఘనాసికం శత్రురాజ్యం వైపు ఎగిరి వెళ్ళింది.

సరిగ్గా అదే సమయంలో అక్కడికి చేరిన కాలమేఘం అనే కాకి ఓ చెట్టు మీద మకాం వేసింది. కర్పూరదీపం పక్షులు తమ నివాసమైన పద్మకేళి సరస్సును వదిలి కొండమీద వున్న పురాతనమైన కోటలోకి వలస వెళ్ళటం గమనించింది.

"ఇంకా ఏం జరుగుతుందో చూద్దాం" అనుకుంటూ అక్కడే ఆ చెట్టు మీదే కొమ్మలు ఆకుల చాటున నక్కి దాక్కుంది.

మరో రెండురోజులు గడిచేసరికి కాలమేఘం కోటలో సైనిక శిక్షణ జరుగుతున్న విషయం మసక చీకటి సమయంలో ఆకాశంలో ఎగురుతూ తెలుసుకుంది. ఆ తరువాత కోట లోపలికి అడుగుపెట్టటానికి ఒక కుటిల ఉపాయాన్ని ఆలోచించింది.

సమయం చూసుకుని కోట చుట్టూ కాపలా కాస్తున్న ఓ సారసపక్షిని చేరుకుని "అన్నా! నా పేరు కాలమేఘం. మాది మగధదేశం. నాకు యుద్ధవిద్యలలో మంచి ప్రావీణ్యం ఉంది కనుక నన్ను మీ రాజుగారి దగ్గరకు తీసుకువెళ్ళు... మీ రాజుగారి కీర్తి ప్రతిష్టలు విని వచ్చాను" అంటూ తియ్యగా మాట్లాడింది కాలమేఘం.

సారసపక్షి ఆ కాకి మాటలు నమ్మి దాన్ని తన వెంట చంద్రముఖుడి వద్దకు తీసుకెళ్ళి దాని గురించి మహారాజుకి చెప్పింది.

అంతా విన్న చంద్రముఖుడు "మంచి వాళ్ళకు సాయం చెయ్యటానికి దేవుడు అనేక రూపాలుగా వస్తాడంటారు... ఇలాంటి సమయంలో ఈ కాలమేఘం అవసరం మనకి చాలా ఉంది. కనుక ఇతనిని మనతో ఉండనిద్దాం. మన వాళ్ళకి యుద్ధవిద్యలు నేర్పుతాడు" అన్నాడు.

దానికి మంత్రి అయిన సారసపక్షి జ్ఞాననిధి అభ్యంతరం చెబుతూ

"మహారాజా! యుద్ధ సమయంలో మనకి తెలియని వాళ్ళని కోటలోపలకు అనుమతించటం మంచిదికాదు. పైగా ఈ కాలమేఘం ఆకాశమార్గంలో సంచరించే పక్షి..... మనం యుద్ధం చెయ్యవలసిన మయూరుడి రాజ్యంలోని వారు కూడా ఆకాశపక్షులే" అన్నాడు.

మంత్రి మాటలకు చంద్రముఖుడు నవ్వి... "మహామంత్రీ ఆకాశపక్షులతో యుద్ధం చెయ్యాలంటే వాటి యుద్ధ విద్యలు మనకి తెలియవలసిన అవసరం ఉంది కదా! మీరు ప్రశాంతంగా ఉండండి" అన్నాడు.

చంద్రముఖుడికి చెప్పినా ప్రయోజనం లేదని గ్రహించిన జ్ఞాననిధి మౌనంగా ఉండిపోయాడు. కోటలోకి ప్రవేశించిన కాలమేఘం చంద్ర ముఖుడి సైనికులకు ఆకాశయుద్ధం నేర్పే నెపంతో ఎంతమంది సైనికులు ఉన్నారు.... వాళ్ళలో తెలివైనవాళ్ళు, బలవంతులు ఎంతమంది... ఆ కోటకు ఎన్ని తలుపులు ఉన్నాయి. రహస్యమార్గాలు ఎక్కడెక్కడ ఉన్నాయి వంటి వివరాలు అన్నీ ఎప్పటికప్పుడు వార్తాహరుల ద్వారా మయూరుడికి చేరవెయ్యసాగింది.

శత్రువుల బలాబలాల వివరాలు తెలుసుకున్న మయూరుడు తన మంత్రి అయిన దూరదర్శిని పిలిచి "ఇక ఆలస్యం చేసి లాభం లేదు. యుద్ధానికి మంచి ముహూర్తం నిర్ణయించండి" అంటూ చెప్పాడు.

అప్పుడు ఆ గ్రద్ద మంత్రి "ముహూర్తం పెట్టిస్తాను ప్రభూ! కానీ యుద్ధంలో ఆచరించాల్సిన ఉపాయాలు కొన్ని ఉన్నాయి. మనం అన్ని ప్రక్కల నుంచి కోటను చుట్టుముట్టాలి. కొంతమంది సైనికులు కోటమీద ఆకాశంలో తిరుగుతూ ఒక్క నీటిపక్షిని కూడా కోటనుంచి బయటకు పారిపోకుండా కాపలా కాయాలి. ముఖ్యంగా మన రాజ్యం వచ్చి ఏ మాత్రం భయం లేకుండా మన పక్షులతో యుద్ధం చేసిన దీర్ఘనాసికాన్ని మట్టుబెట్టాలి. ఆ తరువాత దండుగా కోటలోకి ప్రవేశించి అల్లకల్లోలం సృష్టించాలి.

మన సైనికులందరూ తెలివైనవాళ్ళు, ఉత్సాహవంతులు కనుక భయంలేదు. పైగా చంద్రముఖుడు తనకు అనువైన నివాసస్థలమైన సరస్సును వదిలి కోటలోకి చేరాడు. అతను నీళ్ళలోనే ఉన్నట్లుంటే మనకి అతన్ని జయించటం కష్టమయ్యేది. పైగా మనకి ఆ కోటకు సంబంధించిన వివరాలన్నీ తెలిశాయి. కనుక రేపే మనం చంద్రముఖుడి మీద దండయాత్రను చేద్దాం" అన్నాడు.

ఆ రాత్రికి పక్షులన్నీ పూర్తిగా విశ్రాంతి తీసుకుని మరునాడు యుద్ధానికి సిద్ధం కావాలని చెప్పి కొలువు చాలించాడు మయూరుడు.

మయూరుడి కొలువులో జరిగిన విషయం మొత్తం తెలుసుకుంది దీర్ఘనాసికం. వెంటనే ఆ విషయం చంద్రముఖుడికి, జ్ఞాననిధికి తెలియ జెయ్యటానికి కర్పూరదీపం బయలుదేరింది.

అదే సమయంలో చంద్రముఖుడి కొలువులో చేరిన కాలమేఘం ఇక తెలుసుకోవలసిన రహస్యాలు ఏవీ లేవనుకుని తమ దేశం ప్రయాణమై పోయింది.

చంద్రముఖుడి కోటలోని నీటి పక్షులన్నీ యుద్ధోత్సాహంతో ఎప్పుడెప్పుడు ఆకాశపక్షుల అంతు చూద్దామా అని ఆత్రంగా ఉన్నాయి. ఆ సమయంలో దీర్ఘనాసికం వచ్చి రాజుతో "మహారాజా! మయూరుడు రేపు మన మీదికి దండెత్తి రాబోతున్నాడు. అతని బలగం మనకంటే ఎక్కువ. పైగా బలవంతమైన గ్రద్దలు లెక్కకు మించి ఉన్నాయి. వీటిన్నిటికంటే ముఖ్యంగా మన బలం, బలగం, కోటలోని ఏర్పాట్లకు సంబంధించిన అన్ని వివరాలు వాళ్ళకి తెలిశాయి. అందుకే అతను విజయం తనదేనని నమ్మకంగా ఉన్నాడు" అని చెప్పింది.

అప్పుడే ఓ సారసపక్షి పరిగెత్తుకుంటూ వచ్చి "మహారాజా! కాలమేఘం కోటలో కనిపించటం లేదు" అని చెప్పింది. అప్పుడు నీటి పక్షులన్నిటికి కాలమేఘం తమని మోసం చేసిందని అర్థమైంది.

జ్ఞాననిధి కల్పించుకుని 'ఇప్పుడు కాలమేఘం మనల్ని మోసం చేసిందని నిందించుకుంటూ కూర్చునే కంటే మునుపటి కంటే రెట్టింపు ఆత్మవిశ్వాసంతో ఆ ఆకాశపక్షులతో తలపడి విజయమో వీరస్వర్గమో తేల్చుకుందాం" అంటూ తన గంభీరమైన మాటలతో ఆ నీటి పక్షులలో గూడు కట్టుకుంటున్న భయాన్ని పారద్రోలాడు.

వెంటనే ఆ పక్షులన్నీ ఉత్సాహంగా "చంద్రముఖ మహారాజుకి జై! జ్ఞాననిధి మంత్రికి జై" అంటూ జయజయధ్వానాలు చేస్తూ ఆకాశ పక్షులను ఎదుర్కొనటానికి ఒక్కసారిగా పైకి లేచి బయలుదేరాయి.

రెండు జాతుల పక్షులు ఎదురుపడ్డాయి. యుద్ధం మొదలైంది. కొన్ని వందల పక్షులు వీరమరణం పొందాయి. కొన్ని పక్షులు గాయాల పాలయినాయి. మరికొన్ని పక్షులు కళ్ళు పోగొట్టుకున్నాయి. ఇంకొన్ని కాళ్ళు, రెక్కలు పోగొట్టుకున్నాయి. యుద్ధరంగమంతా పక్షుల అరుపులతో, ఏడుపులతో భయంకరంగా ఉంది. చనిపోయిన పక్షుల శరీరాలతో ఆ ప్రదేశమంతా బీభత్సంగా అసహ్యంగా ఉంది.

చంద్రముఖుడు కోటలో ఉండి ఎప్పటికప్పుడు వేగులద్వారా యుద్ధవార్తలను తెలుసుకుంటున్నాడు. మయూరుడు మాత్రం దూరదర్శితో పాటు యుద్ధ ప్రదేశానికి కొద్దిదూరంలో ఉన్న పెద్ద మర్రి చెట్టు మీద మకాం వేసి ఆ యుద్ధాన్ని ప్రత్యక్షంగా చూస్తున్నాడు.

మయూరుడి భటుల కంటే చంద్రముఖుడి భటులే ఎక్కువగా నేల కూలుతున్నారు. ఈ విషయం వేగుల ద్వారా ఎప్పటికప్పుడు తెలుసుకున్న చంద్రముఖుడు తన మంత్రి అయిన సారసపక్షి జ్ఞాననిధితో కలిసి యుద్ధ తంత్రాలను ఎప్పటికప్పుడు రూపొందించి, యుద్ధరంగంలో ఉన్న నీటి పక్షులకు చేరవేయిస్తున్నాడు. అయినా మయూరుని సైన్యం ముందు చంద్రముఖుడి సైన్యం తలవంచక తప్పట్లేదు.

సాయంకాలం అయింది. సూర్యుడు పశ్చిమ దిశలోకి ఒదిగి పోతున్నాడు. సూర్యాస్తమయ సమయంలో యుద్ధం చెయ్యరాదన్నది యుద్ధనీతి. అందువల్ల రెండు పక్షాల వారు యుద్ధాన్ని విరమించారు.

రెండు పక్షాల వాళ్ళు తమ పక్షానికి కూడా నష్టం అంచనా వేసుకుంటున్నారు. మయూరుడి పక్షానికి కూడా నష్టం బాగానే జరిగింది.

ఆ విషయం తెలుసుకున్న కాలమేఘం రంగప్రవేశం చేసింది. చంద్రముఖుడి కోట మొత్తం తెలిసి ఉండటం చేత గుట్టు చప్పుడు కాకుండా కోటలోకి ప్రవేశించింది.

ఉదయం యుద్ధం చేసి అలసిపోయిన నీటి పక్షి సైనికులందరూ మంచి నిద్రలో ఉన్నారు.

కాలమేఘం అన్ని ద్వారాలూ బంధించి మంట పెట్టి కోట దాటి బయటకు వచ్చి ఆ విషయం మయూరుడికి తెలిపింది.

కోటలో మంచి నిద్రలో ఉన్న నీటిపక్షులు మంటల వేడికి తప్పించు కొనే దారిలేక ఆ మంటలలో కాలి చనిపోయాయి. ఆ మంటలలో ఉడికిన వాటి మాంసం వాసన చాలాదూరం వరకు వ్యాపించింది.

మర్నాడు ఉదయం చనిపోగా మిగిలిన చంద్రముఖుడి బలగం యుద్ధానికి బయలుదేరింది. ఈసారి వాటి సేనాని అయిన సారసుడు ముందుండి తన సైన్యానికి ధైర్యం కలిగించాడు. మళ్ళీ యుద్ధం మొదలైంది.

మయూరుడి సేనాని అయిన జగడం అనే కోడిపుంజు తన సైనికులను ఉత్సాహపరుస్తూ సరాసరి సారసుడి మీదకు దూసుకొచ్చి ఎగిరి అతని గుండెల మీద తంతూ ముక్కుతో అతని కళ్ళలో పొడిచింది.

సారసుడు బాధగా అరుస్తూ క్రిందపడిపోయాడు. అప్పుడు కాళ్ళతో సారసుడిని తొక్కి చంపేసింది.

సారసుడి మరణవార్త విన్న చంద్రముఖుడు యుద్ధ రంగంలోకి

జంట్లోక్యం

వచ్చి విరుచుకుపడ్డాడు. జగడాన్ని చంపి మరికొంతమంది సైనికులను చంపాడు.

అది చూసిన మయూరుడు కూడా యుద్ధరంగంలోకి వచ్చి దొరికిన శత్రుపక్షిని దొరికినట్లు చంపేస్తూ వచ్చి చంద్రముఖుడి మీద దాడి చేశాడు. నెమలి, హంసల మధ్య ముఖాముఖి యుద్ధం మొదలైంది.

మయూరుడి పరాక్రమం ముందు చంద్రముఖుడు ఎక్కువసేపు నిలబడలేకపోయాడు. అతని వళ్లంతా రక్తసిక్తమై పోయింది. పాల నురగ లాంటి తెల్లని ఆ హంసరాజు శరీరం మయూరుడు చేసిన గాయాల నుంచి కారిన రక్తంతో ఎర్రగా మారిపోయింది.

మయూరుడి చేతిలో ఓడిపోయిన హంసరాజు యుద్ధరంగం నుంచి వెన్నుచూపి పారిపోయి ప్రాణాలు దక్కించుకున్నాడు. విజయం సాధించిన మయూరుడు ఆనందంగా తన రాజ్యం వెళ్ళిపోయాడు.

మహాయోగ్యుడనే వాయసం యీ కథను ముగించి "ఈ కథలో అకారణంగా ఒకరిమీద ఒకరు కాలు దువ్వుకుని ఎంతో నష్టపోయింది చంద్రముఖుడు, మయూరుడు కానీ ఈ యుద్ధం వెనుక సమయం సందర్భం ఎరుగకుండా మాట్లాడిన దీర్ఘనాసికం అహంకారం వల్లనే యీ ఆకారణ యుద్ధం సంభవించి ఇరుపక్షాలూ నాశనమైపోయాయి" అన్నాడు.

"ఆc..... ఈ పనికిమాలిన కథలు విని యిలాంటికాకుల సలహాలు పాటిస్తే ఇక మనం దద్దమ్మలమైనట్లే" అని విసుక్కుందో యువకాకి. మహాయోగ్యుడు కావుకావు మని అరిచి హెచ్చరిస్తూ, "మూర్ఖులకు మంచిమాటలు, మంచి సలహాలు చెవికెక్కవు. అలాంటి వాళ్ళకి సలహాలు చెప్పటం వృధా ప్రయాస మాత్రమే కాదు; ఒక్కొక్కసారి ప్రాణాలకు ముప్పు కలుగవచ్చు. మూర్ఖులైన కోతిమూకకి ఓ సలహా ఇవ్వబోయి తన ప్రాణాలు పోగొట్టుకున్న పక్షి వైనం వినండి" అని ఆ కథ చెప్పసాగాడు.

మహాయోగ్యుడు అనే కాకి చెప్పిన పాలపిట్ట-కోతిమూక కథ

న దుర్జనైః సహసంసర్గః కర్తవ్యః (రా.సూ.అ-3; సూ.48)

'దుర్జనుల సహవాసం చెయ్యకూడదు.'

ఓ కొండ ప్రాంతంలో ఓ కోతుల గుంపు ఉండేది. అవి కొండ క్రిందనున్న గ్రామాలలోకి దండుగా వచ్చి దొరికినంత ఆహారం తిని మిగిలిన ఆహారాన్ని పట్టుకుపోయి కొండ ప్రాంతంలోని తమ స్థావరంలో దాచుకుని వచ్చినన్ని రోజులు తిని మళ్ళీ యథావిధిగా ఆహారం కోసం గ్రామాల మీద పడేవి.

ఆ కోతుల స్థావరం దగ్గరే ఉన్న ఓ మద్దిచెట్టుమీద ఓ పాలపిట్టల జంట కాపురం చేస్తుండేవి. రోజూ సాయంత్రం పూట ఆ కోతుల దండు చేసే వింత చేష్టలు ఆ పాలపిట్టల జంటకు వినోదం కలిగిస్తూ ఉండేది.

ఓ చలికాలం. సాయంత్రం పూట ఆ కోతులకి చలి కాగాలన్న ఆలోచన కలిగింది. వెంటనే చెట్లమీద ఎగురుతున్న మిణుగురు పురుగులను పట్టుకొచ్చి కుప్పగా పోసి వాటిచుట్టూ కూర్చున్నాయి ఆ వానరాలు.

మిణుగురు పురుగుల నుండి వెలుగు తప్ప వేడి రాకపోవటంతో వాటికి ఏం చెయ్యాలో అర్థంకాక బుర్రలు గోక్కోసాగాయి.

వాటి అవస్థ చూసి చెట్టుమీద పాలపిట్ట జంట నవ్వుకున్నాయి. ఆ జంటలోని మగపిట్ట "పాపం! అవి మంట ఎలా పుట్టించాలో తెలియక బాధపడుతున్నాయి. వాటికి వివరంగా చెప్పి వస్తాను" అంది.

అందుకు ఆడపిట్ట "వద్దు! అవి కోతులు. దుర్జనులు వాటికి విచక్షణా జ్ఞానం తక్కువ. వాటి మధ్యకు నువ్వు వెడితే నీకేదన్నా అపకారం తలపెడతాయి" అంది భయంగా.

"ఫర్వాలేదులే! అవి మరీ అంత మూర్ఖమైనవి కావు" అంటూ ఆ పాలపిట్ట రివ్వుమంటూ చెట్టుమీద నుంచి ఎగిరి ఆ కోతుల గుంపు మధ్యలో వాలింది.

తమ మధ్యలో వాలిన ఆ పాలపిట్ట వంక గుర్రుగా చూశాయి గుంపులోనికోతులు.

పాలపిట్ట అది పట్టించుకోకుండా "మిత్రులారా! ఇవి మిణుగురు పురుగులు. వీటివల్ల కొంచెం వెలుగు వస్తుంది కానీ వేడి రాదు. మీరు చలికాగాలంటే వెళ్ళి ఎండుకట్టెలు తెచ్చుకుని వాటిని చెకుముకిరాయితో రాజేసి వచ్చే నిప్పుతో అంటించండి. అపుడు మంట వచ్చి చలి తీరుతుంది" అని చెప్పింది.

కోతులకి తమకి సలహా ఇవ్వటానికి పాలపిట్ట వచ్చిందని కోపం వచ్చింది.

"ఇంతలేవు నువ్వు మాకు సలహా యిస్తావా?" అంటూ ఆ పిట్టను పట్టుకుని పుటుక్కుమంటూ మెడను విరిచి చంపేశాయి.

ఆ పాలపిట్టజంటలోని ఆడపిట్ట "దుర్జనులకి సలహా యివ్వటం మంచిది కాదని చెప్పినా వినకుండా ప్రాణాలు పోగొట్టుకున్న" తన మగపిట్ట కోసం ఏడుస్తూ అక్కడినుంచి ఎగిరిపోయింది.

మహాయోగ్యుడు యీ కథ చెప్పి "అందుచేత ఎవరికైనా ఏదైనా సలహా యిచ్చేముందు అది ఉచితమా కాదా అని ఆలోచించాలి. అలాగే ఏదైనా సలహా విన్నప్పుడు అది యోగ్యమైనదా కాదా అని విచారించాలి. లేకపోతే తుంటరుల సలహా విని మోసపోయిన పండితుని వలె విచారించ వల్సి వస్తుంది" అన్నాడు.

"ఎవరా పండితుడు? ఏమాకథ?" అడిగాడు వాయసరాజు జ్ఞాన వంతుడు.

మహాయోగ్యుడు అనుకాకి చెప్పిన తుంటరులు - మోసపోయిన పండితుని కథ

విపశ్చిత్స్వపి సులభాదోషాః (రా.సూ.అ-3; సూ.4)

'మహాపండితులలో కూడా కొన్ని లోపాలు ఉండవచ్చు.'

ఒక గ్రామములో ఒక బ్రాహ్మణ పండితుడు ఉండేవాడు. అతడు చుట్టుప్రక్కల గ్రామాలకు పోయి పూజా పునస్కారాలు నిర్వహించి వారు ఇచ్చే తృణమో పణమో తీసుకుని ఇంటికి వస్తుండేవాడు.

ఒకనాడు ఒక గ్రామమునందు దంపతులొకరు ఈ పండితునికి దక్షిణగా ఒక మేకను ఇచ్చారు.

"ఆహా! నాకు ఎన్ని రోజుల నుండో మేకపాలు తాగాలని ఉంది. ఇన్నాళ్ళకు నా కోరిక తీరింది" అనుకుని మహాదానంద పడుతూ దానిని తీసుకుని రాసాగాడు ఆ బ్రాహ్మణుడు.

మేకను తీసుకువస్తున్న ఆ పండితుని ముగ్గురు తుంటరిగాళ్ళు చూసారు. అతని వేషధారణ చూసి వారిలోని ఒక తుంటరి "ఒరేయ్ ఈయన్ని చూస్తుంటే తిక్క బ్రాహ్మణుడిలా కనిపిస్తున్నాడు. ఈయనని ఒక ఆట ఆడించి ఆ మేకను మన సొంతం చేసుకుందాం. దానితో ఈ రోజు హాయిగా భోజనం చేయవచ్చు. మనమందరం ఒక్కొక్కరిగా ఈయనకి ఎదురుపడి వెర్రివెంగళాయిని చేద్దాము" అన్నాడు.

వారు అనుకున్నట్లుగానే ఆ తుంటరులలో మొదటివాడు పండితునికి ఎదురువచ్చి నవ్వుతూ "ఏంటి స్వామి! బ్రాహ్మణులైన మీరు కుక్కను తీసుకుపోతున్నారు" అంటూ ముందుకు వెళ్ళిపోయినాడు నవ్వుకుంటూ, పండితుడికి కొంచెం అనుమానం కలిగింది. తన చేతిలో వున్న మేకను గమనించి అది మేకే అని నిశ్చయించుకున్నాడు.

"వాడికి కంటిదోషం కాబోలు" అనుకుంటూ నడవసాగాడు ఆ బ్రాహ్మణుడు.

కొద్దిదూరంలో రెండో తుంటరి ఎదురుపడి "ఆహా! చచ్చిన దూడను ఈడ్చుకు పోతున్నారు పూడ్చి పెట్టడానికేనా? మీదెంత మంచి హృదయము చచ్చిన జీవాలను కూడా పూడుస్తున్నారే" అన్నాడు.

"ఇది చచ్చిన దూడ కాదు మేక" అని చెప్పి కోపంతో ముందుకు పోసాగాడు ఆ బ్రాహ్మణుడు.

ఇంతలో మూడోవాడు ఎదురొచ్చి "మహాశయా! గాడిదను మీతో తీసుకుపోతున్నారేంటి? మీవంటి పండితులకు, సద్బ్రాహ్మణులకు ఇది తగునా?" అంటూ నవ్వుతూ వెళ్ళిపోయాడు.

ఈ ముగ్గురి మాటలు విన్న బ్రాహ్మణుడు "ఏమిటి, వీరిలా అంటున్నారు? కొంపదీసి ఈ మేక రూపాలు మార్చుకునే దెయ్యం కాదు కదా!" అని భయంతో దాన్ని అక్కడే వదిలేసి పరుగు లంకించుకున్నాడు.

తరువాత ఆ తుంటరులు ఆ మేకను తమ సొంతం చేసుకున్నారు.

గురుభక్తి

ఈ వృత్తాంతాన్ని చెప్పి మహాయోగ్యుడు "కాబట్టి రాజా! బలవంతుడు, తెలివైనవాడిని మోసంతో జయించాలి" అన్నాడు.

మహాయోగ్యుని మాటలు కొన్ని కాకులకి రుచించలేదు. కాని పెద్దవాడు కనుక ఏమి అనలేక ఊరుకున్నాయి.

అపుడు జ్ఞానవంతుడు వారిని చూసి వారి భావాలను గ్రహించినవాడై "వాయసోత్తములారా! మీ మనసుల్లో ఏముందో నాకు తెలుసు. కానీ మహాయోగ్యుడు బుద్ధిలో మనందరికన్నా ఎంతో ఉన్నతుడు. మన క్షేమం కోసమే ఆయన ఇలా అంటున్నాడు. కానీ రాజుముందు పరాయి రాజును పొగిడినవాడు ఎంతకైనా తెగించగలడు. కాబట్టి మీరు వెళ్ళండి. నేను ఈ మహాయోగ్యునికి తగిన శిక్ష విధించి వస్తాను. మీరు పదండి" అంటూ వాటిని అక్కడినుండి పంపించివేసి మహాయోగ్యునితో "అయితే ఏం చేయమంటారో సెలవీయండి" అన్నాడు.

మహాయోగ్యుడు రాజు సూక్ష్మబుద్ధిని మెచ్చుకొని "రాజా! పరిస్థితి ఏమిటో మీరు అర్థం చేసుకున్నారు. కాని మిగిలిన వాయసములు అర్థం చేసుకోలేదు. అవి ఇప్పుడు ఆవేశంతో ఉన్నాయి. ఆవేశంలో ఉన్నవారు ఏం చెప్పినా అర్థం చేసుకోలేరనీ చక్కగా ఆలోచించి వాటిని ఇక్కడినుండి పంపించి వేశారు. 'ఉత్తములైన రాజులు తమ ప్రజలకు అపాయం కలుగకూడదనీ ఏదైతే చేస్తారో' అదే మీరూ చేశారు. ఇక ఇప్పుడు నేను చెప్పేది వినండి. మీరందరూ ఇక్కడినుండి వెళ్ళి దూరంగా ఉన్న కొండల్లో తలదాచుకోండి. నేను మిగతా కథను నడిపి వస్తాను" అన్నాడు.

అందుకు అంగీకరించిన జ్ఞానవంతుడు తన వారి దగ్గరకు పోయి "ఆ ద్రోహి మహాయోగ్యుడిని చంపేశాను. ఇక మనం ఇక్కడ ఉండవద్దు" అని అప్పటికప్పుడు ఆ ప్రదేశాన్ని ఖాళీ చేసి దూరంగా ఉన్న కొండలలోకి

తన వారందరితో సహా వెళ్ళిపోయాడు. ఆ తరువాత మహాయోగ్యుడు కొద్దిసేపు అక్కడే సమయాన్ని గడిపి సాయంత్రం అవుతుండగా కొన ఊపిరితో ఉన్నవాడివలె చెట్టుకిందపడి కొట్టుకోసాగినాడు.

చీకటిపడగానే మహావీరుడు తన పరివారాన్ని వెంటదీసుకుని ఆవేశంగా వాయసములున్న చోటుకు వచ్చాడు. అక్కడ ఒక్క వాయసము కూడా కానరాక పోగా క్రింద పడి గిలగిల తన్నుకుంటున్న మహాయోగ్యుడు కనిపించాడు.

దానిని చూసిన మహావీరుడు "ఎవరు నువ్వు? నీ తోటి వాయసములు నిన్ను ఈ స్థితిలో వదిలి వెళ్ళిపోవుడానికి కారణమేమి?" అని అడిగాడు.

"ఎవరూ! తమరా గుడ్లగూబ మహారాజా! మీకు నా నమస్కారములు శత్రువునని తెలిసి కూడా ప్రాణం పోతున్నదన్న జాలితో నా వద్దకు వచ్చిన మీ సహృదయతకు జోహార్లు. నన్ను మహాయోగ్యుడు అంటారు. నేను మా వాయసములన్నింటికి కులగురువును. నిన్న మాలోని వాయసము

ఒకటి చేసిన నిర్వాకము నాకు తెలిసి మా మహారాజు జ్ఞానవంతునితో విషయమంతా చెప్పాను.

"అప్పుడతడు మన వాయసము చేసిన దానిలో తప్పేముంది? అయినా ఆ గుడ్డివాడు, ఆ గుడ్లగూబ మనకు సార్వభౌముడేంటి?" అన్నాడు. అప్పుడు 'నేను "రాజా! ఇలా అనడం మీకు క్షేమము కాదు. మహావీరునికి ఈ విషయము తెలిస్తే మనలను ప్రాణాలతో వదలడు. తక్షణమే మనందరం పోయి ఆయనకు క్షమాపణ చెప్పుకొని మన సార్వభౌమునిగా అంగీకరిద్దా' మన్నాను.

"అప్పుడతడు 'ఏమిటిః! ఆ క్రూరుడిని పక్షిజాతికి సార్వభౌమునిగా మేము అంగీకరించాలా? ఆ కురూపి మా వద్ద సేవకునిగా కూడా పనికిరాడు" అని నానా మాటలు అని మీ తరుపున మాట్లాడినందుకు గాను తన సేనలతో నా ప్రాణాలు పోయేట్లు దండింపజేసాడు. తరువాత ఇక్కడ ఉంటే మీ వల్ల ప్రమాదమని అందరితో కలిసి పలాయనం చిత్తగించాడు" అంటూ ఎంతో బాధను నటించసాగాడు మహాయోగ్యుడు.

ఆ వాయసం మాటలు నమ్మిన మహావీరుడు ఎంతో జాలితో అతడిని రక్షించుదామన్నాడు దీప్తునితో.

అప్పుడు "ప్రభూ! ఇతడు ప్రాణాపాయ స్థితిలో ఉన్నాడు, కాదనను. కాని బ్రాహ్మణుడు ఎంత వేడుకున్నా తన అండకు చేర్చుకోని సర్పము వలె మీరిప్పుడు ప్రవర్తించాలి" అన్నాడు దీప్తుడు.

"ఎవరా సర్పము! ఏమా కథ?" అడిగాడు మహావీరుడు.

దీప్తుడు చెప్పిన
బ్రాహ్మణుడు-సర్పము కథ

దురనుబన్ధం కార్యం నా రభేత (రా.సూ.అ-2; సూ.14)
'చెడుగా పరిణమించే కార్యాన్ని ప్రారంభించకూడదు.'

ఒక గ్రామములో శివయ్య అనే బ్రాహ్మణుడు ఉండేవాడు. సదాచారవంతుడైన అతడు అనునిత్యము తన ఇంటి వద్దనున్న పుట్టలోని సర్పానికి పాలు పోస్తుండేవాడు.

కడు బీదయైన అతడిని చూసిన ఆ సర్పము జాలిపడి అతడు పాలు పోసిన ప్రతిరోజూ ఒక మణిని అనుగ్రహించసాగింది. దానితో అతని దరిద్ర్యము తీరి సకల సంపదలతో జీవించసాగాడు. ఈ సంగతి ఎవరికీ తెలియదు. అందరు అతడికి ఏదో నిధి దొరికింది అనుకున్నారు.

ఒకనాడు శివయ్య వేరే ఊరుకు వెళుతూ తన పుత్రుడిని పిలిచి "కుమారా! నేను కొద్దిరోజులు ఇంట్లో వుండను కనుక నీవు మన ఇంటి సమీపములో ఉన్న సర్పానికి పాలు పోయ్యి. అది ఒక మణినిస్తుంది. దానిని మూడోకంటికి తెలియకుండా ఇంట్లో భద్రపరచు" అని చెప్పి వెళ్ళిపోయాడు.

ఆ విషయం తెలుసుకున్న శివయ్య పుత్రుడు "ఆ పాము వలన మాకు ఇంత సంపద వచ్చినదన్నమాట! అయితే ఆ పాము పుట్టలో రత్నాలగని ఉండి ఉంటుంది" అనుకుని గ్రామస్థులందరిని పిలిచి ఆ సంగతి చెప్పాడు.

గ్రామస్తులు దురాశాపరులై ఆ పుట్టను త్రవ్వుతుండగా దానిలో ఉంటున్న పాము బయటకు వచ్చి కనబడకుండా మాయమయి పోయింది.

గ్రామస్తులు ఆ పుట్టను పూర్తిగా త్రవ్వేశారు. కాని వారికి ఏమీ దొరకలేదు. కొద్దిరోజుల తర్వాత తిరిగి వచ్చిన శివయ్య పుట్ట త్రవ్వి ఉండటం చూసి కుమారుని ద్వారా విషయం తెలుసుకుని దుఃఖిస్తూ ఆ పాముకై వెతకసాగాడు. అపుడు ఆ సర్పము మరొక పుట్టనందు శివయ్యకు కన బడింది.

దానిని చూస్తూనే శివయ్య "ఓ మహాసర్పమా! నా వల్ల అపచారం జరిగింది. నీవు మా ఇంటికి వస్తే నీకు మరో పుట్టను నిర్మిస్తాను. నీవు అందులో ఉండవచ్చు" అన్నాడు.

అందులకు ఆ సర్పము "శివయ్యా! నీ కుమారుని వల్ల నా ప్రాణాలకు ఆపద కలిగింది. ఇక నీ ఆహ్వానాన్ని మన్నించి మళ్ళీ నీ ఇంటికి రాను. నీకు ఆఖరిమాటగా ఇది చెబుదామనే ఇంకా ఇక్కడ వున్నాను. ఇక్కడి నుండి శాశ్వతంగా వెళ్ళిపోతున్నాను" అంటూ అక్కడ్నించి వెళ్ళిపోయింది.

కథ చెప్పడం ముగించిన దీప్తుని మాటకు మరో మంత్రయిన మేఘుడు నవ్వి "మహారాజా! శరణు కోరిన వారిని చంపటం ధర్మం కాదు. పూర్వం ఒక పావురాల జంట తమ ఉదాత్తమయిన గుణముతో ఒక బోయవాడిని రక్షించాయి" అన్నాడు.

"ఎవరా పావురాలు? ఏమా కథ?" అడిగాడు మహావీరుడు.

మేఘుడనే వాయసమంత్రి చెప్పిన
బోయవాడు-పావురాల జంట కథ

శత్రోరపి న పాతనీయా వృత్తిః (రా.సూ.అ-6; సూ-80)
'శత్రువైనా వాడి కడుపు కొట్టకూడదు.'

ఒక అడవిలో హాయిగా నివసిస్తున్న రెండు పావురాలు ఒకనాడు తుఫాను వచ్చే సూచన కనబడడంతో తమ పిల్లలను గూటిలోనే ఉంచి ఆహారము కోసం వెళ్ళాయి.

మగపావురం ఆహారాన్ని సంపాదించుకుని తిరిగి వచ్చింది. కాని ఆడపావురం ఇంకా గూటికి చేరలేదు.

ఇంతలో తుఫాను మొదలైంది. మగపావురానికి ఆడపావురం జాడ తెలియక ఎక్కడలేని అందోళనతో 'ఈ తుఫానులో ఎక్కడ ఉండిపోయిందో ఏమిటో" అనుకుంటూ వ్యాకుల పడుతూండగా ఆ తుఫానులో ఎక్కడ నించో తడుస్తూ ఒక బోయవాడు చెట్టుకిందకు వచ్చి నిలుచున్నాడు.

ఆ బోయవాడే ఆడపావురాన్ని పట్టుకున్నాడు. తన చెట్టుకిందకే బోయవాడు వచ్చి చేరటాన్ని అది గమనించింది.

ఇంతలో వర్షంతో పాటు చలిగాలి వీచసాగింది. ఆ వేటగాడు ఆ గాలికి గజగజ వణకసాగాడు.

బోయవాడి అవస్థను చూసిన ఆడపావురం తన భర్తకు వినబడేట్లుగా "నాథా! నేను ఈ బోయవాడి వలలో చిక్కుకున్నాను. పాపం ఇతడు చలితో వణుకుతున్నాడు. మన వద్ద నున్న ఎండుపుల్లలను కాసిని తెచ్చి ఇతడికి చలిమంట వేయి" అన్నది.

మగపావురం ఆ మాటలు విని అలాగే చేసింది. ఈ చర్యకు ఆ వేటగాడు ఎంతో ఆశ్చర్యపోయాడు. కొద్దిసేపటికి వాడికి తెగ ఆకలి వేయసాగింది. వాడు ఆ మాటలనే పైకి అనుకున్నాడు.

వాడి మాటలు విన్న మగపావురం "ఓ బోయవాడా! నేను ఈ మంటలలో దూకుతాను. నేను కాలిన తరువాత నన్ను తిను" అని మంటల్లోకి దూకింది.

ఈ చర్యతో బోయవాడు ఎంతో దుఃఖితుడై , "అయ్యో ! మనిషినై వుండి ఏనాడూ ఇతరులకు ఉపయోగపడకపోగా క్రూరుడినై పక్షులను వేటాడి నిర్ధాక్షిణ్యంగా వాటి ప్రాణాలు తీసేవాడిని. ఈ పక్షులకున్న త్యాగ

గుణంలో నాకు ఇసుమంతైనా ఉంటే బాగుండేది. ఇకపై ఇటువంటి నీచపు పని చేయకూడదు" అంటూ తను పట్టుకున్న ఆడపావురాన్ని వదిలివేసాడు.

అయితే తన భర్తలేని జీవితం తనకు వద్దనుకున్న ఆ ఆడపావురం 'తనను కూడా తిన' మంటూ భర్త దూకిన మంటలోనే దూకి ప్రాణాలు కోల్పోయింది.

మేఘుడు చెప్పిన యీ కథను విన్న శౌర్యుడు అను మరో వాయస మంత్రి "అవును! మహారాజా! మేఘుడు చెప్పిన మాట నిక్కము. మీకొక కథ చెబుతాను. విరోధపడిన ఇద్దరి మిత్రుల వలన ఎంతటి ఉపయోగము ఉంటుందో తెలుస్తుంది" అంటూ ఇలా చెప్పసాగాడు.

శౌర్యుడు అనే వాయసమంత్రి చెప్పిన
దొంగ-బ్రహ్మరాక్షసుడు -బ్రాహ్మణుడి కథ

కాలవిత్ కార్యం సాధయేత్. (రా.సూ.అ-2; సూ-15)

'సమయా సమయాలు తెల్సినవాడు కార్యాన్ని సాధించగలుగుతాడు.'

ఒక అడవికి అతి సమీపంలో ఒక బ్రాహ్మణుడు నివాసం ఏర్పరచుకుని జీవిస్తున్నాడు. అక్కడికి కొంత దూరంలో ఒక బ్రహ్మరాక్షసుడు ఉన్నాడు. వీడు ఒకనాడు బ్రాహ్మణుని చూసి 'ఆహా! ఎంత నిగనిగ లాడుతున్నాడో ... వీడిని చూస్తే నాకు నోరూరుతోంది' అనుకుని ఆ రాత్రికి బ్రాహ్మణుని తిందామనుకుని అతడి ఇంటికి దాపున నక్కి కూర్చున్నాడు.

ఆ సమయంలోనే ఒక దొంగ కూడా ఆ ఇంటికి వచ్చి బ్రహ్మ రాక్షసుని చూచి భయంతో అరవబోయాడు.

బ్రహ్మరాక్షసుడు ఆ దొంగ నోటిని తన చేతితో మూసి 'భయపడకు' అన్నట్లు సైగ చేశాడు.

అప్పుడు కొద్దిగా శాంతించిన ఆ దొంగ "నీవెందుకు ఇక్కడకు వచ్చావు?" అన్నాడు.

"ఏముంది! అడవికి వచ్చే నాథుడే కరువైపోయాడు. నరమాంసం తిని చాలారోజులు అయింది. ఇన్నాళ్ళకు ఈ అడవి సమీపంలో ఈ బ్రాహ్మణుడు నివాసమేర్పరచుకున్నాడు. వాడిని చూడగానే నా నోరూరి మింగేద్దామని వచ్చాను. మరి నీవెందుకొచ్చావు?" అన్నాడు.

"ఊరిలో దొంగతనాలు ఎక్కువ కావడం వలన అందరూ నిద్రపోక ఒక కంట కనిపెడుతూనే ఉన్నారు. వారి చేతికి చిక్కి తన్నులు తినడం ఎందుకని ఊరికి దూరమైనా ఇక్కడ యితే నన్నెవరగా పట్టుకోలేదని ఈ ఇంటికి కన్నం వేయడానికొచ్చాను" అన్నాడు.

"అయితే ఈ క్షణం నుండి మనిద్దరం మిత్రులం" అని "సరే! అయితే ముందుగా నేను పోతాను" అన్నాడు రాక్షసుడు.

"అబ్బా! ఆశ, నీవు ఆ బ్రాహ్మణుడిని మింగిన తరువాత నన్ను కూడా మింగవని ఏమిటి నమ్మకం? కాబట్టి ముందు నేను పోయి ఇంటిలో ఉన్న సంపదను దోచుకుని పోతాను. తరువాత నీ పని నువ్వు చేసుకో" అన్నాడు దొంగ.

ఇలా వారి మధ్య వాదం పెరిగి పెద్ద తగవుగా మారింది. వీరి గొడవకు మెలుకువ వచ్చిన బ్రాహ్మణుడు బయటకు వచ్చి చూస్తే భయంకరాకారంతో ఉన్న రాక్షసుడు వాడికి దగ్గరగా ఒంటికి నల్లరంగు రాసుకున్న చోరుడు కనబడ్డారు. అంతే.

అతడు పరిగెత్తుకుంటూ ఇంట్లోకి పోయి అందర్నీ లేపి సందడి చేస్తూ ఆంజనేయదండకం చదవసాగాడు.

అందరూ నిద్రలేచారన్న భయంతో దొంగ పారిపోగా, ఆంజనేయుడి పేరు విని బ్రహ్మరాక్షసుడు అక్కడి నుండి మాయమయినాడు. ఇలా వారిద్దరి తగువు బ్రాహ్మణునికి మేలు చేసింది.

"కాబట్టి మహారాజా వీడికి ఆశ్రయం ఇస్తే మనకే లాభం" అన్నాడు శౌర్యుడు.

అప్పుడు వర్ణుడు అనే వాయసం "శౌర్యుడు చెప్పినది నిజమే! పూర్వము ఇటువంటి ఒక విరోధం ద్వారా ఒక రాకుమారి లాభపడింది" అన్నాడు.

"ఎవరా రాకుమారి? ఏమాకథ?" అడిగాడు మహావీరుడు.

వర్ణుడు అనే వాయసం చెప్పిన
రెండుపాములు - రాకుమారి కథ

సర్వాశ్చ సంపదః సర్వోపాయేన పరిగృహ్ణీయాత్

(రా.సూ.అ-2; సూ-2?)

'అన్ని ఉపాయాలూ ప్రయోగించి అన్ని సంపదలూ సమకూర్చుకోవాలి.'

అవంతిపురము చక్రవర్తికి లేక లేక పుత్రుడొకడు కలిగాడు. కాని ఆ పుత్రుడు ఎంత తిన్ననూ ఎప్పుడు పుల్లవలె ఉండేవాడు. కాని కడుపు మాత్రం బానవలె కనిపించేది.

ఆ రాజదంపతులు ఒక మునీశ్వరునికి తమ పుత్రుని చూపించి విషయం చెప్పగా ఆయన తన దివ్యదృష్టితో విషయం అంతా తెలుసుకుని "రాజా! నీ పుత్రుని కడుపులో ఒక పాము నివాసం ఏర్పరచుకున్నది. ఇతడికి ఒక తెలివైన రాకుమార్తెను ఇచ్చి పెండ్లి చేయండి, ఈ సమస్యను ఆమె తీర్చుతుంది" అని తెలిపాడు. ఆ విధంగానే రాకుమారుడి వివాహాన్ని జయంతి అనే యోగ్యురాలు, బుద్ధిమంతురాలు కిచ్చి జరిపించారు.

కొన్ని రోజుల తరువాత జయంతి తన భర్తను తీసుకుని తీర్థయాత్రలకు వెళ్ళింది. అలా వెడుతూ మార్గమధ్యంలో వాళ్లు ఒక చెట్టు క్రింద విశ్రాంతి తీసుకున్నారు.

అక్కడికి కొద్ది దూరంలో ఒక పుట్ట ఉన్నది. రాకుమారుడు నిద్రపోవడంతో కడుపులోని పాము బయటకు వచ్చి పుట్టలోని పాముతో సంభాషించసాగింది.

పుట్టలోని పాము "ఆహో, అదృష్టమంటే నీదే కదే. హాయిగా

రాకుమారుని కడుపులో తలదాచుకుని అతడు తిన్న ఆహారాన్నంతా నువ్వు మెక్కేస్తున్నావు” అంది.

దానికి కడుపులోని పాము “నా మీద ఎందుకు కుళ్ళుతో చస్తావు? నీ పుట్టలో ఎన్నో లంకెల బిందెలు ఉన్నాయి కాబట్టి నాకంటే నువ్వే అదృష్ట వంతురాలివి” అంది ఉక్రోషంగా.

అప్పుడు పుట్టలోని పాము బుస్‌మని బుసకొట్టి “నేనేం కుళ్ళుతో చావనులే కాని నువ్వు మాత్రం కషాయం పోస్తే చస్తావు. జాగ్రత్త” అంది ఉడుక్కుంటూ.

దానికి కడుపులోని పాము బుస్సుమని “నేను కషాయం పోస్తే చస్తాను. మరి నీవు సలసలా కాగే నీళ్ళు మీద పోస్తే చస్తావు. నువ్వూ జాగ్రత్త” అంది.

ఈ సంభాషణంతా జయంతి విన్నది. అంతే వెంటనే అన్ని మూలికలను కలిపి కషాయం చేసి భర్తచేత తాగించింది. తరువాత బిందెడు నీళ్ళు కాగబెట్టి ఆ పాము పుట్టలో పోసింది.

దానితో పుట్టలో ఉన్న పాము చనిపోయి లోపలున్న బంగారు లంకెబిందెలు దొరికాయి, రాకుమారుడి కడుపులో ఉన్న పాము కషాయం ఘాటుకి చనిపోయింది.

“కాబట్టి ప్రభూ! ఏ విధంగా చూసిన మనం ఈ మహాయోగ్యునికి ఆశ్రయం ఇవ్వటం మంచిదనే నా ఉద్ధేశ్యం” అన్నాడు వర్ణుడు.

మంత్రుల మాటలు విన్న మహావీరుడు “సరే! మీరు చెప్పినట్లే చేద్దాం” అంటూ మహాయోగ్యుడిని తమ నివాసానికి తీసుకుపోయి అక్కడ దానికి సకల సదుపాయాలు కల్పించి వైద్యులను రప్పించి తగిన వైద్యాన్ని చేయించసాగాడు. కాని ఇదంతా దీప్తునికి నచ్చలేదు.

పంచతంత్రం **231**

ఒకనాడు అది మహాయోగ్యుని వద్దకు పోగా దానిని చూసి "దీప్తా! మీ ఋణమును ఈ జన్మలో తీర్చుకోలేను. మరల జన్మ అంటూ ఉంటే మీలో ఒక గూబనై జన్మించి మీకు దాసునిగా జీవిస్తాను" అన్నాడు మహాయోగ్యుడు.

దాని మాటలు విన్న దీప్తుడు ఎగతాళిగా నవ్వి, నీవు తేనె పూసిన కత్తివి. ఆ సంగతి మా రాజు గ్రహించలేకున్నాడు. కాని నాకు తెలుసు. నీవంటి నీచవాయసములు మా వలె జన్మించినా మా గుడ్లగూబల బుద్దులు రావు. మూషికము కన్యగా మారినంత మాత్రానా దాని పూర్వపు బుద్దులు పోయాయా? నీవు కూడా అటువంటి వాడవే" అన్నాడు గుడ్లగూబ.

"ఎవరా మూషికం? ఏమిటా కథ?" అడిగాడు మహాయోగ్యుడు.

దీప్తుడు అను గుడ్లగూబ చెప్పిన
మానవకన్యగా మారిన ఎలుక కథ

జ్ఞానవతామపి దైవమానుషదోషాత్ కార్యాణి దుష్యన్తి

(రా.సూ.అ–2; సూ–30)

'ఎంత తెలివైన వాళ్లయినా, దైవదోషం చేత, మానవ దోషంచేత కార్యాలు చెడి పోతుంటాయి.'

ఒక కలుగులో ఎలుక ఒకటి జీవిస్తుండేది. దానిని ప్రతిరోజూ ఒక పిల్లి గమనిస్తూ అవకాశం కోసం ఎదురుచూడసాగింది.

ఒకనాడు ఈ ఎలుక ఏమరుపాటుగా ఉండి పిల్లిని గమనించక తన ఆహారం కోసం అడవంతా తిరుగుతుండగా హఠాత్తుగా పిల్లి దానికి ఎదురుపడింది. అంతే.

పిల్లిభయంతో అడివంతా పరుగెడుతూ అక్కడ ఆశ్రమం నిర్మించు కుని జీవిస్తున్న ముని దగ్గరకు పోయి శరణు వేడింది ఆ ఎలుక.

"నీవు ఇలా జంతువుగా ఉంటే పిల్లి కాకపోతే మరొకటి నిన్ను భక్షించాలని చూస్తుంది" అని దానిని అందమైన కన్యగా మార్చి వేసాడు. ఆ ముని తరువాత ఆ కన్య తన దగ్గర ఉండటం మంచిది కాదని తలచి సూర్యుని దగ్గరకు తీసుకుపోయి ఆమెను వివాహం చేసుకోమన్నాడు.

కాని ఆ కన్య "సూర్యుని వేడిని నేను భరించలేను" అన్నది.

ముని ఆమెని మేఘము దగ్గరకు తీసుకువెళ్ళి "పోనీ ఇతడిని వివాహం చేసుకో" అన్నాడు.

"అబ్బా! ఇంత నల్లటి వాడిని నా వంటిది పెండ్లాడటం ఎలా?" అన్నది ఆ కన్య వగలు పోతూ.

అపుడు గాలి దేవుని వద్దకు ఆ కన్యని తీసుకుపోయాడు ముని.

"ఊహూ! ఇతడికి ఒక స్థిరనివాసం ఉండదు. ఇతడిని పెండ్లాడి నేను కష్టాలు కోరి తెచ్చుకోను" అన్నది.

"అయితే పర్వతుడిని పెండ్లిచేసుకో. అతడయితే స్థిరవంతు" డన్నాడు ముని.

"నావంటి సుకుమారిని ఈ కొండని చేసుకోమనుటం మీకు న్యాయమా?" అని వాపోయినది ఆమె.

అప్పుడు ఆ పర్వతము 'అమ్మాయీ ! ఈ మునికి శ్రమనివ్వడం ఎందుకు? నీవు ఎవరిని చేసుకుంటావో ఈ మునికి చెప్పు అతడి కిచ్చి చేస్తాడు" అన్నాడు.

ముని కూడా ఆమెకు ఇష్టమైనవాడినే పెండ్లి చేస్తానన్నాడు.

అప్పుడు ఆ కొండను తవ్వుతున్న ఎలుక కానవచ్చింది ఆమెకు.

"నేను ఈ ఎలుకని వివాహం చేసుకుంటాను. ఇంతటి కఠిన పాషాణాన్ని తవ్వుతున్నాడంటే ఇతడు ఎంత గొప్పవాడో" అన్నది.

అపుడు ముని విసిగిపోయి "మూర్ఖులారా! కన్యగా మారినా నీ బుద్ధి పోనిచ్చుకున్నావు కాదు" అంటూ ఆమెను ఆ మూషికమునకు ఇచ్చి వివాహం చేశాడు.

ఆ కథ విని కావ్‌కావ్‌మంటూ దీప్తుడిని అభినందించాడు మహా యోగ్యుడు.

'ఈ దీప్తుడు రాజనీతిలో ఘటికుడు' అని మహాయోగ్యుడు మనసులో ఎంతో మెచ్చుకుని, తన కార్యము నెరవేరాలంటే "లోపల ఉండే కంటే గుహ వెలుపల ఉంటే మంచిదని" నిర్ణయించుకుని మహావీరుడిని కలుసుకుని "ప్రాణదాతా వందనాలు! నాకు కొద్దిగా ఉపశమించింది కనుక నాకు ద్రోహము తల పెట్టిన వానిపై పగ తీర్చుకోవాలనుకుంటున్నాను. కాబట్టి నా నివాసమును మీ కోట బురుజుపై ఏర్పాటు చేయండి. అలా అయితే ఆ

దుష్ట వాయసముల రాకపోకలు నేను కనిబెడతాను. మీకూ నాకూ ఉమ్మడి శత్రువులయిన వాటి జాడను మీకు చేరవేస్తాను" అన్నాడు ఎంతో నమ్మకంగా.

అతనియందు మహావీరునికి అప్పటికే ఎంతో నమ్మకం కలుగుట "మహాయోగ్యా! నీవు ఎక్కడ కావాలనుకుంటే అక్కడే ఉండవచ్చు. కాని త్వరలోనే ఆ వాయసముల జాడను నీవు తెలుసుకోవాలి" అంటూ తన మంత్రులను పిలిచి కోట బురుజుపై మహాయోగ్యుడు ఉండుటకు ఏర్పాట్లు చేయమని ఆదేశించాడు.

ఇదంతా చూస్తున్న దీప్తుడు "అయ్యో మిత్రులారా! మన ప్రభువు ఎంతో తెలివైనవాడు అని ఇన్ని రోజులు భావించాను. కాని ఇంత మూర్ఖుడనుకోలేదు. శత్రువును నమ్మరాదు అన్న రాజనీతిని విస్మరించాడు. ఇక మనకు ఏ ఆపద కలుగబోతోందో! మన ప్రభువు వాలకం చూస్తుంటే 'గుహ మాట్లాడుతుందని ఒక నక్క అనగానే ఆ మాటలు నమ్మిన సింహం' వలె ఉన్నది" అన్నాడు తన మిత్రులతో.

అప్పుడు వారందరూ ఆ వృత్తాంతమును వినిపించమన్నారు.

పంచతంత్రం   235

దీప్తుడు అను గుడ్లగూబచెప్పిన
నక్క-సింహం-మాట్లాడే గుహకథ

ఆత్మనీ రక్షితే సర్వం రక్షితం భవతి (రా.సూ.అ-1; సూ-82)
'తననితాను రక్షించుకొంటే అన్నీ రక్షించినట్లే!'

ఒకసారి అడవిలో ఉన్న వైశాలుడు అనే నక్క ఆహారము కొరకు తన గుహను వదిలిపోయింది.

ఆ సమయంలోనే ఆహారం కోసం అడవంతా తిరుగుతున్న సింహం ఒకటి ఆ గుహను సమీపించింది.

"అబ్బా! ఆకలితో కడుపు దహించుకుపోతున్నది. ఇది అసలు అడవేనా? ఒక్క జంతువు కూడా కానరావడం లేదు. ఈ ఆకలితో చచ్చేటట్టున్నాను" అనుకుంటూ ఆ గుహను చూసింది.

"నేను పోయి ఈ గుహలో దాక్కుంటాను. ఈ గుహలో నివసించే

జీవి ఎంతసేపటికయినా ఇక్కడికి చేరుకోవలసిందే కదా! అది గుహలోకి అడుగుపెడుతూనే దాన్ని చంపి నా ఆకలి తీర్చుకుంటాను" అనుకున్నది సింహం.

కొద్దిసేపటికి వైశాలుడు వచ్చి గుహలోకి పోబోతూ సింహం కాలి అడుగుల గుర్తులు కనబడటంతో ఆగిపోయింది.

"ఇదేంటి, నాగుహలోకి ఎవరో వచ్చినట్లున్నారు. కొంపదీసి నా శత్రువులు కారు కదా! దేవుడా! ఈ రోజుతో నా ఆయువు మూడబోతున్నదా" అని బాధపడసాగింది.

కాసేపటితరువాత ఆ నక్క "నేను ఇలా బాధపడుతూ, భయపడుతూ ఉంటే కాదు. ఏదో ఒకటి చేయాలి" అనుకుని తన నోటిని ఆడించసాగింది.

అంతలో ఆ నక్కకి ఒక ఉపాయం తట్టి గుహకు కాస్త సమీపంలోకి పోయి దానిని తన కాలి తడుతూ "ఓ గుహా! ఏమిటి ఈ రోజు ఇంతగా మౌనం వహించావు. నేను కనబడగానే వాగుడు కాయలా వాగే దానిని కదా! ఏంటీ! ఏదన్నా భయంకరమైన జంతువును చూసావా! అందుకే

భయంతో నోటమాట రావడంలేదా? నేను ఇంతగా అడుగుతున్నా నువ్వు మాట్లాడటం లేదు కదూ, సరే! అయితే నేను నీ గుహలోకి రానులే. వేరే గుహను చూసుకుని పోతాను" అంది.

దీని మాటలు గుహలో ఉన్న సింహము విని 'దీని దుంపతెగా! ఇదేదో భలే తమాషాగా ఉందే! గుహలు మాట్లాడతాయా? ఒకవేళ అదే గనుక నిజమైతే ఇందాక నేను రావడం ఈ గుహ చూసిందికదా! అందుకే భయంతో మాట్లాడటం లేదేమో! అమ్మో! చేతికి దొరికిన ఆహారం ఈ గుహవల్ల పోయేటట్లుందే సరే ఈ గుహ మాట్లాడేదేమిటి? దాని బదులు నేనే మాట్లాడతాను" అనుకుందే కాని 'రాళ్ళు రప్పలు, గుహలు, గుట్టలు ఎక్కడన్నా మాట్లాడతాయా?' అని యోచించలేదు సింహం.

వెంటనే అతి తెలివితో "అదేమి లేదు! నీకు నా మీద ఎంత ప్రేమ ఉన్నదో చూద్దాం అని ఈ విధంగా మౌనం వహించాను. లోపలికి రా! నువ్వు లేని నా గుహ వ్యర్థము" అని అన్నది సింహం.

ఆ మాటలు వింటూనే వైశాలుడు 'ఓరి నాయనో! లోపల

సింహమున్నదా! దీని తెలివి తగలబడా! నేను ఈ మాత్రం ఆలోచన చేయకపోతే నన్ను ఈ పాటికి స్వాహా చేసేసేదన్న మాట' అనుకుంటూ అక్కడినుండి పారిపోయి తన ప్రాణాలు రక్షించుకుంది.

"అలా ఆ తెలివి తక్కువ సింహం నోటికొచ్చిన ఆహారాన్ని చేజార్చు కుంది" అంటూ ముగించాడు దీప్తుడు.

"అయితే ఇప్పుడు ఏమంటావు దీప్తా" అన్నాయి దాని చుట్టూ చేరిన దాని మిత్రులు.

"ఏం లేదు! నాకెందుకో ఆ మహాయోగ్యునిపై ఎక్కడలేని అనుమానంగా ఉన్నది. అదను చూసుకుని మన ప్రాణాలు తీయడానికే అది నాటకం ఆడుతున్నదనుకుంటా. ఇది ప్రభువుకు చెబితే ఇప్పటికే అదంటే ఎక్కడలేని నమ్మకాన్ని పెంచుకున్నాడు. కనుక నేను కడుపుమంటతో ఇవన్నీ చెబుతున్నాననుకుని నన్ను చంపినా చంపుతాడు. అతడితో చెప్పడం వలన ఎటువంటి ప్రయోజనం లేదు. అతడితో పాటు ఇక్కడ ఉంటే మనం కూడా ప్రాణాలు పోగొట్టుకోవచ్చు. అందుకే మనమందరం ఇక్కడి నుండి చాలా చాలా దూరంగా వెళ్లిపోదాము" అన్నాడు దీప్తుడు.

దీప్తుడంటే నమ్మకమున్న వారందరూ అతడి మాటలకు "సరే" నని ఆ రాత్రికి రాత్రే చడీ చప్పుడూ లేకుండా అక్కడినుంచి ఉడాయించారు.

దీప్తుడు పారిపోయాడని తెలుసుకున్న మహావీరుడు "ద్రోహి! నిజంగా నా ప్రాణాలకు ముప్పు ఉంటే స్వామిభక్తి పరాయణుడైనవాడు నన్ను వదలి పారిపోతాడా? పోనివ్వండి. అటువంటి స్వార్థపరుడూ నా వద్ద లేకపోవడమే మంచిది. వాడికంటే శత్రువయినా నేనంటే ఎంతో అభిమానం చూపించే మహాయోగ్యుడే నాకెంతో మిన్న" అని దీప్తుని పదవిని మహాయోగ్యునికి అప్పగించాడు.

రాజు మాటను మిగిలిన గూబలన్నీ అంగీకరించాయి. రాజనీతి తెలిసిన దీప్తుని వంటి వాడి మాటలు లెక్కపెట్టని మహావీరుడి మూర్ఖత్వానికి జాలిపడ్డాడు మహాయోగ్యుడు.

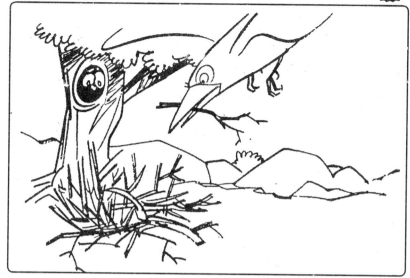

తనను అనుక్షణం అనుమానించే దీప్తుడు లేకపోవడంతో ఇక ఆనాటి నుండి మహాయోగ్యుడు మహావీరునికి పరిపాలనలో అన్ని విధాల సాయం చేస్తూ మంచి పేరు తెచ్చుకుంటూ, మరో వంక గూబలు పగలు నిద్రపోతున్నపుడు చుట్టుప్రక్కల ఉన్న ఎండుపుల్లలు, ఆకులు తెచ్చి తన నివాసంలో భద్రపరచుకోసాగాడు.

ఇలా వుండగా గూబల నన్నింటిని సంహరించే అవకాశం ఒక పగలు మహాయోగ్యుడికి కలిగింది. వెంటనే ఈ విషయం తన రాజు జ్ఞానవంతునితో చెప్పడానికి వారు రహస్యంగా ఉంటున్న ప్రదేశానికి చేరుకున్నాడు.

అక్కడ జ్ఞానవంతుని కలిసి "ప్రభూ! నేను వెళ్ళిన కార్యం తీరి పోయింది. ఈ రోజే మన శత్రువుల నాశనాన్ని చూడబోతున్నాము. నిన్న రాత్రి గూబలన్నీ తమ రాజు పుట్టినరోజు వేడుకలను ఘనంగా జరుపుకుని ఈ పగలు ఆదమరచి నిద్రిస్తున్నాయి. పైగా వాటికి పగటి సమయంలో కళ్ళు కనబడవు గనక మన కార్యం ఇంకా సులువవుతుంది" అన్నాడు మహాయోగ్యుడు.

"అది సరే మహాయోగ్యా! నీవు ఎంతో ఉన్నతుడయివుండి అటు వంటి నీచుని దగ్గర ఎలా అణిగిమణిగి ఉన్నావు?" అని అడిగాడు జ్ఞాన వంతుడు ఆశ్చర్యంగా.

"రాజా! ఎవడైనా సరే తను అనుకున్న కార్యాన్ని సాధించాలను కునేవాడు ఉచ్ఛనీచాల స్థాయిలను ఆలోచించకూడదు. దీనికి ఉదాహరణగా మీకు ఒక సర్పము గాథ చెబుతాను వినండి" అని ఆ కథ చెప్పసాగాడు మహాయోగ్యుడు.

మహాయోగ్యుడు అను కాకి చెప్పిన కప్పలు-తెలివైన సర్పం కథ

విషం విషమేవ సర్వకాలమ్ (రా.సూ.అ-3; సూ-22)

'విషం ఏనాటికీ విషమే!'

ఒక అడవిలో ఒక చెరువు ఉండేది. దానిలో కప్పలు నిండుగా బెకబెకలాడుతూ ఉండేవి. ఆ చెరువుకు అతి సమీపంలోనే నల్లత్రాచు నివసించేది.

రోజూ కప్పల బెకబెకలు వింటున్న సర్పం 'కళ్ళముందు ఇంత ఆహారం ఉంచుకొని కూడా ఆహారానికై అక్కడకు ఇక్కడకు తిరగవలసి వస్తున్నది. చెరువులోని కపల్ని తిందామంటే చలి చీమల చేత చంపబడిన మహాసర్పం మా సోదరుడు గుర్తుకు వస్తున్నాడు.నేను చెరువు దగ్గరకు రావడంతోనే ఆ కప్పలన్నీ కలిసి ఒకేసారి నా మీదకు దూకి నన్ను ఊపిరాడ నివ్వకుండా చంపేయవచ్చు. అపుడు నేను కూడా మా సోదరుని వలె మరణించాలి' అనుకుంది.

చివరికి బలిసిన ఆ కప్పలను ఎలాగన్నా తినాలని నిర్ణయించుకున్న ఆ సర్పం ఎంతో ఆలోచించి ఒక పథకం వేసుకుని ఆ చెరువు దగ్గరకు

వెళ్ళి ఒడ్డున నిలబడి ఎంతో నీరసంగా ఉన్నట్లు నటిస్తూ అతి దీనంగా "మండూకరాజా! మండూక రాజా!" అని పిలవసాగింది సర్పం.

బయట నుండి ఎవరో పిలుస్తున్నట్లు వినిపిస్తే ఆ చెరువులోని కప్పలకు రాజైన సారంగుడు తన పరివారంతో సహా బయటకి వచ్చింది. ఒడ్డున ఉన్న సర్పాన్ని చూస్తూనే దానికి ఎక్కడలేని వణుకు కలిగి తన మనసులో "ఇదేనా నన్ను పిలిచింది! దేనికో" అనుకుని దానికి అందనంత దూరంలో నిలుచుని "సర్పరాజా! నీవేనా నన్ను పిలిచింది? ఎందుకో తెలుసుకోవచ్చునా?" అని అడిగింది.

దాని మాటలకు కళ్ళు తెరిచిన సర్పము, "మరేం లేదు మండుకమా! నా వల్ల ఒకరి ప్రాణం పోయింది. అప్పుడు ఒక ముని నన్ను చూసి 'పాపం పుణ్యం తెలియని జీవిని ప్రాణం తీశావు. కనుక నీవు నీ శత్రువు లయిన కప్పలకు సేవలు చేస్తూ ఆఖరికి వారి వల్లనే మరణిస్తావు' అని శపించాడు. ఆ శాపం అనుభవించడానికి నేను ఇక్కడికి వచ్చాను" అన్నది నమ్మకంగా.

దాని మాటలు విన్న కప్పలన్నీ తమ రాజుతో "రాజా! రాజా! మన శత్రువు ఇలా మన వద్దకు వస్తుందని కలలోనయినా ఊహించామా! ఇదే అదను, దానిని నానా రకాల ఆటలు పట్టించి చివరకు చంపుదాము" అన్నాయి.

అప్పుడు సారంగుడు సర్పం వద్దకు వచ్చి "సరే సర్పరాజమా! నీ శాపం అనుభవించడానికి నీకు మేము సహాయం చేస్తాము" అంటూ అన్ని కలిపి దాని శరీరమంతా ఎక్కాయి.

పాము వాటిని అటు ఇటు కాసేపు తిప్పి "రాజా! ఆకలితో నా శరీరం పట్టుతప్పిపోతుంది. ఇక మిమ్మల్ని మోయలేను. నేను మీ సేవకుడను. సేవకుని ఆగలి మీరే తీర్చాలి" అంది.

అంతటి సర్పం నీవే దిక్కని అనేసరికి సారంగుడు ఆనందంతో ఉబ్బిపోయి "సరే! నీవు పోయి కొన్ని చిన్న చిన్న కప్పలను తిను. ప్రతిరోజూ ఇలాగే చేయవచ్చును" అని చెప్పింది గర్వంగా.

ఆ రోజు నుండి ఆ సర్పం ఆనందంగా చెరువులోని కప్పలన్నింటిని స్వాహా చేసేయసాగింది.

శత్రువు తనకు సేవకుడయినాడని మురిసి పోతున్న సారంగునికి తన పరివారమంతా నశించి పోతున్నారన్న సంగతి తెలియలేదు. చివరకు కళ్ళు మూసుకు పోయిన సారంగుని కూడా భక్షించి ఆ సర్పం అక్కడనుండి వెళ్ళిపోయింది.

ఆ కథ చెప్పి "ఆ విధంగానే నేను కూడా మహావీరునికి నమ్మకం కలిగే వరకు అణిగి మణిగి సేవలు చేస్తున్నట్లు నటిస్తూ దానిని నాశనం చేయడానికి నా పనిని నేను చేసుకుపోతూనే ఉన్నాను. దాని నాశనానికి సర్వం సిద్ధం చేశాను. ఇక మనవారినందరిని తీసుకుపోయి నశించిపోతున్న శత్రువును చూపించడమే మిగిలినది" అన్నాడు మహాయోగ్యుడు.

అప్పుడు జ్ఞానవంతుడు తన సేనాధిపతులను, పరివారాన్ని జనులను అందరిని పిలిచాడు. వారు చనిపోయాడనుకున్న మహాయోగ్యుడిని చూసి ఆశ్చరాన్ని ప్రకటించగా "ఇదినేను, మన మహాయోగ్యుడు కలిసి మన శత్రువులను నాశనం చేయడానికి ఆడిన నాటకం. ఆ నాడు మహాయోగ్యుడు 'మనము నయవంచనతో శత్రువును చంపాలి" అని చెప్పిన మాటలు నాకు నచ్చాయి. కాని మీకవి నచ్చలేదు. దానితో మీరు మహా యోగ్యుడిని సంహరించాలని అనుకున్నారు. ఆ విషయాన్ని మీ ముఖభావాల ద్వారా నేను గ్రహించాను.

అందుకే మిమ్మల్ని ఆ రోజు పంపించివేశాను. తరువాత నేను మీ అందరి క్షేమం కోరి మహాయోగ్యుడిని చంపినట్లుగా నటించాను.

ఆ మహాయోగ్యుడు ప్రాణాలు కోల్పోతున్న వాని వలె నాటకం ఆడి శత్రువుల స్థావరంలో స్థానం సంపాదించుకుని వాటితో మంచిగా ఉంటూ వాటి నాశనానికి కావలసిన అన్ని ఏర్పాట్లు చేసి వచ్చాడు. మేము

ఆడిన నాటకము ఇప్పటికి చరమ దశకు చేరుకుంది. మనందరం పోయి ఆ చివరి ఘట్టాన్ని చూద్దాము రండి” అన్నాడు జ్ఞానవంతుడు.

అప్పుడు కాకులన్నీ వారిరువురి తెలివికి జేజేలు చెబుతూ వాటితో కలిసి గూబల నివాసాల దగ్గరకు పోయాయి.

అక్కడ మహాయోగ్యుడు మరికొందరిని వెంట తీసుకుపోయి తాను ముందుగానే పోగుచేసుకున్న పుల్లలను గూబల కోట చుట్టూ పరిపించి నిప్పు పెట్టించాడు.

అప్పటికే లోపల ఆనందంగా ఆదమరచి నిద్రపోతున్న గూబలన్నీ ఆ వేడికి తట్టుకోలేక నిద్రలేచి తమను చుట్టుముడుతున్న మంటలను చూసి పారిపోవడానికి ప్రయత్నించాయి అయితే కళ్ళు కనపడకపోవడంచేత అందులోనే పడి నశించసాగాయి గూబలన్నీ.

అప్పుడు మహావీరుడు ఏం జరిగిందో అర్థం చేసుకుని “అయ్యో! శత్రువని తెలిసి కూడా నా స్థావరంలో చోటు ఇచ్చి శత్రువును నమ్మరాదు’ అన్న రాజనీతిని మరచి నాకు, నా ప్రజలకు, నా రాజ్యానికి సర్వనాశనాన్ని

నా అంతట నేనే తెచ్చుకున్నాను" అనుకుంటూ మంటల్లో చిక్కుకుని శలభంలా మాడిపోయాడు.

శత్రువులు సమూలంగా నాశనం కావడంతో జ్ఞానవంతుడు 'మహాయోగ్యుడి వల్లనే ఇదంతా జరిగిందని' ఆరోజు నుండి పరిపాలనా వ్యవహారాలను అతడి సలహాపైననే చేయసాగాడు.

పంచతంత్రములోని మూడవదైన 'కాక-ఉలూకీయము' అనే 'విగ్రహము'ను పూర్తిచేసి "రాజకుమారులారా! తెలిసిందా! తంత్రాలు రాజ్యనిర్వహణలో ఎంతటి ప్రాముఖ్యాన్ని వహిస్తాయో! కాబట్టి మీరు కూడా మీకు, మీ రాజ్యానికి దుష్టుల నుండి ఆపద కలిగినపుడు ఇటువంటి తంత్రాలు పాటించి మీ రాజ్యాన్ని, ప్రజలను కాపాడుకోవాలి" అన్నాడు విష్ణుశర్మ మందహాసం చేస్తూ.

"అలాగే గురుదేవా... అద్భుతమైన 'తంత్రాలు' గురించి చెప్పి మాకెంతో మేలు చేశారు. ఇక శాస్త్రాధ్యయనానికి సిద్ధంగా ఉన్నాం. ఈనాటి పాఠాలు కూడా బోధించండి" అన్నారు రాకుమారులు ఉత్సాహంగా.

వారిలో రోజురోజుకీ వస్తున్న మార్పుని గ్రహించి ఆనందంతో తలపంకించాడు విష్ణుశర్మ.

'పంచతంత్రం'

మూడవభాగం

'విగ్రహము' సమాప్తం

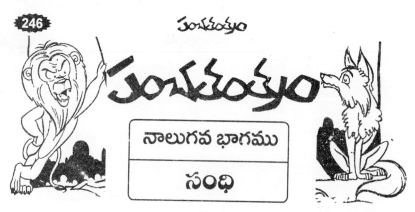

పంచతంత్రం

నాలుగవ భాగము

సంధి

అటు తర్వాత దాదాపు నెలరోజుల పాటు రాకుమారులు ముగ్గురూ కథల విషయం ప్రక్కన బెట్టి రాజ్య పరిపాలనకి అవసరమైన వేదాభ్యాసం, శాస్త్రాభ్యాసం, జీవరసాయనశాస్త్రం, వ్యవసాయశాస్త్రం, ధర్మశాస్త్రం, న్యాయ శాస్త్రం, ధనుర్విద్యలను అభ్యసించారు.

ఒకప్పుడు మూర్ఖులు, ఎందుకూ పనికిరాని సోమరులుగా విమర్శలను ఎదుర్కొన్న రాకుమారులు ఇప్పుడు 'ఏకసంథాగ్రాహులవలె' ఒకసారి చెప్పిన పాఠాన్ని మరోసారి బోధించవల్సిన అవసరం లేకుండా గుర్తుంచుకోవడం... ఏ సమయంలోనైనా... ఏ శాస్త్రానికి సంబంధించిన ప్రశ్ననైనా అడిగిన వెంటనే తడుముకోకుండా సమాధానం చెప్పగలుగు తున్న వాళ్లని చూస్తుంటే విష్ణుశర్మకి ముచ్చటేసింది.

"అవును మరి. విద్యార్థుల మనస్సులు కల్మషం లేని స్వచ్ఛమైన గంగాప్రవాహం వంటివి. ఆటపాటలని జోడించి విద్యాబోధన చేస్తే ఉత్సాహంతో పరవళ్లు తొక్కి గంగాభవానిలా విద్యాజ్ఞానాలను వెదజల్లే కుసుమాల్లా సౌరభాలను వెదజల్లుతారు. నిర్బంధంగా విద్యాబోధన చేస్తే చెత్తాచెదారంతో మురిగిపోయిన కల్మషగంగలా దుర్గంధాలను విసర్జిస్తారు. విద్యార్థుల మనస్సులకి హత్తుకునే విధానమే విద్యాబోధనకి సరైన పద్ధతి. అంద[illegible] మూర్ఖులూ, మందమతులుగా భావించబడ్డ యీ రాకుమారులు

స్వల్పకాలంలోనే గుణవంతులు, వివేకులు, ప్రయోజకులు అయ్యారు. ప్రతి తల్లిదండ్రులూ తమ సంతానాన్ని యిలాంటి విధానంలో విద్యార్జన చేయిస్తే వాళ్ళు మేధావులు, జ్ఞానసంపన్నులు అవుతారు" అనుకున్నాడు విష్ణుశర్మ.

ఒకనాడు విష్ణుశర్మ ఆదరంగా రాకుమారులని తన ముందు కూర్చోబెట్టుకుని "నాయనలారా! ప్రతిరోజూ వివిధ శాస్త్రాలను అధ్యయనం చేస్తున్నారు కదా! మీకేమైనా శ్రమగా, ఇబ్బందిగా వుందా? మీ వయస్సుకి, బుద్ధికి మించిన బరువు మోస్తున్నామన్న బాధ ఏమైనా ఉందా?" అని అడిగాడు ఆప్యాయంగా.

"లేదు గురుదేవా... ఒకప్పుడు మాకు చదువంటే ఏదో తెలియని భయం వుండేది. చెప్పిన పాఠాన్నే పదే పదే చెప్పి, రోజుకి పదేసి సార్లు రాయించి మమ్మల్ని 'రుద్దీ రుద్దీ'... మాకు చదువంటే 'అమ్మో...' అనే భయాన్ని కల్గించారు మా గురువులు. కానీ మీరు ప్రతి శాస్త్రాన్నీ విడమర్చి అర్థమయ్యేలా చెప్పి 'ఇంకా చదువుకోవాలనే' ఉత్సాహాన్ని మాకు కలిగించారు. చదువనేది నాలుగు గోడల మధ్య కూర్చుని మాత్రమే అభ్యసించేది కాదని, ఎక్కడున్నా, ఎలా వున్నా ఆసక్తితో నేర్చుకునేదే చదువని గ్రహించాము. ఈ ఆశ్రమంలోని పక్షులు, పశువులు, జంతువులు, జీవులని వాటి అలవాట్లనీ గమనిస్తూ ఎంతో నేర్చుకున్నాం" అన్నాడు మొదటి రాకుమారుడు.

"అవును గురుదేవా... ఒకప్పుడు ఆటపాటలకోసం చదువు ఎగ్గొట్టే వాళ్ళం. ఇప్పుడు శాస్త్ర అధ్యయనమే ఆటపాటలుగా అనుభూతి చెందుతున్నాము. మన వేదాల్లోని ఆరోహణ-అవరోహణలు గానాల్లా... శాస్త్ర విద్యల్లో చేసే అంగన్యాస-కరన్యాసాలు ఆటల్లా మమ్మల్ని ఆనంద డోలికల్లో ముంచెత్తుతున్నాయి" అన్నాడు రెండో రాకుమారుడు.

"నిజం... నిజం... ఒకప్పుడు ఒక్క ఘడియకాలం పాఠాలు వినాలన్నా విసుగ్గా ఉండేది. ఇప్పుడు వింటున్నకొద్దీ 'ఇంకా, ఇంకా' వినాలనిపిస్తోంది" అన్నాడు మూడో రాకుమారుడు.

"మంచిది" అంటూ విష్ణుశర్మ మందహాసం చేసి "విద్యార్థి అయినవాడికి నిరంతర విద్యాభ్యాసం చెయ్యాలన్న తపన ఉండాల్సిందే! అయితే మన శిరస్సులో వున్న మస్తిష్కానికి కూడా కొంచెం ఆటవిడుపు యివ్వాలి. అప్పుడే మరింత తపనతో, రెట్టించిన ఉత్సాహంతో విద్యని అభ్యసించగలడు కనుక.... మీకు, మీ విద్యాభ్యాసానికి యీ రోజు ఆటవిడుపు. ఇవేళ **'పంచతంత్రం'**లోని నాలుగవభాగం **'లబ్ధప్రణాశం'** వినిపిస్తా" అని చెప్పి దానిని వివరించసాగాడు విష్ణుశర్మ.

'లబ్ధప్రణాశం' అంటే నిరుపయోగమైన, పనికిరాని కార్యంలోనించి కూడా లాభాన్ని పొందడం. **'లబ్ధి'** అంటే **'చేకూరడం'** అనీ, లేదా **'పొందడం'** అని కూడా చెప్పుకోవచ్చు.

ఒకొక్కసారి తెలివైన వాళ్లు కూడా తమ చేతికి దొరికిన దాన్ని, మూర్ఖత్వంతో చేజార్చుకుంటారు. అలా వాళ్లు చేజార్చుకున్న దాని నించి మరొకరు లబ్ధి పొందటమే **'లబ్ధప్రణాశం'**.

దీనికి మరొక పేరు **'సంధి'** బలవంతులతో బలహీనులు తలపడితే నశిస్తారు. కానీ బలవంతులతో తెలివిగా స్నేహం చేసుకుని లాభపడటం, ఉపయోగంపొందడమే **'సంధి'** రాజకీయాలకి, రాజ్యాలని పాలించే ప్రభువుకి అత్యంత ప్రయోజనకారి **'సంధి'**. దానిని వినియోగించి లబ్ధి పొందే వాళ్లు, మూర్ఖత్వంతో దానిని ఉపయోగించుకోలేక నష్టపోయే వారి కథనాల సమాహారమే.... 'సంధి'.

విష్ణుశర్మ చెప్పిన

మందబుద్ధి మొసలి-తెలివైన కోతి కథ

మన్త్రనిఃస్రావీ సర్వమపికార్యం నాశయతి. (రా.సూ.అ-1; సూ-24)
'ఆలోచనలు బైటపెట్టుకునేవాడు పనులు చెడగొట్టుకుంటాడు.'

"రాకుమారులారా! ఒకోసారి మూర్ఖులు తమ చేతికి చిక్కినదానిని మూర్ఖత్వంతో వదిలివేస్తుంటారు. అటువంటివారి మూర్ఖత్వాన్ని గమనించి తెలివైనవాడు తన పనిని సానుకూలం చేసుకోవాలి. ఇప్పుడు దానికి సంబంధించి ఒక వృత్తాంతమును చెబుతాను. వినండి!"

ఒకానొక అడవిగుండా ఒక పెద్ద నది ప్రవహిస్తుండేది. ఆ నదికి ఆవలి ఒడ్డున మందబుద్ధుడు అను మొసలి తన భార్య, పుత్రునితో నివసిస్తున్నాడు.

నదికి ఈవలివైపున గల మర్రిచెట్టుపై దూరదృష్టి అనే కోతి ఉండేది. ప్రతిరోజు ఈ దూరదృష్టి అడవిలో రకరకాల పండ్లు కోసుకుని వచ్చి వాటిని తన చెట్టుపై కూర్చుని హాయిగా తింటుండేది. అలా తింటున్నపుడు కొన్ని పండ్లు జారి నదిలో పడుతుండేవి.

అలా జారిన పండ్లని మందబుద్ధుడు తింటుండేవాడు. ఒకనాడు మందబుద్ధుడు 'ఇంతటి మధురఫలాలను ఈ నదిలో ఎవరు పడేస్తున్నారో తెల్సుకొని వారితో స్నేహం చేసుకుంటే ఇటువంటి ఫలాలను రోజూ తినే అవకాశం కలుగుతుంది కదా' అనుకని ఒకనాడు దూరదృష్టి ఉంటున్న ఒడ్డుకు వచ్చాడు.

అప్పుడే పళ్లు తెచ్చుకున్న దూరదృష్టి వాటిని తింటుండగా కొన్ని పండ్లు మందబుద్ధుడి నోటపడి 'అయితే ఈ చెట్టుపై నుండే పండ్లు పడుతున్నాయన్నమాట' అనుకొని "చెట్టుమీద ఉన్నవారు ఎవరో క్రిందకు వచ్చి దర్శనం ఇవ్వవలసిందిగా కోరుతున్నాను" అన్నాడు బిగ్గరగా.

అప్పుడు దూరదృష్టి చెట్టు నుండి క్రిందకు దిగి మందబుద్ధుడిని చూసి "ఎవరు నీవు? ఎందుకొచ్చావు?" అని అడిగాడు.

"నన్ను మందబుద్ధుడు అంటారు. ప్రతిరోజూ ఈ నదిలో పడుతున్న మధురఫలాలు తిని ఇంతటి మధురమైన ఫలాలను నాకు కానుకగా ఇస్తున్న వానిని కలుసుకుని చెలిమి చేద్దామని వచ్చాను. అది నీవే అని తెలిసింది. నీకు ఇష్టమైతే నిన్ను నేను మిత్రునిగా చేసుకుంటాను" అన్నాడు మంద బుద్ధుడు నవ్వుతూ.

ఒంటరిగా ఉంటున్న దూరదృష్టికి ఆ మొసలి మాటలు బాగా నచ్చి "అలాగే మిత్రమా! తప్పకుండా. నా పేరు దూరదృష్టి. నీవంటి వానితో చెలిమి చేయాలని నాకు కూడా ఉన్నది" అన్నాడు. ఆ క్షణమే అవి రెండూ మంచి మిత్రులయిపోయాయి.

ప్రతిరోజూ దూరదృష్టి కొన్ని పండ్లను మందబుద్ధునకు ఇస్తే మందబుద్ధుడు వాటిని తీసుకుపోయి తన భార్యాకొడుకులకు ఇవ్వసాగాడు.

ఒకనాడు ఈ పండ్లను తింటున్న మందబుద్ధుడ కొడుక్కి ఉన్నట్టుండి

ఒక ఆలోచన వచ్చింది. వాడు తన తల్లి మొసలితో "అమ్మా! నాన్న స్నేహితుడు ఇచ్చిన పండ్లు ఇంత రుచిగా ఉంటే, రోజూ ఈ పండ్లనే తింటున్న దాని మాంసము ఇంకెంత రుచిగా ఉంటుందో ఆలోచించు" అన్నాడు.

వెంటనే ఆడమొసలి నోటిలో నీళ్ళూరి "నిజమేరా! కానీ ఏం చేస్తాం! మనం ఈ ఫలాలు తింటూ అదే దాని మాంసం అనుకోవాలి" అన్నది నిరుత్సాహంగా.

"అమ్మా! నాకో ఆలోచన వచ్చింది. దాని ప్రకారం నీవు నాన్న దగ్గర ప్రవర్తిస్తే చాలు. నువ్వంటే ప్రేమున్న నాన్న తప్పక నీమాట వింటాడు" అన్నాడు కొడుకు మొసలి.

"ముందు నీవేమి అనుకుంటున్నావో చెప్పు!" అన్నది తల్లి మొసలి.

"సరే! అయితే విను. నాన్న రాగానే ఆ సంగతి ఈ సంగతి మాట్లాడి 'నీ మిత్రుడు ఎలా వున్నాడు?' అని అడుగు. తరువాత 'ఏవండీ! నాకు మీ కోతి మిత్రుడు ఇస్తున్న ఫలాల రుచి ఎంతో బాగున్నది. ఈ ఫలాలకంటే వీటిని రోజూ తింటున్న ఆ కోతి మాంసం ఇంకా బావుంటుందని నాకు అనిపిస్తుంది. పైగా రెండు రోజులలో మన అబ్బాయి పుట్టినరోజు కనుక ఆ రోజు వాడికి రోజూ పెట్టే ఆహారం కాకుండా రుచికరమయిన ఆహారాన్ని పెడితే ఎంతో సంతోషపడతాడు' అను. నాన్న వినకపోతే ఏడిచో, బ్రతిమాలో ఆ కోతిని తేవడానికి ఒప్పించు" అన్నాడు కొడుకు మొసలి.

కొడుకు తెలివికి మురిసిపోయిన తల్లి మొసలి "అలాగే! తప్పకుండా చేస్తాను" అన్నది.

ఆ తరువాత కొద్దిసేపటికే వచ్చిన మందబుద్ధిని వద్దకు ఆడమొసలి ప్రేమగా చేరుకున్నది. అది కపట ప్రేమను నటించి "ఏవండీ! నేను ఒకటి అడుగుతాను. నాకోసం కాదు. మనవాడి పుట్టినరోజు కానుకగా మీరు ఇస్తారా?" అన్నది.

"ఓం! తప్పకుండా! మీకంటే నాకు ఎవరు ఎక్కువ! నీవు ఏది అడిగితే దానినే వాడి పుట్టినరోజు కానుకగా అందిస్తాను" అన్నాడు మందబుద్ధి.

చావు కబురు చల్లగా చెప్పినట్లు అసలు విషయాన్ని చెప్పింది ఆడమొసలి. ఆ మాటలు వింటూనే మందబుద్ధుడు తీవ్రకోపంతో "నా గురించి ఏమనుకుంటున్నావు? మిత్రుని ప్రాణాలు తీసే ద్రోహిననుకుంటు న్నావా? నీ మాట చచ్చినా వినను" అన్నాడు.

"సరే! అయితే, మాకంటే మీకు ఆ కోతే ఎక్కువయినపుడు ఇంక మేము మీ దగ్గర ఎందుకూ? నా కొడుకును తీసుకుని వెళ్ళిపోతాను" అని బెదిరించింది ఆడమొసలి.

ఇక తప్పనిసరై కొడుకు మీద ప్రేమతో కోతిని తెస్తానని బయల్దేరాడు. మందబుద్ధి.

దూరదృష్టి తన మిత్రుని చూసి "ఏం మిత్రమా! ఇప్పుడే కదా వెళ్ళావు. మళ్ళీ వచ్చావేం?" అన్నాడు.

అప్పుడు మందబుద్ధుడు "మిత్రమా! రెండు రోజులలో నా కొడుకు

పుట్టినరోజు. నిన్ను ఇప్పుడే తీసుకుని రమ్మని మారాం చేయడంతో రాక తప్పలేదు. కనుక నీవు ఇప్పుడే బయలుదేరు" అన్నాడు.

దూరదృష్టి అడవిలో దొరికే రకరకాల పండ్లను వెంట తీసుకుని మందబుద్ధి వద్దకు వచ్చి "మిత్రమా! నేను ఈ నీటిని దాటి ఎలా రాగలను" అన్నాడు.

అపుడు మందబుద్ధుడు పండ్లను తన వీపుపై పెట్టించుకుని దూరదృష్టిని తన వీపుమీద ఎక్కమన్నాడు.

"అలాగే"నంటూ మొసలి వీపుపైన కూర్చున్నాడు దూరదృష్టి. అప్పుడు మందబుద్ధి వేగంగా నదిలో ఈదుతూ దూరదృష్టిని తన వారి దగ్గరకు తీసుకువెళ్ళసాగాడు.

నది మధ్యలోకి చేరిన తరువాత మందబుద్ధికి దుఃఖం ఆగక ఏడుస్తూ "మిత్రమా! నా కొడుకు పుట్టినరోజుకని నిన్ను తీసుకుపోవడం లేదు. శాశ్వతంగా నీ ప్రాణాలు తీయడానికి తీసుకుపోతున్నాను. నీవు ఇచ్చిన పండ్లే ఇంతటికి కారణమయ్యాయి. అవి తిన్న నా భార్యాకొడుకు

'పండ్లే ఇంత రుచిగా ఉంటే నీ మాంసము ఇంకెంత రుచిగా ఉంటుందో' నని నన్ను పట్టి పీడించి నాచేత ఈ మిత్రద్రోహాన్ని చేయిస్తున్నాయి" అన్నాడు రోదిస్తూ.

ఆ మాటలు విన్న దూరదృష్టికి భయం కలిగినా వెంటనే తన బుద్ధికి పదునుపెట్టి "అయ్యో మిత్రమా! ఈ సంగతి ముందే చెబితే మా కోతులకు వుండే అత్యంత రుచికరమైన గుండెకాయను తీసుకువచ్చేవాడిని కదా! రుచంతా దానిలో ఉంది. వట్టి మాంసంలో, చర్మంలో ఏం ఉంటుంది?" అన్నాడు.

కోతి మాటలు నమ్మిన మందబుద్ధుడు "అయితే మిత్రమా! మీ కోతులు గుండెకాయను మీ దగ్గర ఉంచుకోరా! ఆ విషయం నాకు తెలియదే. అయితే పద నిన్ను మళ్ళీ చెట్టు దగ్గరకు తీసుకుపోతాను. నీ గుండెకాయను తీసుకుని మళ్ళీ మా ఇంటికి బయలుదేరుదాం" అని వెనుతిరిగి చెట్టు దగ్గరకు తీసుకొచ్చాడు.

నది ఒడ్డుకు వస్తూనే దూరదృష్టి 'బ్రతుకుజీవుడా!' అనుకుంటూ

ఎగిరి చెట్టెక్కి "ఒరేయ్, మిత్రద్రోహి... ఎంత మోసం చేశావురా! నా ప్రాణాలనే తీయడానికి చూస్తావా? అయినా నువ్వింత మూర్ఖుడివేంటి? ఎవరైనా గుండెకాయను బయటకు తీస్తారా? అలా తీస్తే బ్రతుకుతారా? ఏది నీ గుండెకాయను బయటికి తియ్యి. నువ్వు బ్రతుకుతావో లేదో తెలుస్తుంది" అన్నాడు వెటకారంగా.

కోతిమాటలు విన్న మందబుద్ధుడు తన గుట్టు దానికి తెలిసిపోయిందని అర్థమయి "అయ్యో మిత్రమా! నేనేదో సరదాకు అన్న మాటలను నీవు నిజమనుకున్నావా?" అన్నాడు.

"నేను మరీ నీ అంత అమాయకుడిని కాదు మందబుద్ధా! నీ అసలు రంగు నాకు తెలిసిపోయింది. ఇక నేను కూడా మండూక రాజువలె నిన్ను నమ్మి కిందకు రాను" అన్నాడు దూరదృష్టి.

"ఎవరా మండూకరాజు? ఏమా కథ?" అడిగాడు మందబుద్ధి.

దూరదృష్టి అను కోతి చెప్పిన
మండూకరాజు - తెలివితక్కువ సర్పం కథ

ఆత్మవినాశం సూచయత్వ ధర్మబుద్ధిః (రా.సూ.అ-4; సూ-9)

'అధర్మబుద్ధి ఆత్మవినాశనాన్ని సూచిస్తుంది.'

ఒకానొక బావిలోని కప్పలకు రాజయిన ఒక మండూకము తన తోటికప్పల మోసము చేత చావబోయి ఎలాగో తప్పించుకొని ఆ బావి నుండి పారిపోయి వచ్చింది. దాని పేరు మండూకం.

బయటపడిన మండూకానికి తనతోటి కప్పల మీద ఎలాగైనా పగ సాధించాలన్న పంతం కలిగింది. వెంటనే అది తనకు శత్రువైనటువంటి సర్పాన్ని ఆశ్రయించి "సర్పరాజా! నీవు కష్టపడకుండా ఆహారం లభించే

మార్గాన్ని చెబుతాను విను. ఇక్కడికి దగ్గరలోని ఒక బావిలో నివసించే కప్పలకు నేను రాజును. అయితే నావాళ్లే నన్ను మోసంతో చంపబోగా పారిపోయి వచ్చి ఇలా తిరుగుతున్నాను. నీవు వాటినన్నింటిని పట్టి భక్షించాలి. అందుకు తగిన ఏర్పాటు కూడా బావిలోనే ఉన్నది. అదేమిటో నేను నీకు బావిదగ్గరకు పోయాక చూపిస్తాను. కానీ ఒక షరతు. బావిలో నా శత్రువులే కాక నా పక్షంవారైన కప్పలు కూడా వున్నాయి. వాటిని ఎట్టి పరిస్థితులలోనూ భక్షించరాదు" అన్నది.

ఆ మండూకం మాటలకు 'సరే' అని దానితోపాటు బయలుదేరింది ఆ సర్పము.

పాముని బావి దగ్గరకు తీసుకుపోయి "సర్పరాజా! ఇదిగో బావిలో ఉన్న బొరియ. నీవు ఇందులో ఉండే నేను చెప్పిన పనిని చేయాలి" అన్నది మండూకము.

ఆరోజు నుండి ఆ సర్పం అందులో ఉంటూ ఆ మండూక రాజు చెప్పిన కప్పలనన్నింటిని భక్షించివేసింది.

తన శత్రువులందరూ నశించిపోవడంతో షరతు ప్రకారం పాముని వెళ్ళిపొమ్మన్నది మండూకం.

అప్పుడు సర్పము విషపు నవ్వు చిందిస్తూ "నువ్వు రమ్మంటే వచ్చాను కదా అని పొమ్మంటే పోతానని ఎలా అనుకున్నావు? నేను ఇక్కడే ఉండి మొత్తం కప్పలను భక్షిస్తాను" అంటూ అన్ని కప్పలను భక్షించింది.

"అయ్యో! ఈ సర్పము మా కప్పలకు శత్రువని తెలిసి కూడా మూర్ఖత్వంతో దీన్ని తెచ్చుకుని నా నెత్తిమీద పెట్టుకున్నందుకు తగిన శాస్తే జరిగింది" అనుకుంది మండూకము.

ఒకనాడు ఆ సర్పము "మండూకా! నీ బావిలో ఉన్న కప్పలన్నీ అయిపోయాయి. నన్ను పిలిచింది నువ్వే కనుక నా మంచి చెడులను నువ్వే చూడాలి. కాబట్టి నీవే నాకు ఆహారాన్ని సంపాదించాలి కనుక పో...! పోయి దగ్గరలో ఉన్న బావులలో కప్పలు ఉంటే నాకు చెప్పు" అన్నది ఆజ్ఞాపిస్తున్నట్లు.

సర్పము మాటలకు "సరేఁ!" అన్న మండూకము ప్రాణాలను

అరచేతిలో పెట్టుకుని ఆ అడవి నుండి బయటపడి ఒక చెరువులో దాక్కుంది.

తనకు ఆహారం తెస్తుందేమో అని ఎదురుచూస్తున్న సర్పానికి మండూకరాజు జాడ తెలియపోవడంతో "నేనింత వెర్రివాడినేంటి! నా వద్దనుండి బయటపడిన ఆ మండూకం తన ప్రాణాలు దక్కినవి చాలనుకుని పారిపోయుంటుంది" అనుకున్నది.

ఈ వృత్తాంతం చెప్పి దూరదృష్టి, మందబుద్ధుడితో "ఆ విధంగా నేను నీవంటి మూర్ఖుని నుండి బయటపడ్డాను. మళ్ళీ నీ వద్దకు రావడానికి నేనేమన్నా గాడిదవంటి మూర్ఖుణ్ణా" అన్నాడు వెక్కిరింతగా.

"ఎవరా గాడిద? ఏమా కథ?" అడిగాడు మందబుద్ధుడు.

దూరదృష్టి అను కోతి చెప్పిన సింహం - తెలివితక్కువ గాడిద కథ

ఆశయా బాధ్యతే లోకః (రా.సూ.అ-7; సూ-29)

'ఆశ ప్రతివారినీ బాధిస్తుంది.'

ఒక అడవిలో ఒక సింహం జీవిస్తుండేది. అది వేటాడి తినగా మిగిలిన జంతువును తింటూ దాని వెనకే ఒక నక్క బ్రతుకుతుండేది.

ఒకనాడు ఆ సింహము మదపుటేనుగుతో తలపడగా ఆ పోరులో ఆ సింహానికి బాగా గాయాలు తగిలి మూలుగుతూ వచ్చి తన గుహలో ఓపికలేక నీరసంతో ఒక మూల కూర్చుండిపోయింది.

కొంతసేపటికి తేరుకున్న ఆ సింహం నక్కను పిలిచి "ఇన్నాళ్ళు నా తిండి తిన్నావు కనుక ఈనాడు నీవు నా తిండిని తిన్నదానికి ఋణం తీర్చుకో! నాకు ఆహారాన్ని సంపాదించి నీ మిత్రత్వాన్ని నిరూపించుకో" అన్నది.

దాంతో నక్కకి గొంతులో పచ్చివెలక్కాయ అడ్డుపడ్డట్టయి "మృగ రాజా! ఇన్నాళ్ళు నేను మీవెంట ఉంటున్న సంగతి అడవిలోని ప్రతి పుట్టకు, చెట్టుకూ తెలుసు. అటువంటపుడు ఏ జంతువు నా వలలో పడుతుంది. పడినా దానిని చంపేటందుకు నేనేమి మీలా మృగరాజుని కాదు కదా!" అంది నసుగుతూ.

"అదంతా నాకు తెలియదు. నాకు ఆకలిగా వున్నది. పోయి ఆహారాన్ని తీసుకురా!" అన్నది సింహం కోపంగా గర్జిస్తూ.

ఇక తప్పదనుకున్న నక్క ఆహారం కోసం ఒక గ్రామంలోకి పోయింది. అక్కడ దానికి ఒక గాడిద కనిపించింది.

గాడిదని సమీపించి నక్క "ఏంటి గాడిద బావా! ఇంత దిగులుగా, నీరసంగా కనిపిస్తున్నావు?" అనడిగింది.

నక్కను చూసిన గాడిద అమాయకంగా "ఏం చెప్పను నా గాడిద చాకిరి బాధని. ఎంత సేవ చేసినా నా యజమానికి ఇంత గడ్డి పెట్టడానికి చేయి రావడం లేదు" అన్నది బాధగా నిట్టూరుస్తూ.

"ఛీ! ఈ యజమానులంతా ఇంతే! అందుకే నీలాగే కష్టపడుతున్న గాడిదలు నా దగ్గరకు వచ్చి నన్ను శరణువేడితే నా వద్దే ఉంచుకున్నాను. నీవు కావాలంటే నాతో పాటు వచ్చెయ్యి. వాటితో పాటు హాయిగా బ్రతికేయవచ్చు" అన్నది నక్క ఆశపెడుతూ.

'చాకిరి చేయడం తప్పుతుంది కదా' అని "అలాగే!" అంటూ ఆ గాడిద, నక్క వెనక బయలుదేరింది. ఆ గాడిదను నక్క సరాసరి సింహం వద్దకు తీసుకుపోయింది.

అయితే నీరసంతో ఉన్న సింహానికి చూపు సరిగా ఆనక గాడిదపై పంజా విసరడంలో కొద్దిగా ఆలస్యం చేసింది. గాడిద సింహాన్ని చూస్తూనే బెదిరి పారిపోయింది.

"ఏంటి మహారాజా! ఆ గాడిదని ఎంతో కష్టం మీద తీసుకువస్తే ఇలా చేశారు" అన్నది నక్క విసుగ్గా.

"ఏం చేయను! నీరసంతో నా శరీరం పట్టుతప్పసాగింది. దానితో

అది పంజా దెబ్బనుండి తప్పించుకున్నది. పోయి వేరేది ఏదయినా తీసుకురా" అన్నది సింహం ఆజ్ఞాపిస్తూ.

మళ్ళీ బయటకు వచ్చిన నక్క "ఇక్కడేం దొరుకుతుంది నా మొహం. మళ్ళీ ఆ గాడిదనే మాయచేసి తెస్తాను" అనుకుంది.

గాడిద దగ్గరకు పోయి "ఏంటి గాడిద బావా! ఇలా చేశావు. మా అడవికి ఎవరు కొత్తగా వచ్చినా మృగరాజు వద్దకు పోయి పరిచయం చేసుకోవలసిందే. నేను అందుకే నిన్ను సింహం వద్దకు తీసుకుపోతే నీవేమో భయపడి పారిపోయి వచ్చావు. ఎందుకంత భయం నేనున్నానుగా! మా రాజుగారు నీ సంగతంతా విని ఎంతో బాధపడి నిన్ను తీసుకురమ్మని మళ్ళీ నన్ను పంపారు" అన్నది.

నక్క మాటలు నిజమని నమ్మిన గాడిద రెండోసారి దానివెంట వెళ్ళింది. ఈసారి సింహం గుహ దాపున ఉండి వస్తున్న గాడిదను చూసి సిద్ధంగా ఉండి ఆ గాడిద రాగానే దానిపై పంజాను విసిరింది.

పంజా దెబ్బకు గాడిద ప్రాణాలు గాల్లో కల్సిపోయాయి.

అప్పుడు నక్క నవ్వుతూ సింహంతో "మృగరాజా! దీనంత అమాయకపు జీవిని నేను ఇంతవరకు చూడలేదు. మొదటిసారి చావునుండి తప్పించుకుని కూడా మళ్ళీ నా మాయ మాటలను నమ్మేసి రెండోసారి వచ్చి ప్రాణాలు పోగొట్టుకుంది" అన్నది.

సింహం దాని మాటలకు పడి పడి నవ్వింది. తరువాత ఆ చచ్చిన గాడిద మాంసంతో ఆ రెండూ కలిసి విందు చేసుకున్నాయి.

ఆ కథ చెప్పడం పూర్తిచేసిన దూరదృష్టి "నేను ఆ గాడిద వలె మూర్ఖుడిని కాను. ఒకరి గుట్టు బయటపడ్డ తరువాత ఎవరయినా వారిని తమ దగ్గరుండనిస్తారా? ఇందుకు ఉదాహరణగా నీకు ఒక రాజు-కుమ్మరి వాని కథ చెబుతాను విను" అంటూ మందబుద్ధినితో ఇలా చెప్పసాగింది.

దూరదృష్టి అను కోతి చెప్పిన రాజు - కుమ్మరివాడు కథ

అత్యుపచారః శఙ్కితవ్యః (రా.సూ.అ-5; సూ-45)
'అతిగా ఆదరం చూపిస్తే శంకించవలసి ఉంటుంది.'

ఒక ఊరిలో కుండలు చేసేవాడు ఉండేవాడు. వాడి పేరు పరాక్రముడు.

ఒకనాడు వాడు కుండలు తీసుకుని వేరే ఊరికి పోతుండగా మార్గమధ్యంలో కాలికి ఎదురుదెబ్బ తగిలి ప్రక్కనే ఉన్న రాయిమీద పడ్డాడు. దానితో వాడికి నుదుటిపైన గాయం అయింది.

ఆ గాయం కొన్ని రోజులకు మానింది కాని మచ్చ మాత్రం వాడి ముఖంమీద మిగిలిపోయి ఉంది.

కొన్ని రోజుల తర్వాత ఆ ఊరిలో ఎక్కడలేని కరువు ఏర్పడింది. అప్పుడు వాడు తన భార్యాబిడ్డలను తీసుకుని పొరుగుదేశం పోయి 'అక్కడి కొలువులో ఏదైనా పని దొరుకుతుందేమో' అని రాజాస్థానంలోకి పోయాడు.

ఆ దేశరాజు వాడిని చూసి వాడి పేరు తెలుసుకుని 'ఇటువంటి పేరు వీరులైన క్షత్రియులకు తప్ప మరెవరికీ ఉండదు. వీడి వీరత్వానికి నుదుటి గాయమే సాక్ష్యం' అనుకుని తన ఆస్థానంలో ఉంచుకుని అందరి కంటే బాగా చూసుకోసాగాడు.

ఒకనాడు వివిధ దేశాలనుండి వచ్చిన వివిధ విద్యలలోని నిష్ణాతులు తమ తమ విద్యలను రాజుకు చూపసాగారు.

"మావారు కూడా ఎందులోనూ తీసిపోరు?" అని తనవారి విద్యలను కూడా ప్రదర్శింపచేశాడు రాజు.

కాని ఎంతసేపటికి పరాక్రముడు ముందుకు రాకపోవడంతో రాజు వాడిని పిలిచి "నీవు ఏ విద్యను ప్రదర్శించడం లేదు. కారణమేంటి?" అని అడిగాడు.

అప్పుడు వాడు "మహారాజా! నేను ఒక కుండలు చేసుకునేవాడిని. నాకు కుండలు చేయడం తప్ప మరేదీ రాదు" అన్నాడు.

ఆ మాటలకి రాజుకి ఆగ్రహం వచ్చి "మరి ఇన్నాళ్ళు నాకు ఈ విషయం చెప్పలేదేమిరా! తక్షణమే నీవు ఇక్కడి నుండి పో! లేనిచో నీవల్ల నాకు తలవంపులు" అన్నాడు అసహనంగా.

రాజుగారి మాటలకు పౌరుషం వచ్చిన పరాక్రముడు "రాజా! తమరి ఆజ్ఞ అయితే నేనూ ఏదో ఒక విద్యను ప్రదర్శిస్తాను" అన్నాడు.

వాడి మాటలకు రాజు నవ్వుతూ "నీవు నక్కవలె డాంబికాలకు పోతున్నావు. ఆ పనికిమాలిన నక్క కథ చెబుతాను విను. దాని తరువాత ఏం చేయాలో నీకే అర్థమవుతుంది" అంటూ ఇలా చెప్పసాగాడు.

రాజు చెప్పిన
పనికిమాలిన నక్క కథ

అతిసజ్గో దోషముత్పాదయతి (రా.సూ.అ-5; సూ-55)

'అతిగా పెట్టుకున్న సంబంధం దోషానికే హేతువు అవుతుంది.'

ఒక అడవిలో ఉంటున్న సింహానికి ఒకసారి రెండు సింహపు కూనలు కలిగాయి. ఒకనాడు వేటాడుతుండగా మగ సింహానికి చిన్న నక్క పిల్ల దొరికింది.

నక్కపిల్లని తీసుకుపోయి ఆడసింహానికి ఇస్తూ "రాణీ! ఇది చిన్న పసికూన కదా! అందుకే చంపాలంటే పంజా లేవలేదు. మన బిడ్డలకు ఇవ్వు దీనితో ఆడుకుంటారు. మన బిడ్డలతో పాటే ఇది కూడా పెరుగుతుంది" అన్నది. ఆడసింహం అలాగే చేసింది.

ఆనాటి నుండి ఆ నక్కపిల్ల సింహాలతో పాటే పెరిగింది. ఒకనాడు ఈ మూడు అడవిలో పోతుండగా ఏనుగు ఒకటి ఎదురుపడింది.

అప్పుడు నక్క "అమ్మో! ఏనుగు... తొందరగా పదండి" అంటూ సింహం పిల్లల్ని అక్కడి నుండి తీసుకుని గుహకు వచ్చింది.

ఆ విషయం తెలుసుకున్న ఆడసింహం నక్కను పిలిచి "చూడు నాయనా! నీజాతి వేరు, మా జాతి వేరు. నీకు ఏనుగులంటే భయం. మాకు ఏనుగులంటే ప్రియం! చిన్నప్పుడైతే నీతో మాకు ఎటువంటి ఇబ్బంది రాలేదు. ఇప్పుడు నీవు పెద్దవాడికి అయిపోయావు. నీకు నీజాతి లక్షణాలే వస్తాయి. కానీ సింహాలతో పెరిగినంత మాత్రాన సింహపుజాతి బుద్ధులు రావు కదా!" అన్నది.

అప్పుడు ఆ నక్క పౌరుషంతో "అయితే నేను పోయి ఆ ఏనుగు

దగ్గర నా తడాఖా చూపిస్తాను. సింహాలకు ఎందులో తీసిపోను అని నిరూపిస్తాను" అని అన్నది.

దానికి ఆడసింహం నవ్వుతూ "నీవు ఆ విధంగా చేసినా నీ ప్రాణాలే పోతాయి. ఇక నువ్వు ఇక్కడ ఉండటం కంటే నీజాతి వారిదగ్గరే ఉండటం మంచిది. కాబట్టి నీవు నీ జాతి వారిని చేరి హాయిగా జీవించు" అన్నది.

దానితో విషయం గ్రహించిన నక్క అక్కడి నుండి పోయి తన జాతిలో కలిసింది.

కుమ్మరివానికి ఈ కథ చెప్పి "కాబట్టి నీవు కూడా పోయి నీ జాతిలో కలువు" అన్నాడు రాజు నవ్వుతూ.

ఈ కథ చెప్పిన దూరదృష్టి "తక్షణమే నీవు కూడా ఆ కుమ్మరి వానివలే ఇక్కడి నుండి పో!" అన్నాడు.

దానితో మందబుద్ధుడు "మిత్రమా దూరదృష్టి! నేను చేసిన తప్పును మన్నించు. నాతోపాటు రా...! నా భార్యతో నీకు క్షమాపణలు చెప్పిస్తాను" అన్నాడు.

మందబుద్ధుడనే ఆ మొసలి మాటలకు ఎగతాళిగా నవ్వుతూ "నీ వంటి కాంతాదాసులు భార్యలకు చెప్పలేరు సరికదా, భార్యలు చెప్పినదే వింటారు. అందుకు ఉదాహరణగా నీకు నందుడు, వరరుచీ అను వారి గురించి చెబుతాను విను" అంటూ వారి వృత్తాంతాన్ని తెలుపసాగాడు.

దూరదృష్టి అను కోతి చెప్పిన
నందుడు - వరరుచి కథ

స్త్రియో పి స్త్రైణమవమన్యన్తే (రా.సూ.అ-5; సూ-24)

'స్త్రీ లంపటుణ్ణి స్త్రీలు కూడా అవమానిస్తారు.'

ఒకానొక మహాసామ్రాజ్యానికి అధిపతి నందుడు. అతడికి మహామంత్రి వరరుచి. వారిద్దరూ రాచకార్యములందు ఎంతటి ప్రతిభా పాటవములను చూపిస్తారో అంతగా తమ భార్యల వద్ద అడుగులకు మడుగులు ఒత్తేవారు. అనుక్షణం తమ భార్యలు ఏమి చెబితే అది వింటుండేవారు.

ఒకనాడు రాచకార్యములపై సభలో ఎక్కువసేపు ఉండిపోయారు రాజు, మంత్రి. ఆమాత్రానికే అలక వహించారు ఆ గయ్యాళి భార్యలిద్దరు.

నందుడు అంతఃపురం చేరుకుంటూనే "రాణీ! ఎందుకంత అలుకా! మా ఆలశ్యానికి కారణాన్ని వేగులద్వారా తెలియజేశాము కదా!" అన్నాడు.

దానికి ఆ నంగనాచి "అదంతా నాకు తెలియదు. మీరు నా వద్దకు ఆలస్యంగా వచ్చారు. కాబట్టి నా దరిచేరవద్దు" అన్నది కోపంగా.

అప్పుడు మహారాజు నందుడు భార్యకి బానిసవుతూ "రాణీ! నీవు ఏదిచేయమంటే అది చేస్తాను" అంటూ ఆమె పాదాలముందు శిరసు వంచాడు.

అప్పుడు ఆ దుష్టపత్ని తన భర్త రాజు అని కూడా చూడకుండా "అయితే మీరు ఈ రాత్రికి నా గుర్రము" అని అతడిపై ఎక్కి అంతః పురమంతా కలియతిరిగింది.

నందుని స్థితి అలా వుంటే వరరుచి పరిస్థితి ఇంకా ఘోరంగా ఉన్నది. భార్య అలుకకు కారణం తెలుసుకుని "ఏం చేయమంటే అది చేస్తాను" అన్నాడు అంతటి మహామంత్రి.

"అయితే! తక్షణమే పోయి గుండు చేయించుకుని నా వద్దకు రండి" అంది ఆ చండాలి.

"అయ్యో! నా ముద్దుల భార్యామణీ! నా తల బోడి అయితే అందరూ నన్ను వెటకారం చేస్తారు" అని ఎంతగా చెప్పిన అది వినలేదు.

చివరకు ఆ మంత్రి మహాశయుడు తన గయ్యాళి భార్య మంకు పట్టుకు తన శిరోజాలనే కానుకగా ఇచ్చుకున్నాడు.

మరుసటిరోజు రాజు, మంత్రి ఇరువురు ఎదురుపడ్డారు.

"ఏంటి మహామంత్రీ! మీ శిరసుపై వెంట్రుకలు మీ భార్యకు సమర్పించారా...." అన్నాడు నందుడు.

"మరే... మహారాజు గుఱ్ఱం అయితే నేను తలబోడి అయ్యా" అన్నాడు వరరుచి సిగ్గులేకుండా.

ఆ కథని పూర్తిచేసి "వారిలా నీవు భార్యాదాసుడివి. నీతో నాకు ఇక మాటలు అనవసరం. ఇక్కడి నుండి వెళ్లు" అన్నది దూరదృష్టి.

"అయ్యో! గుట్టుగా ఉంచవలసిన విషయాన్ని దీని ముందు వెళ్ళ గక్కాను ఇప్పుడు ఇది లేకుండా వెళితే ఎలా?" అని బాధపడసాగాడు మందబుద్ధి.

అంతలో అక్కడికి ఒక నాగు వచ్చి "ఓ మందబుద్ధి! నీవిక్కడ ఉన్నావా!

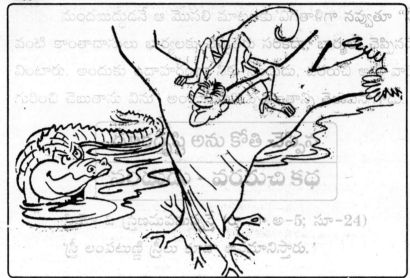

నీవు కోతి గుండెకాయను తెస్తానని తమని నమ్మించి మోసం చేసి ఉంటావని భావించి నీ భార్యాకొడుకులిద్దరు మరణించారు" అని చెప్పింది.

దాని మాటలు విని దుఃఖిస్తూ "అయ్యో! భార్యాబిడ్డలు మరణించారు. ఇక్కడ మిత్రుని స్నేహము నశించింది. రెంటికీ చెడ్డ నక్క బతుకులా అయింది నా బతుకు" అని బాధపడసాగింది మందబుద్ధి.

మొసలి మాటలు విన్న సర్పము "ఏవరా నక్క? నీకు ఆ వృత్తాంతం తెలిస్తే చెప్పవా మందబుద్ధీ!" అని అడిగింది.

మందబుద్ధి అను మొసలి చెప్పిన రెంటికీ చెడ్డ నక్క కథ

హస్తగతావమానాత్ కార్యవ్యతిక్రమో భవతి (రా.సూ.అ-2; సూ-12)
'చేతిలో ఉన్నదానిని చిన్నచూపు చూస్తే కార్యం చెడుతుంది.'

ఒక అడవిలో ఆహారం కోసం తిరుగుతున్న ఒక నక్కకు మాంసము

ముక్క దొరికింది. అది ఎంతో ఆనందంతో దానిని అక్కడే తినకుండా గంతులేస్తూ "అబ్బా! ఎంత మంచి ఆహారము దొరికిందో" అనుకుంటూ తన గుహకు వెళ్ళసాగింది.

నక్క తన గుహకు వెళ్ళే దారిలోనే చెరువు ఒకటి ఉంది. నక్క సరిగ్గా వెళ్లకుండా కక్కుర్తి పడి "ఈ ఆహారము నాకు సరిపోతుందో, సరిపోదో" అనుకుంటూ చెరువులో ఉన్న చేపలను పట్టుకోవడానికి ఆగిపోయింది.

అయితే నోటిలో ఉన్న మాంసము ముక్కతో చేపలు పట్టడం సాధ్యపడక మాంసంముక్కని గట్టున ఉంచి చెరువులోకి వెళ్ళి చేపలను పట్టడానికి ప్రయత్నించసాగింది నక్క.

కానీ ఎంతసేపటికీ నక్కకి చేపలు అందక "హుం! అనవసరంగా కష్టపడ్డాను. ఇక ఈ రోజుకు ఇంతే ప్రాప్తి పోనీలే దొరికిన దానితో సరిపెట్టుకుంటా" నంటూ ఒడ్డుకు వచ్చి చూస్తే అక్కడ పెట్టిన మాంసపు ముక్క కనిపించలేదు.

ఇంతలో రెక్కలు టపటపలాడుతున్న శబ్దం వినిపిస్తే పైకి చూసింది.

అక్కడ చెట్టుపై ఓ గ్రద్ధ ఆ మాంసము ముక్కను తింటూ కనిపించింది.

దానిని చూసిన నక్క "అయ్యో! రెంటికి చెడ్డ రేవడినయ్యానే" అనుకుంటూ అక్కడినుండి ఏడుస్తూ వెళ్ళిపోయింది.

"ఇదీ ఆ నక్క సంగతి" అంటూ మందబుద్ధి సర్పముతో చెప్పింది.

ఇంతలో ఒక చేప నీటిలో తేలుతూ అక్కడికి వచ్చి "ఓయ్ః మందబుద్ధి! నీ భార్యా, బిడ్డలు మరణించారని ఈ సర్పం నీకు చెప్పిందా! ఇప్పుడు నీకు నేనో దుర్వార్త చెప్పబోతున్నా! అదేమిటంటే మరొక మొసలి నీ చోటును ఆక్రమించుకున్నది. నీకు కష్టాల మీద కష్టాలు వచ్చిపడ్డాయి" అన్నది జాలితో.

అప్పుడు మందబుద్ధి "అయ్యో! నా నివాసము పోయి, నా భార్యా బిడ్డలుపోతే నేను ఏ విధంగా బతకాలో నాకు తెలియడం లేదు. ఓ వానర మిత్రమా! నా దుఃఖము తీరే మార్గము నాకు తెలుపు" అన్నది దూరదృష్టిని చూస్తూ.

దానికి మౌనం వహించిన దూరదృష్టిని చూసి "ఓయీ వానరోత్తమా! నీ మిత్రుడు అంతగా అడుగుతుంటే మాట్లాడవేం?" అన్నది చేప.

"మూర్ఖులకు ఎవరి సలహాలు నచ్చవు. ఎవరి అభివృద్ధి, వినాశన మైనా వారి చేతుల్లోనే ఉంటుంది. ఇలాగే ఒక మూర్ఖపు ఒంటె తన నాశనాన్ని తానే కోరితెచ్చుకుంది" అన్నది దూరదృష్టి.

"ఎవరా మూర్ఖపు ఒంటె? ఏమా కథ?" కుతూహలంగా అడిగిందా సర్పము.

దూరదృష్టి అను కోతి చెప్పిన మూర్ఖపు ఒంటె కథ

ఆత్మాయత్తౌ వృద్ధివినాశౌ (రా.సూ.అ-1; సూ-83)

'అభివృద్ధి వినాశనము తన చేతుల్లోనే ఉంటుంది.'

ఒక గ్రామములో ఒక పేదవాడు ఉండేవాడు. వాడికి సరైన పని దొరక్క రాను రానూ దుర్భరం కావడంతో వేరే ఊరికి పోయి తన బ్రతుకు సాగిద్దామని పోతుండగా ఒక నిర్జన ప్రదేశంలో ఒక చిన్నారి ఒంటెతో పాటు పెద్ద ఒంటె కనపడింది.

వాటిని చూసినవాడు "ఆహాఁ! ఇక నేను నా గ్రామాన్ని వదిలి ఎక్కడికి వెళ్లనవసరం లేదు. ఈ ఒంటెలను నాతోపాటు తీసుకుపోయి వీటి సంఖ్యను ఇంతకింతకు రెట్టింపు చేసి అవి బాగా పెరిగిన తరువాత విక్రయిస్తాను. ఈలోపు ఏదో విధంగా ఇదివరకు పడిన కష్టాలనే పడుతూ ఉంటాను. సిరి వస్తున్నపుడు కష్టాలను భరించవలసిందే కదా!" అనుకుంటూ వాటిని తీసుకుని తన ఇంటికి తిరిగివచ్చాడు.

ఆ తరువాత అప్పు చేసి మరో ఒంటెను కొనుక్కొచ్చాడు. ఆ ఒంటెలు జంటకాపురం చేసి అనేక పిల్లలను కన్నాయి.

యజమానికి తాను అన్నింటికంటే ముందు తెచ్చిన ఒంటెపిల్లపై ఎక్కువ అభిమానంతో దాని మెడలో ఒక గంట కట్టి అన్నింటికంటే ఎంతో ముద్దుగా చూసుకోసాగాడు.

దీనితో ఆ ఒంటెపిల్లకు ఎక్కడలేని అహంకారం, గర్వం పెరిగి పోయింది.

ఆ యజమాని ప్రతిరోజూ వాటిని అడవికి తీసుకుపోయి ఆహారం తిన్నాక తిరిగి తీసుకువస్తుండేవాడు. అన్ని ఒంటెలు తొందర తొందరగా నడుస్తుంటే అహంకారంతో నిండిన ఈ ఒంటెపిల్ల అందరికంటే వెనుక నెమ్మదిగా రాజహంసలా అడుగులువేస్తూ నడవసాగేది. ఎన్నోసార్లు మిగిలిన ఒంటెలన్నీ దీనిని తొందరగా నడవమంటూ సలహా ఇచ్చేవి.

అయితే ఆ ఒంటెపిల్ల వాటన్నింటి మీద కోపగించుకుని "మీరు నాకంటే వెనుక పుట్టినవారు, నాకు సలహా యిస్తారా?" అనేది.

"సరే దీనితో మనకెందుకని" మిగతా ఒంటెలు దానికి సలహా లివ్వటం మానివేశాయి.

ఒకరోజు ఎప్పటిమాదిరిగానే అడవికి మేతకు పోయి ముందుగా ఇంటికి వస్తున్న ఒంటెలకు, వాటి యజమానికి ఒక సింహం కనిపించింది. దానిని గమనించిన మిగిలిన ఒంటెలు ఒడుపుగా అక్కడినుండి తప్పించుకుని ఇంటికి వెళ్ళిపోయాయి.

కాని అందరికంటే వెనుకబడిన ఒంటెకు ఈ సంగతి తెలియక తన అలవాటు ప్రకారం నడవసాగింది. దానిని చూసిన సింహం "పోనీలే ఇదయినా దొరికింది. దీనితో నా ఆకలి తీర్చుకుంటాను" అనుకుంటూ గట్టిగా ఘర్జిస్తూ దానికి ఎదురుపోయింది.

సింహాన్ని చూస్తూనే భయపడిన ఆ ఒంటె ఆ చెట్టుచాటున, ఈ చెట్టుచాటున దాక్కోసబోయింది. కాని దాని మెడలో ఉన్న గంట ఠంగ్ ఠంగ్మంటూ దాని ఆనవాలును సింహానికి చెప్పకనే చెప్పింది. అంతటితో ఆ ఒంటె ఆ సింహానికి ఆహారమయింది.

దూరదృష్టి ఆ కథ ముగించి "మూర్ఖంగా ఉంటూ నీతివాక్యాలను

పట్టించుకోని వారికి ఎవరు చెప్పేదేమున్నది? ఈ మందబుద్ధుడు కూడా ఆ ఒంటె వంటివాడే. ప్రాణాలమీదకు వస్తే కాని బుద్ధి రాదు" అని చెప్పింది.

ఆ వానరం మాటలకు మందబుద్ధి కన్నీళ్ళపర్యంతమై కుమిలిపోతూ కుమిలి కుమిలి ఏడవసాగింది. అప్పుడు చేప "ఓ వానరా! ఇది నీకు ఎంత నమ్మకద్రోహం చేయాలని తలపెట్టినా నీవు ఉత్తముడివి కనుక దానిని దుఃఖపెట్టక కష్టములో ఉన్నదానికి ఏదైనా ఉపాయం చెప్పి సహాయపడు" అని చెప్పింది.

ఆ చేప మాటలకు దూరదృష్టి మనసు మారి "మందబుద్ధీ! నీవు నాకు ఎంతగా ద్రోహం చేద్దామని తలపెట్టినా, నీవు నాకు మిత్రుడవైన పాపానికి నిన్ను ఈ దుఃఖసమయంలో హింసించే మూర్ఖుడిని కాను. నీ మేలుకోరి రెండు నక్కల యుద్ధం గురించి చెప్తా. ఏం చేయాలో నీకే తెలుస్తుంది" అన్నది.

"ఎక్కడివా రెండు నక్కలు? ఏమా కథ?" ఉత్సాహంగా అడిగాయి చేప, సర్పం.

దూరదృష్టి అనే కోతి చెప్పిన
ఉపాయంతో ఆహారాన్ని దక్కించుకున్న నక్క

దైవహీనం కార్యం సుసాధ్యమపి దుస్సాధ్యం భవతి

(రా.సూ.అ-2; సూ-19)

'సులభంగా జరగాల్సిన పనికూడా దైవం ప్రతికూలంగా ఉంటే కష్టసాధ్యమవుతుంది.'

ఒకనాడు అడవిలో పెద్ద ఏనుగు చనిపోయి పడిఉన్నది. ఆ అడవికి ఆహారం కోసం వచ్చిన వృద్ధ నక్కకు ఆ ఏనుగు శవం కనిపించింది.

నక్క ఆ చచ్చిన ఏనుగును చూస్తూనే "ఆహాఁ! ఈ వృద్ధాప్యంతో

బాధపడుతున్న నాకు ఆ దేవుడే ఈ ఏనుగును ఆహారంగా పంపినట్లున్నాడు" అనుకుంటూ దాని దగ్గరకు పోయి ఆబగా దాని శరీరాన్ని కొరికింది. అయితే అంతగా పదునులేని దాని పళ్ళు ఆ ఏనుగు శరీరంలోకి దిగబడ లేకపోయాయి.

ఆ నక్క ఎంతో ఆవేదన చెందుతూ "అయ్యో! నోటివరకు వచ్చిన ఆహారం దక్కకుండా పోతుందా ఏమి!" అంటూ బాధపడసాగింది.

"ఈ ఏనుగు శరీరంతో ఎన్నో రోజులు ఆహారం కోసం వెతక నవసరం లేదు అనుకున్నాను. ఇప్పుడేంటి దారి?" అనుకుని ఏనుగు ముందు దీనంగా కూర్చుని దానిని ఆబగా చూడసాగింది నక్క.

అప్పుడే ఆ దారిన ఒక సింహం వచ్చి "ఏంటి నక్కమామా! ఇంత ఆహారాన్ని ఎదురుగా ఉంచుకుని ఇలా దీనంగా కూర్చున్నావు!" అన్నది.

"ఏమి చేయమంటావు మృగరాజా! నేనేమో ముసలి దాన్నయి పోయాను. దానితో నా పళ్ళకు పదును, బలం రెండూ తగ్గిపోయాయి. ఎంత ప్రయత్నించినా ఈ ఏనుగు శరీరం నా నోటికి తెగనంటుంది. పోనీ నీవేమైనా నాకు సాయం చేయగలవా?" అన్నది నక్క.

"నీకు తెలుసు కదా నక్కమామా! నేను తాజా ఆహారాన్ని తప్ప ఇలాంటి మురిగిపోయిన ఆహారాన్ని ముట్టనని. కాబట్టి నేను నీకు ఏ సహాయం చేయలేను. కావాలంటే పులిబావా ఇటే వస్తాడు కదా! దానిని సాయం అడుగు" అన్నది సింహం.

"అమ్మో! దానిని సహాయం కోరటమా! ఈ ఏనుగును చూస్తే ఒక్క దెబ్బకు దీనిపై లంఘించి హాయిగా తీనేస్తుంది. ఇక నాకేమి మిగులుతుంది? నీ సలహాకు నా ధన్యవాదాలు. నీ దారిన నీవు వెళ్ళు" అన్నది నక్క.

"సరే! నాకు తోచిన సలహా నేను చెప్పాను! తరువాత నీ యిష్టం. నీవనుకున్నట్లు ఆ పులి వచ్చి ఆహారం స్వాహా చేసిపోకుండా చూసుకో" అంటూ అక్కడి నుండి వెళ్ళిపోయింది సింహం.

"వెళ్ళు, వెళ్ళు! ఈ సంగతి నీవు నాకు చెప్పాలా! ఆ మాత్రం నాకు తెలుసులే" అని "అమ్మో! నిజంగా ఈ సింహం చెప్పినట్లు ఆ పులి గనుక ఇక్కడికి వస్తే నా ఆహారం స్వాహా!" అనుకుని 'పులి నిజంగా ఇటు వస్తే ఏం చేయాలా' అని ఆలోచిస్తూ కూర్చుంది నక్క.

ఇంతలో నక్క భయపడుతున్నట్లుగానే పులి దానివైపు వస్తూ కనిపించింది. అంతే దాని గుండె కాస్త గొంతుకు అడ్డుపడింది.

"అబ్బా! అనుకోగానే ప్రత్యక్షమవ్వాలా! ఈ పాడు పులి" అని అనుకుంటూ పైకి మాత్రం నవ్వుతూ "రా పులిబావా! రా!" అన్నది నక్క.

"ఏంటి నువ్వు ఇక్కడ వున్నావు? అదీ చచ్చిన ఏనుగు ఎదురుగా" అన్నది పులి మహా ఆశ్చర్యంగా.

"హుఁ! నా ప్రారబ్ధం అలా ఉంటే ఉండక ఏం చేస్తాను. ఇందాకే మృగరాజు ఈ ఏనుగుకు తన పంజాదెబ్బ రుచి చూపింది. దాంతో ఇది కాస్తా చచ్చి ఊరుకుంది. దానితో ఆ సింహం పరమసంతోషంగా తనవారి నందరినీ తీసుకువస్తాను. తను వచ్చేవరకు నన్ను ఇక్కడే ఉండమన్నది. సరే కదా అంటే తనవారితో సహా వచ్చి 'అయ్యో! నక్కమామా! మా అందరికీ భుజించే ముందు స్నానం చేయడం అలవాటు. ఇప్పటివరకు ఎంతో ఓపికగా నాకోసం కాపలా ఉంచిన నీవు ఇంకాసేపు ఇక్కడే ఉండు! ఇప్పుడే మేమందరం దగ్గరలోని చెరువులోకి పోయి స్నానం చేస్తాం' అన్నది. మృగరాజు మాటంటే మాటే కదా! అందుకే దానికోసం ఎదురుచూస్తూ దీనికి కాపలా కాస్తూ కూర్చున్నాను" అన్నది నక్క తెలివిగా.

"భేష్! నువ్వా పని చెయ్యి. నేను నా ఆహారం కోసం పోతాను. నన్ను గనుక ఇక్కడ మృగరాజు చూసినట్లయితే 'పూర్వం దాని భక్ష్యాన్ని అపహరించిన రీతిగానే ఈసారి కూడా అపహరించడానికి వచ్చాను' అనుకుని నన్ను చంపినా చంపేస్తుంది" అంటూ అక్కడి నుండి పలాయనం చిత్తగించింది పులి.

"అమ్మయ్యా! నాకో పీడ వదిలింది" అని నక్క నిట్టూరుస్తుండగానే రెండు గ్రద్దలు వచ్చి వాలాయి.

"అమ్మనాయనోయ్! ఈ గ్రద్ద ముక్కులు మహా వాడి. వాటితో ఈ

ఏనుగు శరీరాన్ని తూట్లు పొడుస్తాయేమో! ఈ గ్రద్ధ అరుపులు వింటే మిగిలిన పక్షులన్నీ వచ్చేస్తాయి. దానితో నా ఆహారం పక్షుల పాలవుతుంది" అనుకుని "ఓ గ్రద్దలారా! మీకు ప్రాణాల మీద ఆశలేదా! వేటగాడు ఒకడు ఈ ఏనుగుని విషపూరిత బాణముతో చంపాడు. దీని మాంసము తిన్నట్లయితే మీరిద్దరూ ఇక్కడే మరణిస్తారు. నాకు ఈ విషయము తెలిసి ఎవరు తినకుండా దీనికి కాపలా కాస్తున్నాను" అన్నది నక్క.

దాని మాటలు విన్న గ్రద్దలు "మా ప్రాణాలు నిలబెట్టావు" అంటూ అక్కడి నుండి ఎగిరిపోయాయి.

"హూఁ! ఇంకా ఇక్కడికి ఏది వస్తుందో" అని నక్క అనుకుంటుండగా ఒక చిరుత తనపైపే రావడం కనిపించింది.

"దీని పళ్ళు మహా వాడిగా ఉంటాయి. కనుక దీనిని మాయ మాటలతో ఈ ఏనుగును కాస్త భక్షించేటట్లు చేసి తరువాత దీనిని ఇక్కడి నుండి పారిపోయేలా చేస్తాను" అనుకుని "ఓ అల్లుడా! రా...రా...! ఏమా పరాకు ఎదురుగా ఆహారం పెట్టుకుని చూడకుండా ఏదో ఆలోచనతో వస్తున్నట్లున్నావే" అన్నది నక్క ఆ చిరుతకి ఆహ్వానం పలుకుతూ.

"మరే! ఇంత అడవిలో ఈ ఏనుగును ఎవరు ఇలా చంపారు. పైగా ఏ జంతువు ఇటు వచ్చిన ఛాయలు లేవేమిటి?" అన్నది చిరుత.

"నిజమే అల్లుడా! దీనిని వేటగాళ్ళు కొందరు దంతాలకోసం చంపారు. నేను ఇది చూశాను. మిగిలిన జంతువులకు ఈ సంగతి తెలియక దీనిని భక్షిద్దామని వస్తే వేటగాళ్ల ప్రమాదంలో పడతాయి కదా! అందుకే నేను ఇక్కడ ఉన్నాను. కాని నిన్ను చూస్తుంటే ఆకలితో ఉన్నట్లున్నావు. నీవో పని చెయ్యి. నేను వేటగాళ్ళు వస్తున్నపుడు నీకు చెబుతాను. ఈలోపు నీవు ఈ ఏనుగును ఆరగించు" అన్నది.

చిరుత దాని మాటలకు ఆనందించి ఆ ఏనుగు శరీరాన్ని తన వాడియైన పండ్లతో కొరికి కొద్ది కొద్దిగా తినసాగింది.

తన పని నెరవేరిందనుకున్న నక్క "అల్లుడా! అల్లుడా! పారిపో ఆ వేటగాళ్లు ఇటే వస్తున్నారు. నిన్ను చూస్తే వలలు వేసి పట్టుకుపోతారు. పారిపో..." అంటూ తానుకూడా పారిపోతున్నట్లు నటించి దూరంగా ఉన్న పొదల్లోకి పరుగెత్తిపోయి దాక్కుంది. చిరుత నక్క మాటలకు భయపడి వెనక్కి తిరిగి చూడకుండా పారిపోయింది.

అప్పుడు నక్క నవ్వుకుంటూ బయటకు వచ్చి ఏనుగు దగ్గరకు వెళ్ళసాగింది. ఇంతలో అక్కడకు ఒక నక్క వచ్చింది.

"అన్నింటిని నా మాయోపాయంతో వెళ్ళగొట్టాను. కాని ఇది స్వజాతిది. నాకు ఎన్ని తెలివితేటలైతే ఉన్నాయో దీనికి కూడా అన్నే ఉంటాయి. కనుక దీనితో పోరాటం తప్పదు" అనుకుని దానితో పోరాడి చంపి ఆ ఆహారాన్ని దక్కించుకుని రోజులు తరబడి దానిని తింటూ హాయిగా కాలం గడిపింది ఆ నక్క.

దూరదృష్టి అనే వానరం ఆ కథచెప్పి "ఈ కథలో లాగానే మంద బుద్ధా! శత్రువు నీ జాతివాడు కానపుడు మాయోపాయంతో లొంగ

దీసుకోవాలి. కాని స్వజాతిది అయినపుడు ప్రాణాలు ఒడ్డి విజయమో, వీరస్వర్గమో తేల్చుకోవాలి. కాబట్టి నీవు పోయి ఆ మొసలి నీ జాతిదే కనుక దానితో పోరాడు. దాని అంతుచూసి నీ నివాసం నువ్వు దక్కించుకో" అని చెప్పింది.

మందబుద్ధి దూరదృష్టికి ధన్యవాదాలు చెప్పి మరోసారి 'తనను క్షమించమని' కోరి సర్పము, చేప తోడురాగా తన నివాసం వైపు వెళ్ళిపోయింది.

'పంచతంత్రం' నాలుగవభాగమైన 'సంధి' కథలను చెప్పిన విష్ణుశర్మ ఆ రాకుమారులతో "నాయనలారా! మనుషులైనా, జంతువులైనా, ఎవరైనా సరే తనకంటే బలవంతులతో 'సంధి' చేసుకోవాలి. స్నేహం చేసుకోవాలి. తనని, తనవారినీ తెలివిగా కాపాడుకోవాలి. అలాగే, తనతో సమానమైన వారితో యుద్ధం చేసి విజయం సాధించాలి. తనకంటే తక్కువవారిని ఆదరించి అక్కున చేర్చుకొని 'తనవారిని' చేసుకోవాలి. ఇదే రాజనీతి. ఈ నీతిని పాటించిన వారు కలకాలం సుఖంగా, సంతోషంగా ఉంటారు" అని తెలిపాడు.

'పంచతంత్రం'

నాలుగవభాగం

'సంధి' సమాప్తం

ఐదవభాగం
అపరీక్షిత కారత్వం

కథా ప్రారంభము

రాకుమారులు మహాపండితుడైన విష్ణుశర్మ ఆశ్రమానికి వెళ్లి దాదాపు ఐదుమాసాలు గడిచిపోయాయి. మహారాజు సుదర్శనుడికి 'తన కుమారులని ఒక్కసారి చూసి వద్దామన్న కోరిక' పదే పదే కలుగుతున్నా తన వల్ల వారి విద్యార్జనకి భంగం కలగకూడదని భావించి బలవంతంగా మనస్సును నిగ్రహించుకుంటున్నాడు.

రాజుగారి పరిస్థితిని గమనించిన మహామంత్రి ఆయన్ని అనునయిస్తూ "ప్రభూ... మీ అవస్థ తండ్రి అయిన ప్రతివారికీ సహజమే... ఆర్య చాణక్యుని 'రాజనీతి సూత్రాణి'లో చెప్పినట్లు...

న పుత్రసంస్పర్శాత్ పరం సుఖమ్ (రా.సూ.అ-7; సూ-14)
'పుత్రస్పర్శను మించిన సుఖం లేదు.'

"పుత్రులను స్పర్శించినప్పుడు, తన కుమారుడిని గుండెలకు హత్తుకున్నప్పుడు తండ్రి పొందే అనుభూతి, ఆనందం చెప్పనలవి కాదు. ఆ అదృష్టం, పుత్రస్పర్శ అనే పెన్నిధితో సరిసమానమైన నిధి మరొకటి లేదు.

అతిలాభః పుత్రలాభః (రా.సూ.అ-6; సూ-17)

'పుత్రలాభం అన్నింటినీ మించిన లాభం.'

దుర్గతేర్యః పితరౌ రక్షతి స పుత్రః (రా.సూ.అ-6; సూ-17)

'తల్లితండ్రులని దుర్గతి పాలవకుండా రక్షించేవాడే పుత్రుడు.'

"అయితే ఆ పుత్రుడు విద్యావినయ గుణసంపన్నుడు కావాలి. అది విద్యాభ్యాసం వల్లనే అలవడుతుంది. ఇప్పుడు తమ పుత్రులు గురుకుల ఆశ్రమంలో విద్యాభ్యాసం చేస్తున్నారు. పుత్రులు దూరంగా ఉన్న మీ బాధ తాత్కాలికమే. ఆ పుత్రులే ప్రయోజకులై తిరిగి వచ్చినప్పుడు మీకు లభించే ఆనందం శాశ్వితం. ఎవరైనా తమ సంతానాన్ని విద్యాభ్యాసం నిమిత్తం గురుకులంలో వుంచడమే సదాచారం.

ఆచారాదాయుర్వర్ధతే కీర్తిః శ్రేయశ్చ. (రా.సూ.అ-6; సూ-61)

'సదాచారం వల్ల ఆయుర్దాయం, కీర్తి, శ్రేయస్సు వృద్ధి పొందుతాయి.'

"కనుక మహారాజా! అట్టి సదాచారాన్ని పాటిస్తూ గురుకుల విద్యాభ్యాసం చేస్తున్న మీ కుమారులు, వారివల్ల మీకూ ఆయుర్దాయం, కీర్తి శ్రేయస్సు వృద్ధి చెందుతాయి. కనుక ఇప్పుడు మీరు అనుభవిస్తున్న తాత్కాలిక విచారాన్ని విడిచిపెట్టి ప్రశాంతమైన మనస్సుతో రాజకార్యాల్లో నిమగ్నమవండి" అని సూచించాడు మహామంత్రి.

మహారాజు సుదర్శనుడు తలపంకించి "మీరు యిచ్చిన సలహా సముచితంగా వుంది. మహామంత్రీ! కానీ, మీరు పలికిన సూక్తులన్నీ ఆర్య చాణక్యుల వారి 'రాజనీతి సూత్రాణి'లోనివని మీరే చెబుతున్నారు కదా! మరి ఆ నీతిశాస్త్రాన్ని మీరు ఎప్పుడు, ఎక్కడ, ఎవరి దగ్గర అభ్యసించారు?" అని అడిగాడు సూటిగా.

మహామంత్రి గతుక్కుమని "అదీ... అదీ... మహారాజా..." అంటూ నసిగాడు.

"నిజం చెప్పండి. మీరు రహస్యంగా విష్ణుశర్మ గారి ఆశ్రమానికి

వెళ్లి వస్తున్నారు కదూ?" అని నిలదీశాడు సుదర్శనుడు.

మహామంత్రి చిరునవ్వు నవ్వి "నిజమే మహారాజా... మన రాకుమారులు విద్యాభ్యాసంలో వేగంగా పురోగతి సాధిస్తున్నారని మన చారుల ద్వారా విన్నాం. ఇక, మా మనస్సుండబట్టలేక నిన్న ప్రచ్ఛన్న వేషం ధరించి అక్కడికి వెళ్ళి చాటునుంచి జరుగుతున్న విషయాలని గమనించాం. ఇప్పుడు నేను తమరికి అప్పగించిన సూత్రాలు నిన్న మన రాకుమారులు ఆ ఆశ్రమానికి వచ్చిన ఒక తండ్రీ-కొడుకులకి హితబోధ చేస్తూ చెబుతుంటే విన్నాం. కళ్లారా చూశాం. మన రాకుమారులు 'బద్ధ శత్రువుల్లా మారిపోయిన తండ్రీ-కొడుకుల' కళ్లు తెరిపించి వాళ్లిద్దరి మధ్య సఖ్యత చేకూర్చిన విధానం అద్భుతం, అసాధారణం" అన్నాడు.

ఎవరా తండ్రీ-కొడుకులు? ఏమా కథ?"అడిగాడు రాజు ఉత్సుకతతో.

మహారాజుకి మహామంత్రి చెప్పిన
బద్ధవిరోధులైన తండ్రీ-కొడుకు కథ

ఆశ్రిత దుఃఖమాత్మన ఇవ మన్యతే సాధుః (రా.సూ.అ-8; సూ-8)

'సత్పురుషుడు తన ఆశ్రితులకు కలిగిన దుఃఖాన్ని తన దుఃఖం వలె భావిస్తాడు.'

పాటలీపుత్రంలోని వ్యాపార వర్గాలవాడలో ధనగుప్తుడు అనే వ్యాపారి ఉంటున్నాడు. అతడు వజ్రాలు, రత్నాల వ్యాపారం చేసి ఎంతో ధనం కూడబెట్టాడు.

ధనగుప్తుడు ప్రతి సంవత్సరం నిజాయితీగా ప్రభుత్వానికి పన్నులు చెల్లిస్తాడు. 'ఉత్తమపన్ను చెల్లింపుదారుడు' అని ఏటేటా ఆదాయపన్ను శాఖ వారి సత్కారం పొందుతున్నాడు. అతడికి అరుదైన వ్యక్తులకి ఇచ్చే 'జాతిరత్న' ఇవ్వమని రాజుగారికి సిఫారసులు కూడా పంపబడ్డాయి.

దాత, ధార్మికుడు, దేశభక్తుడు అయిన ధనగుప్తుడికి ఒక్కడే కొడుకు. వాడిపేరు సుందరగుప్తుడు. పేరుకు తగ్గట్టు వాడిరూపం సుందరంగానే ఉంటుంది. కానీ వాడి బుద్ధిమాత్రం అధర్మ ప్రవర్తన కలిగివుంటుంది.

తండ్రి దానధర్మాలు చెయ్యడం కొడుక్కి ఇష్టం లేదు. తండ్రి ఎవరికి సాయం చెయ్యబోతున్నా వాడు అడ్డుపడిపోతూ "నువ్వు కష్టపడి సంపాదించింది నాకోసం అని పదే పదే చెబుతుంటావు. ఇలా సంపాదించిన దంతా అడ్డమైన వాళ్లకి దానధర్మాలు చేసేస్తే నాకేమిస్తావు? చేతికి చిప్పా?" అంటూ అల్లరి చేసేవాడు.

వాడు ఒక్కగానొక్క కొడుకు కావడం చేత, పుట్టిన కొద్ది రోజులకే వాడితల్లి కన్ను ముయ్యడంచేత, అతి గారాబంగా వాడిని పెంచిన పాపానికి వాడెన్ని మాటలు అంటున్నా ధనగుప్తుడు లోలోపల బాధపడుతుండేవాడే గానీ, కొడుకుని పల్లెత్తుమాట అనేవాడు కాడు. అలాగే తన దానధర్మాలు యధావిధిగా కొనసాగించేవాడు.

రానూరానూ తండ్రీ, కొడుకుల మధ్య ఎడసరం, పెడసరం బాగా ముదిరి ఒకరి పొడ మరొకరికి గిట్టనంతగా తయారైంది వాళ్ళ పరిస్థితి. ఒకప్పుడు కలిసి భోజనం చేసేవాళ్లు, ఇప్పుడు ఎవరికి వారే భుజిస్తున్నారు. ఒకరి కొకరు ఎదురు పడితే అసహ్యించుకుంటూ అంటరాని వాళ్లని చూసినట్లు విసుక్కుంటూ పక్కకి తప్పుకుంటున్నారు.

"కొరగాని కొడుకుని కన్నా"నంటూ తండ్రి తెల్సిన వాళ్ళ దగ్గిర వాపోతే, "నా ఖర్మకాలి ఆ నికృష్టుడి కొడుగ్గా పుట్టా"నని కొడుకు కనిపించిన వాళ్లందరి దగ్గరా దుమ్మెత్తిపోసేవాడు. అలా ఆ తండ్రీ కొడుకుల మధ్య ద్వేషం విపరీతంగా పెరిగిపోయి ఇద్దరూ బద్ధశత్రువుల్లా అయిపోయారు. వాళ్ల మధ్య పచ్చగడ్డి వేస్తే భగ్గు మనేంతగా పరిస్థితి తయారైంది.

ఇలా ఉండగా ఒకరోజు కార్మికవాడలో ఘోర అగ్నిప్రమాదం జరిగింది.

ధనగుప్తుడి దగ్గర అనేక సంవత్సరాలుగా పనిచేస్తున్న పనివాళ్లందరూ కొంపాగోడూ సర్వం కోల్పోయి వీధిన పడ్డారు. వాళ్లకి దాపురించిన కష్టానికి ధనగుప్తుడు ఎంతోబాధ పడ్డాడు. వాళ్ల దుఃఖాన్ని చూస్తూ తట్టుకోలేక తానూ దుఃఖ్కించాడు. వాళ్లకొచ్చిన కష్టం తనదిగా భావించాడు.

"మీరెవ్వరూ దుఃఖించవద్దు. మీకు అండగా నేనుంటాను . ఇన్నాళ్లూ మీరు ఎంతో కష్టపడి వ్యాపారంలో నాకు సహకరించారు. మీశ్రమ ఫలితం గానే నేనింత వాడినయ్యాను. కనుక, ఇప్పుడు మీఋణం తీర్చుకుంటా. మీ అందరికీ సరికొత్త ఇళ్ళు కట్టిస్తా వాడుకోడానికి పాత్ర సామాగ్రీ, వంటా వార్పులకి బియ్యం, పప్పు, ఉప్పు వగైరాలనీ ఉచితంగా అందిస్తా" అని ప్రకటించాడు ధనగుప్తుడు.

ఆ విషయం తెల్సిన కొడుకు తండ్రికి ఎదురుపడి "ఈ ఆస్తీ పాస్తీ నాకోసం నవ్వు సంపాదించావు. కనుక ఆధనం నాది. నా డబ్బుని అడ్డమైన వాళ్లకి దానం చెయ్యడానికి నువ్వెవరివి?" అని నిలదీశాడు.

కొడుకు అలా నిలదీస్తాడని ఊహించని ధనగుప్తుడు నివ్వెరపోయాడు. కొడుకు మీద మండిపడుతూ "అది నా కష్టార్జితం. నా ఇష్టం వచ్చిన వాళ్లకి దానం చేసుకుంటాను. అడగడానికి నువ్వెవరు?" అని గద్దించాడు.

"నేనెవర్నా....? నువ్వు చస్తే తలకొరివి పెట్టాల్సిన వాడిని...ఆ హక్కుతో చెబుతున్నా. నన్ను కాదని డబ్బంతా దానధర్మాలు చెయ్యాలని చూశావో.... బ్రతికుండగానే నీకు తలకొరివి పెట్టేస్తా. జాగ్రత్త." అని హెచ్చరించాడు కొడుకు.

ఊహించని ఆ హెచ్చరికతో ఆగ్రహావేశపరుడైన ఆ తండ్రి "కథ అంత దూరం వస్తే....నేనే నిన్ను అంతం చేసి నా వంశ గౌరవాన్ని కాపాడుకుంటా. బుద్ధిగా పడుండాలనుకుంటే ఉండు. లేదా....తెల్లారేప్పటికి నువ్వు కాటికి చేరుకుంటావు" అని కొడుక్కి జవాబిచ్చాడు ధనగుప్తుడు.

"సరే...తెల్లారేటప్పటికి ఎవర్ని ఎవరు కాటికి సాగనంపుతారో, అది చూద్దాం" అని బయటికి వెళ్ళి పోయాడు కొడుకు.

ధనగుప్తుడు ఒళ్లు తెలియని ఆవేశంలో కొడుకుమీద మండిపడినా ఆ తర్వాత కోపం తగ్గిపోయాక చాలా బాధపడ్డాడు. కొడుకు అలా మూర్ఖంగా తయారవడానికి తన పెంపకమే కారణం. వాడికి ఊహ తెల్సినప్పట్నించీ తాను వ్యాపారనిమిత్తం దూరదేశాలు పోయిన ప్రతీసారీ "నాన్నా. నీ సుఖం కోసమే నేను వ్యాపార నిమిత్తం పొరుగూరు పోతున్నా. నేను కష్టపడి సంపాదించేదంతా నీ కోసమే" నని చెప్పి బుజ్జగించేవాడు. ఇప్పుడు వాడు ఆమాటే పట్టుకుని తనకి ఎదురు తిరుగుతున్నాడు.

'సంపాదించేదంతా నీ కోసమే' అని చెప్పిన నాలుకతోటే 'దానం, ధర్మం చేసి తండ్రి పేరు నిలబెట్టే వాడే సుపుత్రుడు' అని కూడా చెప్పివుంటే, తన కొడుకు ఇలా తయారయ్యేవాడేకాదు అని బాధపడ్డాడు ధనగుప్తుడు.

"చిన్నప్పట్నించీ 'ఆస్తంతా నీదేరా' అంటూ నన్ను ఊరించి ఇప్పుడు 'కాదు' పొమ్మంటున్నాడు. కనుక నాకు న్యాయం జరగాలంటే పెద్ద మనుషుల్ని ఆశ్రయించాలి. ఈ పాటలీ పుత్రంలో మా నాన్నకి పలుకుబడి వుంది. ఇక్కడ నాకెవరూ న్యాయం చెయ్యరు. పక్క ఊరికిపోయి ధర్మాధికారులని ఆశ్రయిస్తాను" అని నిశ్చయించుకొని పొరుగూరికి బయల్దేరాడు సుందరగుప్తుడు.

వాడు శోణానదిని దాటి ఆవలిఒడ్డుకు చేరి కొంచెం దూరం నడిచాక విష్ణుశర్మ ఆశ్రమం కనిపించింది. ఆ ఆశ్రమాన్ని చూడగానే వాడిముఖం వికసించింది.

"మా మహారాజు సుదర్శనుల వారి కుమారులు విద్యాభ్యాసం చేస్తున్న విష్ణుశర్మ పండితుని ఆశ్రమం కదా ఇది. మా రాకుమారులనే ప్రయోజకులని చేస్తున్న యీ పండితుడు నాకు తప్పక న్యాయం చేస్తాడు .ఆయన యిచ్చే

తీర్పుని మా నాన్నేకాదు, ఎవరైనా గౌరవించాల్సిందే" అనుకుని ఆశ్రమంలోకి అడుగు పెట్టాడు సుందరగుప్తుడు.

రాకుమారులు ఆ సమయంలో ఆ ప్రాంగణంలోని పూలమొక్కలకు నీళ్ళు పోస్తున్నారు. వాళ్లని చూడగానే ప్రభుభక్తి చేత చేతులు జోడించి నమస్కరించాడు సుందరగుప్తుడు.

"ఎవరు నువ్వు? ఏంపని మీద వచ్చావు?" అడిగాడు మొదటి యువరాజు.

సుందరగుప్తుడు తాను వచ్చిన పని చెప్పుకొని "మానాన్నని తగిన విధంగా శిక్షించి, నా ఆస్తి నా కిప్పించాలి. మీరే నాకు న్యాయం చెయ్యాలి" అన్నాడు.

ఆ మాటలు విని మూడవ యువరాజు నవ్వి "తల్లి లేని నిన్ను గారాబంగా పెంచి ఇంతవాణ్ణి చేసిన కృతజ్ఞతైనా లేకుండా తుచ్ఛమైన ఆస్థికోసం మీ నాన్ననే శిక్షించమంటున్నావా? నిన్ను చూస్తుంటే 'ప్రాణం కాపాడిన బ్రాహ్మణుడిని కాటెయ్యబోయి తన ప్రాణాలే పోగొట్టుకున్న పాము' కథ గుర్తొస్తోంది" అన్నాడు.

"ఎవరా పాము? ఏమా కథ?" అడిగాడుసుందరగుప్తుడు ఉత్సుకతగా

మూడో రాకుమారుడు చెప్పిన

బ్రాహ్మణుడు - కృతజ్ఞత లేని పాము కథ

నా కృతఘ్నస్య నరకాన్నివర్తనమ్ (రా.సూ.అ-6; సూ-69)

'కృతజ్ఞత లేనివాడు నరకంనించి తిరిగిరావడం ఉండదు.'

ఒక అడవి ప్రాంతంలో పెద్ద పుట్ట ఉంది. దానిలో ఓ గోధుమరంగు త్రాచు నివసిస్తోంది.

ఒకనాటి ఉదయం పూట ఆ సర్పం అక్కడికి దగ్గరలో ఉన్న నది ఒడ్డుకు బయలుదేరింది. ప్రతిరోజూ ఆ నది ఒడ్డుకు వెళ్ళి కప్పల్ని భక్షించి ఆ

ఒడ్డునే నిద్రపోయి సాయంత్రానికి పుట్టకి రావటం దానికి అలవాటు.

ఆరోజు దానికి ఒక్క కప్పకూడా కనిపించలేదు. మధ్యాహ్నం దాకా చూసి 'ఇక లాభంలేదు' అనుకుంటూ పుట్టకి బయలుదేరింది. బయట ఎండ మండిపోతోంది. కడుపు ఖాళీగా ఉండటం వల్ల నీరసంతో నెమ్మదిగా వెళ్ళసాగింది.

పాము ఓ రెల్లుగడ్డి పొదను దాటుతుండగా ఎండవేడికి పొద అంటుకున్న మంటలు చుట్టూ వ్యాపించాయి. మధ్యలో పాము చిక్కుకుపోయి దిక్కుతోచక ఉండిపోయింది. అదే సమయంలో దానికి ఆవైపు వెడుతున్న ఓ బ్రాహ్మణుడు కన్పించాడు.

"అయ్యా! నన్ను రక్షించండి" అంటూ ఆ పాము పెద్దగా అరిచింది.

ఆ శబ్దం ఎటువైపు నుండి వచ్చిందో అర్థం కాని బ్రాహ్మణుడు నలుదిక్కులూ చూడసాగాడు.

అప్పుడు ఆ పాము "నేనిక్కడున్నాను" అంటూ అరిచింది. అప్పుడు పాముని చూశాడు ఆ బ్రాహ్మణుడు.

"అయ్యా! నన్ను త్వరగా రక్షించండి....సాటి జీవికి ప్రాణదానం చెయ్యటాన్ని మించిన దానం ఈ లోకంలో మరేదీ లేదంటారు కదా... నన్ను రక్షించి పుణ్యం కట్టుకోండి" అంది.

ఆ వెర్రి బ్రాహ్మణుడు పామును రక్షించాలనుకుని తన చేతి సంచిని ఓ కర్రను బిగించి మంటల మధ్యకు చేర్చాడు. పాము సంచిలోకి దూరగానే దానిని బయటకు తీశాడు.

సంచి లోంచి బయట పడ్డ పాము ఒళ్ళు విరుచుకుంటూ ఎదుట ఉన్నది 'తమ జాతికి శత్రువైన మనిషి' అన్న సంగతి గుర్తుకు వచ్చి కాటు వెయ్యటానికి పడగ విప్పింది.

"అమ్మో! ఈ పాము ఎంత మోసకారి... ఎంత కృతఘ్నురాలు" అను

కుంటూ ఆ వెర్రి బ్రాహ్మణుడు పరుగు అందుకున్నాడు. పాము వెంటబడి తరమసాగింది.

కొంతదూరం పోయాక ఆ బ్రాహ్మణుడికి ఓ గాడిద ఎదురుపడి 'విషయ మేమిటని' ? బ్రాహ్మణుడిని అడిగింది.

బ్రాహ్మణుడు జరిగిన విషయం మొత్తం చెప్పాడు. అదే సమయానికి పాము కూడా అక్కడికి చేరుకుంది.

ఆ గాడిద పాముని కూడా ఆపి విషయం చెప్పమంది. పాము బ్రాహ్మణుడు రక్షించిన వైనం చెప్పి " అతడు మా జాతికి శత్రువు కనుక చంపటం తప్పేమీ కాదు" అంటూ చెప్పింది ఆ పాము.

అప్పుడు గాడిద "నువ్వు చెప్పింది నిజమో... కాదో ముందు నాకు తెలిస్తే కదా! నేను తీర్పు చెప్పగలిగేది. అందుకు మొదటి నుంచి ఏ జరిగిందో నాకు చూపించు!" అంది.

ఆ మాటకి పాము 'సరే'నని మంటల దగ్గరకు వెళ్ళి సంచిలో దూరింది. అపుడు బ్రాహ్మణుడు కర్రను కట్టిన సంచితో పాముని మంటల మధ్యకు వదిలాడు.

ఆ మంటల వేడికి తట్టుకోలేక "ఓ...బ్రాహ్మణుడా! నన్ను త్వరగా బయటకు తియ్యి" అంది పాము కోపంగా ఆజ్ఞాపిస్తూ.

ఆ బ్రాహ్మణుడు సంచిని మళ్ళీ మంటల మధ్యనించి తియ్యబోయాడు. అపుడు ఆ గాడిద "ఓ వెర్రి బ్రాహ్మణుడా! ఆ పాముని మళ్ళీ బయటకు తియ్యకు. దాని నుండి నిన్ను కాపాడటానికి నా దగ్గర మరే ఉపాయం లేదు...దాన్ని అలాగే చావనివ్వు" అంటూ వారించింది.

ఆ బ్రాహ్మణుడికి గాడిద మాటలతో జ్ఞానోదయమయ్యి సంచిని కూడా మంటల్లోకి విసిరివేసి గాడిదకు కృతజ్ఞతలు చెప్పి తన ఇంటి దారి పట్టాడు. ప్రాణదానం చేసిన వాడి ప్రాణాలు తియ్యాలనుకున్న ఆ పాము మంటల్లో

మాడిచచ్చింది.

మూడో రాకుమారుడు ఆ కథ చెప్పి "కనిపెంచిన తండ్రినే! కాటెయ్య జూసిన నీవంటి పుత్రుడు ఉంటేనేం? పోతేనేం?" అన్నాడు.

అప్పుడు రెండో రాకుమారుడు నవ్వి "అవునవును" ఆస్థి ఇవాళ వస్తుంది. రేపు పోతుంది. ధనం కంటే ముఖ్యమైనది బంధం, స్నేహం. అందునా ఒకే వంశం, ఒకే ఇంటివారైన తండ్రీ కొడుకుల మధ్య ఉండవల్సింది ఆస్థికాదు, ఐకమత్యం. ఈ ధర్మాన్ని మర్చిపోయి అనవసరంగా ఘర్షణపడ్డ పావురం - కోడిపిల్ల దుస్థితి తెచ్చుకోకు" అన్నాడు.

"ఎవరా పావురం-కోడిపిల్ల? ఏమాకథ?" అడిగాడు సుందరగుప్తుడు కుతూహలంగా.

రెండవ రాకుమారుడు చెప్పిన

అకారణ శత్రువులైన కోడిపిల్ల-పావురం కథ

వివాదే ధర్మమనస్మరేత్ (రా.సూ.అ-7; సూ-15)

'వివాదం వచ్చినప్పుడు ఏది ధర్మమో ఆలోచించాలి.'

అనగనగా ఒక ఊళ్ళో ఒక రైతు ఉండేవాడు. అతను ఒక కోడిపిల్లనీ పావురాన్ని కలిపి పెంచసాగాడు. కోడిపిల్లకీ, పావురానికీ ఒకేచోట ఆహారాన్ని వేసేవాడు.

పావురం రెండు గింజలను తిని ఆకాశంలో ఒకసారి చక్కర్లు కొట్టి వచ్చేది. కోడిపిల్ల మాత్రం వంచిన తల ఎత్తకుండా ఆహారాన్ని తినేది.

పావురం సగం నూకలు తినేసరికి కోడిపిల్ల ఆహారం మొత్తాన్ని ఖాళీ చేసేది. దాంతో పావురం అర్ధాకలితో సరిపెట్టుకునేది.

ఈ కారణంగా రెండింటి మధ్య శత్రుత్వం ఏర్పడింది.

ఒకనాడు రైతు రెండింటికీ కలిపి ఆహారం వేసి కోడిపిల్లను వదిలి, ఇంటికి ఎవరో చుట్టాలు రావటంతో వాళ్ళతో మాటల్లో పడిపోయి పావురాన్ని వదలటం మర్చిపోయాడు.

కొంతసేపటి తరువాత ఆ విషయం గుర్తొచ్చి బైటికొచ్చి పావురాన్ని వదిలిపెట్టాడు రైతు.

పావురం గూటిలోంచి బయటకు వచ్చేసరికి కోడిపిల్ల ఆహారం మొత్తం ఖాళీచేసి భారమైన పొట్టతో ఆపసోపాలు పడసాగింది.

బయటకు వచ్చిన పావురం తనకి ఆహారం లేకపోవటంతో కోడిపిల్ల వంక చూస్తూ "నాకు ఆహారం ఏది?" అని అడిగింది.

"నాకేం తెలుసు" అంది కోడిపిల్ల ఎగతాళిగా నవ్వుతూ....

"పాపిష్టిదానా! రోజూ నా ఆహారం సగం తినేదానివి. ఇవాళ పూర్తిగా తినేశావా?" అంది. పావురం కోపంగా.

"ఎవరికి దక్కేది వాళ్ళకి దక్కుతుంది" అందా కోడి నవ్వుతూ.

"రైతు ఆహారం ఇద్దరి కోసం వేశాడు.... నీకొక్కదానికే కాదు" అంటూ పోట్లాటకు దిగింది పావురం.

"ఎవ్వరు ముందువస్తే వాళ్ళదే ఆహారం.... ఇదే న్యాయం" అంది కోడిపిల్ల.

"అది అన్యాయం" అంది పావురం.

కోడికి పావురానికి మధ్య అదే విషయం మీద వాదోపవాదాలు జరిగాయి. చివరికి కోడి "ఈ విషయంలో న్యాయం ఎవరిదో 'స్ఫురద్రూపి' అనే ఓ పిల్లి ఉంది. దానిని అడుగుదాం" అంది.

పిల్లి తీర్పుకు పావురం కూడా ఒప్పుకుంది. రెండూ కలిసి పిల్లి దగ్గరకి తీర్పుకోసం వెళ్ళాయి.

ఆ పిల్లి పావురం, కోడిపిల్ల రెండూ చెప్పింది శాంతంగా విని ఇలా అంది.

"మిత్రులారా! మీరిద్దరూ ఒకే జాతివారు కాకపోయినా ఒకే చోట పెరుగుతున్నారు కనుక మీ ఇద్దరి మధ్య స్నేహభావం ఉండాలి. బ్రతకటానికి ప్రతి ప్రాణికీ ఆహారం అవసరం. అవసరానికి మించినఆహారాన్ని తినటం చివరికి అనారోగ్యానికి దారితీస్తుంది. రైతు మీ ఇద్దరి కోసం ఆహారాన్ని పెడుతున్నాడు కనుక మీ ఇద్దరూ ఆహారాన్ని సమంగా తినాలి. శత్రుత్వంతో ఒకరి మీద ఒకరు కత్తులు దూసుకోవటం కంటే మిత్రత్వంతో ఐకమత్యంగా కలిసి ఉంటే మీ స్నేహం ముందు ముందు మీ జాతుల వారికి ఆదర్శం అవుతుంది" అంటూ మంచిమాటలు చెప్పింది పిల్లి.

పిల్లి మాటలతో కోడిపిల్ల మనసు మారి తన తప్పును ఒప్పుకుంది.

ఆరోజు నుంచీ కోడిపిల్ల తనకు కావాల్సినంత ఆహారం తిని మిగతా ఆహారం పావురానికి వదిలిపెట్టేది. పిల్లి చేసిన సంధివల్ల కోడిపిల్ల పావురం ఐకమత్యంగా కలిసి ఉండసాగాయి.

రెండవ రాకుమారుడు ఆ కథ ముగించి "మీరిద్దరూ ఒకే గూట్లో నివశిస్తున్న తండ్రీ కొడుకులు కలిసిమెలిసి ఉండటం మీధర్మం. మీ బాధ్యత" అన్నాడు.

అంతట రాకుమారుల్లో జ్యేష్ఠుడు తలపంకిస్తూ మందహాసం చేసి "అవునవును. ధనం కంటే ధర్మం ముఖ్యం. తన స్వధర్మాన్ని విస్మరించి స్వార్థంతో ప్రవర్తించేవాళ్లకి నాశం తప్పదు. వెనకటికిలాగే స్వార్థంతో దురాశకుపోయి తన కుటుంబాన్ని నాశనం చేసుకుంది ఒక గద్ద. దానిలాగా నిన్నూ నీ కుటుంబాన్నీ నాశనం చేసుకోకు" అని చెప్పాడు.

"ఎవరా గద్ద? ఏమా కథ?" అడిగాడు సుందరగుప్తుడు ఉత్సాహంగా.

రాకుమారుల్లో జ్యేష్ఠుడు చెప్పిన

దురాశతో కుటుంబాన్ని నాశనం చేసుకున్న గద్ద కథ

న చాశాపరైః శ్రీః సహ తిష్ఠతి (రా.సూ.అ-7, సూ-30)
'దురాశ కలవారితో లక్ష్మి కలిసి ఉండదు.'

అనగనగా ఒక రాజ్యం. ఆ రాజ్యానికి చెందిన రాజభవనం చుట్టూ ఉద్యానవనం ఉంది.

ఆ ఉద్యానవనంలో ఎన్నో ఫలవృక్షాలతో పాటు చల్లటి నీడని, ఆరోగ్యవంతమైన వాయువుని ఇచ్చే వేప, రావి, మర్రి వంటి మహావృక్షాలు కూడా ఉండేవి.

రాజ భవనం చుట్టూ అడవిలాంటి పరిస్థితి నెలకొని వుంది గనుక, శత్రువులెవరూ చొరబడకుండా రాజభటులు నిరంతరం కాపలా కాస్తుండే వారు.

రాజభవనంలో రాజు, రాణి, వారి సంతానం, బంధువులు నివశిస్తుండే వారు. వారికి శత్రువుల నించి ఏ ప్రమాదం ఏరూపంలో వస్తుందో ఊహించటం కష్టంగనుక, రాజభటులు ఆ ఉద్యాన వనంలోకి చీమని, ఈగని, ఎలుకని, చిన్న పిట్టని సైతం రాకుండా నిరంతరం వెయ్యి కళ్ళతో చూస్తుండేవాళ్లు. అటుగా వచ్చిన ఏ జీవి అయినా వారి చేతికి చిక్కి చావవల్సిందే.

అలాంటి రాజభవనం వైపుకి ఎక్కడ్నించో ఒక గద్ద ఎగురుకుంటూ వచ్చింది. అప్పుడు భోజనాల వేళ కావడంతో రాజభవనంలోని వంటశాలలో వండుతున్న మాంసాహారపు ఘుమఘుమలు ఆ గద్దకి నోరూరించాయి.

రాజభటుల కంటపడకుండా ఆ ఉద్యానవనంలోకి ప్రవేశించిన ఆ గద్ద

రాజభవనం వంటశాల ప్రక్కనే వున్న ఓ చెట్టుకొమ్మ మీద వాలి భటుల కంటపడకుండా దాగి సమయం కోసం నిరీక్షించసాగింది.

కొంతసేపటికి రాజకుటుంబం భోజనాలకి కూర్చున్నారు. వాళ్ళు తినేమాంసాహారాలు చూస్తూ, వాటి వాసనలను పీలుస్తున్న ఆ గద్దకి తాను ఏదో స్వర్గంలో వున్నట్లనిపించసాగింది.

"ఆహా...ఇలా రోజూ ఇంత రుచికరమైన మాంసాహారం తినే యీ రాజకుటుంబం పూర్వ జన్మలో ఎంతపుణ్యం చేసుకున్నారో కదా" అనుకుంటూ లొట్టలెయ్య సాగింది ఆ గద్ద.

అంతలో రాజకుటుంబం భోజనం పూర్తయింది. వాళ్ల భోజనంలో మిగిలిన ఎముకలు, బొమికలు తెచ్చి సరిగ్గా ఆ గద్ద కూర్చునున్న చెట్టు సమీపంలో పారేసిపోయారు పనివాళ్లు.

"ఆహా....ఏమీ నాభాగ్యం?" అనుకుంటూ ఆ గద్ద చప్పుడు కాకుండా ఆ అవశేషాల మీదవాలి ఆ ఎముకల్లో మిగిలిన మాంసాన్ని కడుపునిండా తిని, మాంసం ఎక్కువగా వున్న రెండు ముక్కల్ని ముక్కున కట్టుకొని ఎగిరిపోయింది. భటులకి భోజన సమయం కావడం చేతవాళ్ళు దాన్ని గమనించలేదు.

గద్ద తన నివాసానికి చేరుకొని తన భార్య పిల్లలకి ఆ మాంసాన్ని పెట్టింది. అవి లొట్టలేసుకుంటూ తిని "ఆహా...ఎప్పుడూ పచ్చి మాంసాన్ని పీక్కు తినడమే గానీ, ఇలా ఉడికించి మసాలాలు కూరిన జంతుమాంసం ఇంతవరకూ తినలేదు. ఎక్కడ కొట్టుకొచ్చావ్?" అన్నాయి.

"అక్కడో రాజభవనం ఉందిలే... ఆరాజు తినే రాజభోజనం ఇది" ఇది అన్నది గద్ద గొప్పగా.

"రాజ భోజనమా... రాజభవనంలోదా...? అమ్మో, భటులు నిన్ను చూళ్లేదుకదా?" అంది గద్ద భార్య ఆందోళనగా.

"వాళ్లకి కనిపిస్తానా? కనిపించినా వాళ్లకి దొరుకుతానా? రేపట్నించీ మనకి రోజూ రాజభోజనమే." అంది గద్ద ధీమాగా. దాని పిల్లలు "హాయ్...హాయ్" అన్నాయి ఉత్సాహంగా గెంతుతూ.

ఆ మర్నాటినుంచీ ఆ గద్ద ఎగురుకుంటూ రాజభవనానికి వెళ్ళి భటుల కంట పడకుండా ఆ చెట్టుమీద దాక్కుని రాజుగారి భోజనం అయ్యాక పారేసిన మాంసాన్ని తిన్నంత తిని కొంత నోట కర్చుకు వెళ్ళి తన వాళ్లకి తినిపించసాగింది.

అలా కొంతకాలం సాగింది. రోజూ ఇలా ఎగురుకుంటూ వెళ్ళి ఆహారం తీసుకురావడం ఆ గద్దకి విసుగనిపించి "రేపే మన నివాసాన్ని రాజభవనానికి మేర్చుస్తున్నాం" అని చెప్పింది. రుచికరమైన తిండి తినడానికి అవాటు పడిన ఆ గద్ద భార్యా, పిల్లలూ ఎగిరిగంతేశాయి.

ఆ మర్నాడు సూర్యుడుఉదయిస్తున్న వేళ ఆ గద్ద కుటుంబ సమేతంగా రాజభవనం వంటశాల ప్రక్కనున్న చెట్టుమీదకి మకాం మార్చేసింది. ఇంకా పూర్తిగా వెలుతురు రాని ఆ సమయంలో వచ్చిన గద్ద కుటుంబాన్ని రాజభటులు గమనించలేదు.

గద్ద కుటుంబానికి సుఖంగా జీవనం గడవసాగింది. కొంతకాలం తర్వాత ఓ రోజు ఆడగద్ద విసుక్కుంటూ "రోజూ ఎముకలు, బొమికలేనా? ఎలాగోలా తాజా మాంసం తీసుకు రాకూడదూ?" అని అడిగింది. పిల్ల గద్దలు కూడా మారాం చేశాయి.

"సరే రేపు చూద్దాం." అంది గద్ద. ఆ మర్నాడు భోజనంవేళ ఆ గద్ద ఎవరూ చూడకుండా వంటింట్లో దూరి, అక్కడ రాజుగారికి వడ్డించడానికి పళ్ళాల్లో సిద్ధంగా వుంచిన మాంసాహారంలోంచి ఒక బలమైన మాంస ఖండాన్ని ఎత్తుకువచ్చింది. దాన్ని గద్ద కుటుంబం తృప్తిగా ఆరగించింది. వంటింట్లోని రకరకాల పదార్థాల్లోంచి ఒక మాంసఖండం మాయమవటాన్ని

వంటవాళ్ళు గ్రహించలేదు.

అలా కొంతకాలం జరిగాక, వండినమాంసాహారంలో కొంత మాయ మవుతున్నట్లు గ్రహించారు వంటవాళ్ళు. అయితే మిగతా పక్షుల్లా అరుపులూ, కూతలూ కూసే అలవాటు గద్దలకి లేకపోవడం వల్ల, అవి మాంసం తినగా మిగిలిన ఎముకలని కూడా వంటవాళ్లు పారేసేచోటే పారేయడం వల్ల వాటి ఉనికిని ఎవ్వరూ గమనించలేక పోయారు.

ఇలా కొంతకాలం గడిచాక గద్ద కుటుంబంలో ఎక్కడలేని ధీమా, అహం కారం పెరిగిపోయింది. ఒకనాడు ఆడగద్ద తనభర్తతో "నిన్న భోజనాల వేళ రాణిగారి మెడలో తళతళ మెరుస్తున్న వజ్రాల హారాన్ని చూశాను. బలేబావుంది. దాన్ని నాకు తెచ్చి పెట్టవా?" అని అడిగింది ప్రియంగా.

అప్పటికే మదంతో ఒళ్ళు బలిసిపోయిన గద్ద "సరే. రేపు స్నానాల వేళ పట్టుకోస్తా" నంది.

ఆ మర్నాడు రాణిగారు రాజభవనం ప్రక్కనే వున్న కొలనులో జలకాలాడ సాగింది. పరిచారికలు ఆమెకి సహాయంగా కొలనులో నిలచి చేతులతో నీళ్ళు చిమ్ముతూ రాణిగార్ని ఉత్సాహ పరుస్తున్నారు. అదే అదనుగా గద్ద చప్పున ఎగురుకొంటూ వెళ్ళి ఒడ్డున పెట్టి ఉన్న వజ్రాల హారాన్ని ముక్కున కర్చుకొంది.

పరిచారిక అది చూసి "పాడు గద్ద రాణిగారి హారం ఎత్తుకుపోతోంది. పట్టుకోండి... పట్టుకోండి" అంటూ అరిచింది. రాజభటులు ఉలిక్కిపడి తలఎత్తి ఆ గద్దని చూశారు.

అంతలో ఆ అరుపువిన్న వంటవాళ్ళు కిటికీలోంచి చూస్తూ "అదే...రోజూ ఆహారాన్ని ఎత్తుకుపోతున్న దొంగపక్షి అదే. దాన్ని తరిమి తరిమి చంపండి" అని అరిచారు. రాజ భటులు ఆగద్ద వెనుక పరిగెత్తారు.

వాళ్ళ అరుపులూ, కేకలూ వింటూ కంగారుపడిన ఆగద్ద దిక్కుతోచనట్లు

గుణనిధి

ఆ ఉద్యానవనమంతా తిరిగి, తిరిగి అలరీసిపోయి గత్యంతరం లేక తానున్న చెట్టు మీదకే చేరింది. ఆ అలజడికి దాని భార్య, పిల్లలు కూడా తమ గూటిలోంచి బైటికొచ్చి చూడసాగాయి.

"అమ్మా...ఇవి మనకళ్ళు కప్పి తోటలోనే మకాం పెట్టాయా?" అని అరుస్తూ భటులు బల్లాలు విసిరి, బాణాలు వేసి ఆ గద్దని, దాని భార్య పిల్లల్ని వెంటాడి, వేటాడి మరీ చంపారు.

"అయ్యో... నా అహంకారం, నా స్వార్థం నన్నేగాక నా కుటుంబాన్నే బలితీసుకుంటోందే..." అని వాపోతూ ప్రాణాలు కోల్పోయింది ఆ గద్ద.

రాకుమారుల్లో జ్యేష్టుడు ఆకథ ముగించి "చూశావా, ఒక్కరి స్వార్థం ఎంతపని చేసిందో! మీ నాన్న ధనం కోసం కష్టపడ్డాడు. కానీ ఆయన కష్టానికి మరి కొందరు సహాయకులు శ్రమకూడా తోడైంది. వాళ్లిప్పుడు కష్టంలో వుంటే ఆయన గొప్ప మనస్సుతో ఆదుకోవడం తప్పెలా అవుతుంది? అతిగా తింటే అజీర్తి పట్టుకుంటుంది. అవసరానికి మించిన ధనం ఆపదలని కొని తెస్తుంది. మీ నాన్న సంపాదించిన ఆస్థినీదే [illegible]టున్నావు కదా... మరి ఆస్థితో పాటు ఆయన బాధ్యతలను కూడా భరించటం నీ హక్కుకాదా? మీ ఉన్నతికి పాటుపడిన ఆ శ్రామికులకి కనీస సౌకర్యాలు సమకూర్చి యీ దుఃఖ సమయంలో వాళ్ళని ఆదుకోవడం నీ బాధ్యతకాదా? నువ్వే లోచించు" అన్నాడు.

సుందరగుప్తుడు పశ్చాత్తాపంతో లెంపలు వేసుకొంటూ "మీరు చెప్పిందంతా నిజమే...ఇలా సత్యాన్ని వివరించి చెప్పగల ముగ్గురు రాజకుమారులు మన రాజ్యానికి లభించడం మా అదృష్టం..." అని చెప్పి 'తన తండ్రిని ధనం కోసం బాధపెట్టకుండా ఆయన పేరు ప్రతిష్టలు నిలబెట్టేలా ప్రవర్తిస్తానని' రాకుమారులకి వాగ్దానం చేసి వెనుతిరిగాడు సుందరగుప్తుడు.

మహామంత్రి అలా జరిగిన దంతా చెప్పి " ఆ సుందర గుప్తుడికి హితబోధ

చేస్తూ మన రాకుమారులు చెప్పిన నీతి సూత్రాలే, ఇందాక నేను మీకు వినిపించాను మహారాజా! గంగకి ఆవలివైపున ఇలాంటి పరిష్కారాలతో మన రాకుమారుల కీర్తి ప్రతిష్టలు వ్యాపిస్తున్నాయి. ఇంకొక్క మాసంరోజులు ఓపిక పట్టండి. మీ కుమారులు సంపూర్ణ ప్రయోజకులై వచ్చి మీకు మహదానందాన్ని కలిగిస్తారు" అని చెప్పాడు మహామంత్రి ఆనంద భాష్పాలు తుడుచుకొంటూ.

విష్ణుశర్మ చెప్పిన

అపరీక్షిత కారత్వం

ప్రత్యక్ష పరోక్షాను మానైః కార్యం పరీక్షతే (రా.సూ. అ-2; సూ-40)

'ప్రత్యక్షంగా చూచి, పరోక్షంగా ఇతరులవల్ల విని, తాను ఊహించుకొని కార్యాన్ని పరీక్షించాలి.'

విష్ణుశర్మ ఈ సూత్రాన్ని చదివి, తన ఎదుట ఆసీనులైన ముగ్గురు రాకుమారుల వైపు ప్రసన్నంగా చూస్తూ "నాయనలారా! **'పంచతంత్రం'**లోని ఐదవదైన ఆఖరిభాము. **'అపరీక్షిత కారత్వం'** ఈనాడు మీకు వివరించబోతు న్నాను. పంచతంత్రంలోని యీ **'చివరి భాగము'**తో నేటితో మీ విద్యాభ్యాసం కూడా పూర్తవుతుంది" అన్నాడు

"అదేమిటి గురుదేవా...ఈ ఆరుమాసాల్లో మేము నేర్చుకున్నదెంత? మహా పండిత ప్రకాండులైన మీ విద్వత్తు ముందు, మేము అభ్యసించిన విద్య 'ఆవ గింజలో అర్ధ భాగమంత'.... మమ్మల్ని ఇంత తొందరగా తిప్పి పంపడం మీకు భావ్యమా?" అన్నాడు రాకుమారుల్లో జ్యేష్ఠుడు బాధగా.

విష్ణుశర్మ మందహాసం చేసి "మీరు ఎంత నేర్చుకున్నారో, ఏం నేర్చుకు న్నారో మీకంటే నాకు బాగా తెలుసు. మిమ్మల్ని ప్రత్యక్షంగా చూశాను. మీ

గురించి ఇతరుల వల్ల విన్నాను. మీరు ఏ విధానంలో విద్యాభ్యాసం చేస్తే ప్రయోజకులవుతారో ఊహించుకున్నాను. **'ఇలా ప్రత్యక్షంగా చూసి పరోక్షంగా విని, జరగబోయేదాన్ని ఊహించుకొని' ఏ కార్యాన్నయినా పరీక్షించడాన్నే 'అపరీక్షిత కారత్వం' అంటారు.** అంటే ఏ పనినైనా పూర్తిగా తెలుసుకోకుండా, విచారించకుండా, అర్థం చేసుకోకుండా ఆ పనిని ప్రారంభించకూడదు. ఈ ఆరుమాసాల్లో నేను మీ విషయంలో యీ సూత్రాన్ని పాటించి కృతకృత్యుడి నయ్యానని భావిస్తున్నాను" అన్నాడు సాలోచనగా.

"అంటే, ఈ ఆరుమాసాల్లో మేము ప్రయోజకుల మయ్యామని మీరు విశ్వశిస్తున్నారా గురుదేవా...?" అడిగాడు రెండో రాకుమారుడు.

"నన్ను, ఇలా ప్రశ్నించేంతటి విజ్ఞత, ధైర్యం ఇక్కడికి మొదటిసారి వచ్చినప్పుడు మీకు లేదు. మరి ఇప్పుడో....?" అని విష్ణుశర్మ నవ్వి "మీరు సంపూర్ణ విద్యావంతులై కూడా, ఆ విషయానికి ప్రాధాన్యత నివ్వకుండా ఇంకా, ఇంకా నేర్చుకోవాలన్న తపన చూపిస్తున్నారు. విద్యాతృష్ణతో తపించిపోతున్నారు. ఈ గురుకులాన్ని వదిలి వెళ్లాల్సి వస్తున్నందుకు బాధ పడుతున్నారు. మీరు ప్రాజ్ఞులయ్యారని నేను భావించడానికి ఇంతకంటే వేరే నిదర్శనం అవసరం లేదు. ఈ సత్యాన్ని విస్మరిస్తే 'అత్యాసకు పోయి శిక్షకి గురైన మంగలి వలె' బాధపడాల్సి వస్తుంది" అన్నాడు.

"ఎవరా మంగలి? ఏమా కథ?" అడిగాడు మూడో రాకుమారుడు చిరునవ్వుతో నిబ్బరంగా.

రాకుమారుడిలో ప్రస్ఫుటమైన నిబ్బరతే అతని ప్రయోజకత్వానికి నిదర్శనమని భావించిన విష్ణుశర్మ చిరునవ్వు నవ్వి....

"నాయనలారా! అపరీక్షిత కారత్వం నందు ఏ పనినయినా పూర్తిగా తెలుసుకోకుండా, విచారించకుండా, అర్థం చేసుకోకుండా చేయకూడదని తెలుసుకుంటారు.

"ఇందుకు ఉదాహరణగా ఒక మంగలి కథ చెబుతాను వినండి. వీడు కూడా తను అనుకున్న పనిని ఆచరణలో పెట్టాడేకాని ఆ పని చేయకముందు దాని గురించి విచారించలేదు. తీరా చేసేశాక అనేక చిక్కులను ఎదుర్కొన్నాడు" అంటూ ఆ కథ చెప్పసాగాడు.

విష్ణుశర్మ చెప్పిన

చిక్కులు ఎదుర్కొన్న మంగలి కథ

పరివిభవేష్వదరో న కర్తవ్యః (రా.సూ.అ-4; సూ-33)

'పరుల ఐశ్వర్యాల మీద ఆసక్తి చూపకూడదు.'

ఒక గ్రామములో ధనవంతుడైన ఒక బ్రాహ్మణుడు ఉండేవాడు. అతడు దానములో కర్ణుడంతటి వాడని ప్రసిద్ధి గాంచాడు.

ఆ బ్రాహ్మణుడు తనకున్న దానినంతటిని బీద సాదలకు పంచి చివరికి ఏమీ లేనివాడయ్యాడు.

అన్నీ ఉన్నప్పుడు అందరూ దగ్గరకు చేరతారు కానీ ఏమీ లేనపుడు ఎవరూ చేరరు.

అలాగే ఆ బ్రాహ్మణుడు బీదవాడు అయిన తరువాత 'తమ మీద ఎక్కడ వచ్చిపడతాడో' అనుకుంటూ బంధువులు, తెలిసిన వారంతా ముఖాలు చాటేసుసాగారు.

అందుకు ఆ బ్రాహ్మణుడు ఎంతో బాధపడుతూ" అయ్యో! నా దగ్గర ధనము ఉన్నన్ని రోజులు వీరందరూ బెల్లం చుట్టూ ఈగల్లా చేరి ధనం పోగానే బెల్లం అయిపోయిన తరువాత ఈగలు వెళ్ళిపోయినట్లు చేశారే" అనుకుని బాధపడుతూ కాలం గడపసాగాడు.

అతడి అవస్థను చూసి దేవుడు అతడికి స్వప్నమునందు కనిపించి "ఓ

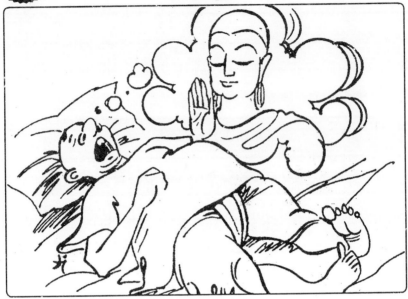

బ్రాహ్మణా! నీవు రేపు ఉదయం నిద్రలేవగానే నీ ఇంటి వాకిలి వద్ద నిలబడు. అక్కడికొక భిక్షువు వస్తాడు. అతడిని కర్రతో తలపై మోదితే అతడు నిలువెత్తు బంగారు రాశి అవుతాడు" అని చెప్పి అదృశ్యమయ్యాడు.

ఆ స్వప్నంలోంచి తృళ్ళిపడి లేచిన బ్రాహ్మణుడు 'తనకు వచ్చింది కలా? లేక నిజమా?' అని ఆలోచిస్తూ ఆ మరునాడు తెల్లవారగానే గుమ్మం వద్దకు వెళ్లి నిలబడ్డాడు.

కలలో దేవుడు చెప్పినట్లుగానే ఒక భిక్షువు అక్కడికి వచ్చాడు. అపుడా బ్రాహ్మణుడు 'కలలో నాకు దేవుడు చెప్పినదంతా నిజమే' అనుకుని అక్కడ ఉన్న దుడ్డు కర్ర తీసుకుని ఆ భిక్షువు తలపై మోదాడు. దాంతో ఆ భిక్షువు సువర్ణరాశిగా మారిపోయాడు.

దీనినంతటిని అక్కడికి కాస్త దూరంలో ఉంటున్న ఒక మంగలి చూసాడు. అది మంగలి చూడటాన్ని గమనించి సహజంగా దానగుణం గల ఆ బ్రాహ్మణుడు అతడిని పిలిచి పిడికెడు సువర్ణకాసులను అతడి దోసిట్లో పోశాడు.

బంగారాన్ని పట్టుకుని ఇంటికి పోయిన ఆ మంగలి "ఓహో... భిక్షువులను తలపై బాదితే వారు బంగారు గనిగా మారిపోతారు కాబోలు. ఇన్ని రోజులు నాకీ సంగతి తెలియక దరిద్రంలో బ్రతుకుతున్నాను" అనుకుని అక్కడికి కొద్దిదూరంలో ఉన్న ఒక మఠమునకు పోయి అక్కడ ఉన్న భిక్షువులందర్నీ తన ఇంటికి భిక్షకి రమ్మని ఆహ్వానించాడు.

ఆ భిక్షువులు మంగలి ఇంటికి పోవటానికి కాస్త సంశయించినా ఆ తర్వాత "సరేలే, పిలుస్తున్నాడు కదా పోయివద్దాం" అనుకుంటూ అతడి ఇంటికి వచ్చారు.

మంగలి వారందరికి విస్తళ్ళు వేసి ఆహార పదార్థాలు వడ్డించి వారు ఆ పదార్థాలను భుజిస్తుండగా వెనుకనుండి దుడ్డు కర్ర తెచ్చి అందరి బాదసాగాడు. దానితో వారు 'కుయ్యో...మొర్రో' అంటూ అరవసాగారు.

ఆ అరుపులు విని ఆ వీధిని కాపలా కాస్తున్న రక్షక భటులు వచ్చి లోపల జరుగుతున్నది చూసి మంగలి రెక్కలు విరిచి కట్టి తీసుకుపోయి న్యాయాధికారి సమక్షంలో నిలిపారు.

న్యాయాధికారి మంగలిని, తీసుకొచ్చిన భటులను చూస్తూ "వీడు ఏం తప్పు చేశాడు?" అని అడిగాడు.

"న్యాయాధికారీ! ఈ మంగలి నివసిస్తున్న వీధిలో కాపలా కాస్తుండగా ఇతడి ఇంటి నుండి అరుపులు, పెడబొబ్బలు వినిపించాయి. మేము వెళ్ళి చూడగా ఈ దుష్టుడు తన ఇంట భుజిస్తున్న కొందరిని దుడ్డుకర్రతో బాదుతూ కనిపించాడు" అని చెప్పారు.

"నువ్వు నిజంగానే ఈ తప్పు చేశావా? అన్నం తింటున్నవారిని చావ బాదటం ధర్మవిరుద్ధమని నీకు తెలియదా?" అని కోపంగా అడిగాడు న్యాయాధికారి.

"అయ్యా! నాకే పాపం తెలియదు. అంతా ఆ బ్రాహ్మణుడి వల్లనే జరిగింది" అన్నాడు మంగలి లబలబ లాడుతూ.

మంగలి మాటలు విని ఆశ్చర్యంతో "బ్రాహ్మణుడా! ఎవరతడు? ఏం చేశాడు?" అడిగాడు న్యాయాధికారి.

వెంటనే మంగలి జరిగిందంతా చెప్పగా భటులు వెళ్ళి ఆ బ్రాహ్మణుడిని తీసుకువచ్చారు. అతడిని చూసిన న్యాయాధికారి "ఈ బ్రాహ్మణుడు ఎంతో దానశీలి. ఇటువంటి వాని మీద నీవు ఎందుకు నింద వేస్తున్నావు?" అని అడిగాడు.

"అయ్యా! ఇతడు తన ఇంటికి వచ్చిన భిక్షువును తలపై కర్రతో మోదగా వాడు సువర్ణరాశిగా మారినాడు. అది చూసిన నేను కూడా 'భిక్షువులందరిని తలపై మోదితే చాలా బంగారు రాసులు దొరుకుతాయి కదా' అని మఠములోని భిక్షువులందరిని తీసుకువచ్చి వారికి భోజనము వడ్డించి తింటుండగా కర్రతో బాదాను. కాని వారి నోటి నుండి అరుపులు తప్ప వారు సువర్ణరాశులుగా మారలేదు" అన్నాడు మంగలి.

మంగలి మాటలు విన్న బ్రాహ్మణుడు "ఓరి మూర్ఖుడా! ఎంత పని

చేశావురా" అంటూ న్యాయాధికారివైపు చూసి "అయ్యా! నాకు రాత్రి స్వప్నమందు ఆ సర్వేశ్వరుడు కనిపించి 'నీ ఇంటికి భిక్షువు వస్తాడు అతడిని తలపై మోదితే సువర్ణరాశిగా మారుతాడు' అని చెప్పగా నేను ఈ ఉదయమే నా ఇంటి ముందుకి వచ్చిన ఒక భిక్షువును నా కలలో దేవుడు చెప్పిన విధంగా చేశాను. అతడు వెంటనే సువర్ణరాశిగా మారాడు. దీనినంతటిని ఈ తెలివి తక్కువవాడు చూశాడు. కాని వీడు ఇంతపని చేస్తాడని ఊహించ లేదు" అన్నాడు బాధగా.

అంతా విన్న న్యాయాధికారి ఆ మంగలికి శిక్ష విధించి, ఆ తరువాత నిట్టూరుస్తూ "వీడి అర్ధంలేని లోభంతో అమాయకులైన భిక్షువుల ప్రాణాలు బలిగొన్నాడు కదా! వెనుకటికి ఇటువంటివాడే దురాశకు పోయి లేని పోని తంటా తెచ్చుకున్నాడు" అన్నాడు.

"ఎవరతడు? ఏమా కథ? అడిగాడా బ్రాహ్మణుడు ఆసక్తిగా.

న్యాయాధికారి చెప్పిన
నడినెత్తిన చక్రం మోసిన లోభి కథ

ఉపస్థిత వినాశః పథ్యవాక్యం న శృణోతి (రా.సూ, అ-6; సూ-26)
'వినాశం దగ్గిరపడ్డవాడు హితం చెబితే వినడు.'

ఒక గ్రామములో నలుగురు యువకులు ఉండేవారు. వారు కడు బీదరికమును అనుభవిస్తుండగా వారికి ప్రక్క గ్రామంలో ఒక 'యతి' ఉన్నాడని అతడు ఎన్నో మహిమలు కలవాడని తెలిసింది. వారు అతడి వద్దకు పోయి "మహాత్మా! మేమీ దుర్భర దారిద్ర్యాన్ని భరించలేకపోతు న్నాము. మా దారిద్ర్యము తొలగిపోయే మార్గము తెలుపండి" అంటూ వేడుకున్నారు.

దయార్ద్ర హృదయుడైన ఆ యోగి వారిని చూస్తూనే "నాయనలారా! ఇవిగో... ఈ తాయత్తులు మీరు నలుగురు ఒక్కొక్కటి తీసుకుని ఉత్తరదిశగా వెళ్ళడి. అప్పుడు మీలో ఒకరి చేతినుండి ఒక తాయత్తు జారిపడుతుంది. అక్కడ త్రవ్వగా మీకు కొంత నిధి దొరుకుతుంది. దానిని తీసుకుంటే మీకు అన్నవస్త్రాలకు లోటు లేకుండా జీవితం జరిగిపోతుంది. అది చాలకపోతే మీరు ఇంకా ముందుకు పోతే మరొకరిది, ఆ తదుపరి మరొకరిదిగా తాయత్తులు భూమిపై పడతాయి. ఆ పడిన చోట త్రవ్వితే మీకు రత్నాలు, వజ్రాలు దొరుకుతాయి" అని వారిని ఆశీర్వదించి పంపాడు.

ఆ యువకులు ఆ యోగి చెప్పినట్లుగానే నడుచుకుంటూ వెళుతుండగా మొదటి వాడి చేతిలోని తాయత్తు క్రిందపడింది. అక్కడ వారు త్రవ్వి చూడగా రాగి ముద్దలతో నిండి ఉన్న పాత్ర లభించింది.

దానిని చూసి మొదటివాడు "మిత్రులారా! నా తాయత్తు క్రిందపడి నాకీ సొమ్ము లభించింది. దీనితో నేను సుఖంగా బ్రతుకుతాను! మీరు మీ

తాయత్తులతో ముందుకు వెళ్ళడి" అన్నాడు.

మిగిలిన ముగ్గురు 'అలాగే' అంటూ అక్కడి నుండి ముందుకు సాగారు.

తరువాత రెండవ వాడి చేతిలోని తాయత్తు క్రింద పడింది. అక్కడ త్రవ్వి చూడగా వెండి బయటపడింది.

దానిని చూసి రెండోవాడు "మనము దీనిని సమానంగా పంచుకుందాము" అన్నాడు.

కాని మిగిలిన ఇద్దరు అందుకు ఒప్పుకోక "ఎవరికి దొరికింది వారిదే కాబట్టి నీకు దొరికింది నీవు తీసుకుని వెళ్ళిపో' అన్నారు. అత్యాశతో "సరే" అని ఆ వెండి దొరికిన రెండోవాడు వెళ్ళిపోయాడు.

మిగిలిన ఇద్దరూ మరికొంత దూరం వెళ్ళగా ఆ ఇద్దరిలో మూడవ వాడి తాయత్తు కింద పడింది. అక్కడ త్రవ్వి చూడగా బంగారంతో నిండిన బిందె కనబడింది.

అప్పుడు మూడోవాడు. "మిత్రమా! దీనిని మనమిద్దరము సమానంగా పంచుకుందాము. అనవసరంగా దురాశతో ఇంకా ముందుకు పోతే లేనిపోని కష్టాలు వస్తాయి" అన్నాడు నచ్చజెపుతూ.

"నీకు 'ఇది చాలు' అనుకుంటే దీనిని తీసుకుని పోవచ్చు. నా సంగతి నీ కెందుకు? నీకు ఇష్టం వుంటే రా, లేకపోతే పో... నాతో వస్తే దొరికిన దాన్ని సమంగా పంచుకుని మిగిలిన ఇద్దరికంటే వైభవంగా బ్రతకవచ్చు" అన్నాడు నాలుగో వాడు దురాశతో.

"మిత్రమా! నీతో రావటం నాకు ఇష్టంలేదు. కాని నీవు ఏ కష్టాల పాలవుతావో అని భయం. అందుకే నిన్ను అనుసరిస్తాను" అంటూ మూడోవాడు, నాలుగో వానితో బయలుదేరాడు.

అలా పోతూ ఉండగా చివరిగా మిగిలినవాడి చేతిలోని తాయత్తు కూడా క్రింద పడింది. అక్కడ తవ్వగా భూగృహం లోపలకు మెట్లు కనబడ్డాయి. దాని గుండా నాలుగోవాడు లోపలికిపోయాడు.

మూడోవాడు "నేనురానంటు" బయటే నిలబడి పోయాడు.

లోపలకు పోయిన వాడికి ఒక వ్యక్తి నెత్తిన చక్రం మోస్తూ అతి దీనంగా కనిపించాడు.

నాలుగోవాడు ఆ వ్యక్తి దగ్గరకు పోగానే వాడు తన నెత్తిపై చక్రాన్ని తీసి వీడి తలపై పెట్టి "అబ్బా! సుదీర్ఘకాలం తరువాత నా యీ బాధకు మోక్షం కలిగింది" అన్నాడు.

చక్రం నెత్తిన మోస్తూన్న నాలుగోవాడు ఆ బాధను భరించలేక "ఎవరు నువ్వు? ఇలా ఎందుకు చేశావు?" అడిగాడు కోపంగా

"ఏం చెప్పను మిత్రమా! నేను కూడా నీలాగే లోభంతో ఇక్కడకు చేరుకున్నాను. నా లోభానికి తగినట్లుగానే శాస్తి జరిగింది. ఈ గుహ ఎవరిదో తెలుసా? కుబేరునిది...అటు చూడు, వజ్రాలు, మణిమాణిక్యాలు. అన్నీ ఉన్నా అందుకోలేని దురదృష్టవంతుడే ఈ చక్రం మోస్తూ నిలబడేవాడు. నీకో సంగతి తెలుసా! నేను శ్రీరాముడి కాలం నుండి ఈ గుహలోనే బంధీనయిపోయాను ఈ చక్రాన్ని నెత్తిన మోస్తూ" అన్నాడు ఆ వ్యక్తి.

"రాముని కాలమా! ఎంత ఆశ్చర్యం! ఇది కలియుగం కదా! ఇన్ని రోజులు నీ వసలు ఎలా బ్రతికున్నావు" అడిగాడు నాలుగోవాడు విస్మయంతో

అందుకు ఆ వ్యక్తి నవ్వుతూ "ఓ యీ మిత్రుడా! లోభంలో చిక్కుకున్న వాడు ఇక్కడికి వస్తే ఈ చక్రం పాలబడతాడు. ఇక వాడికి ఆకలి దప్పులు, నిద్రాహారాలు, జరామరణాలు ఏమీ ఉండవు. ఎన్ని యుగాలైనా ఇలా చక్రాన్ని మోస్తూ ఈ బాధను అనుభవిస్తూనే ఉంటాడు. నాకంటే ముందు ఇక్కడ ఉన్నవాడు దీన్ని నా తలకు అంటగట్టాడు. వాడు కృతయుగం నుంచీ ఈ చక్రాన్ని మోస్తున్నాడట. ఆ తర్వాత త్రేతాయుగం నుంచి నేను మోస్తూ ఇప్పుడు నేను నీతలకు అంటగట్టాను. ఇక నీ దగ్గరకు రాబోయే లోభికి దీనిని అంటగట్టు" అంటూ అక్కడి నుండి వెళ్ళిపోయాడు ఆ వ్యక్తి.

బ[illegible]టికి వస్తున్న కొత్త వ్యక్తిని చూసిన మూడోవాడు ఆశ్చర్యపోయి

పంచతంత్రం

"ఇదేమిటి లోపలికి వెళ్ళినవాడు ఏమైనట్లు?" అనుకుంటూ గుహలోనికి పోయి అక్కడ తలపై చక్రం మోస్తున్న తన మిత్రుడిని చూసి "అయ్యో! మిత్రమా! ఏం జరిగింది?" అన్నాడు.

అప్పుడు నాలుగోవాడు "నా లోభానికి తగిన శాస్తి జరిగింది. ఇకనేను ఈ చక్రం మోస్తూ ఉండపలసిందే" అంటూ జరిగినదంతా చెప్పాడు ఏడుస్తూ.

అతడి వృత్తాంతాన్ని విన్న ఆ మిత్రుడు "అయ్యో! మిత్రమా! నీ గతి ఎంత దుర్భరమయింది. నీ స్థితి చూస్తుంటే నాకు విద్యావంతులయి కూడా కీడు తెచ్చుకున్న వారి కథ జ్ఞాపకం వస్తున్నది" అన్నాడు.

"ఎవరా విద్యావంతులు? ఏమా కథ? నాకు కాస్త వివరించు. ఆ కథ వింటూ కొద్దిసేపు ఈ బాధను విస్మరించవచ్చు" అని అడిగాడు నాలుగో వాడు.

మూడో మిత్రుడు చెప్పిన

పండితులై లోకజ్ఞానం లేని ముగ్గురు మూర్ఖుల కథ

శాస్త్రజ్ఞోఽప్య లోకజ్ఞో మూర్ఖతుల్యః (రా.సూ.అ-8; సూ-26)

'శాస్త్ర పండితులైనా లోకజ్ఞానం లేనివాడు మూర్ఖుడితో సమానం.'

ఒక గ్రామములో నలుగురు స్నేహితులు ఉండేవారు. అందులో ముగ్గురు మాత్రం సకల శాస్త్రాలు చదివారు. కాని నాలుగోవాడికి ఈ విద్యలేమీ అబ్బక విద్యావిహీనుడిగా పేరుతెచ్చుకున్నాడు. దానితో మిగిలిన ముగ్గురు వీడిని ఎప్పుడూ ఎగతాళి చేస్తూనే ఉండేవారు.

ఒకనాడు వీరు ముగ్గురు పొరుగుదేశానికి పోయి అక్కడ తమ పాండిత్యాన్ని ప్రదర్శించి ధనాన్ని ఆర్జించాలనుకున్నారు. అప్పుడు నాలుగో వాడు 'తాను కూడా వస్తానని' పట్టుబట్టాడు.

అయితే ఆ ముగ్గురు "నీకు ఎటువంటి చదువు లేదు. నవ్వు మాతో పాటు వచ్చి ఏంచేస్తావు? పైగా నీ వంటి స్నేహితుడు మా వెంట ఉంటే మమ్మల్ని కూడా మూర్ఖులుగానే జమకట్టి ఎవరూ మాకు ఎటువంటి పనిని ఇవ్వరు. అప్పుడు మా చదువులన్నీ నీ మూర్ఖత్వం వలన నాశనం అవుతాయి" అన్నారు.

"మిత్రులారా! మీకు నా వల్ల ఎటువంటి ఇబ్బంది రాదు. నన్ను నమ్మండి. ఇన్ని రోజులు మీతో పాటు ఉన్నాను కదా! ఇప్పుడు మీరు లేకుండా నేను ఉండలేను. అందుకే మీతో పాటు వస్తానంటున్నాను. మీరు పోయే చోట నన్ను మీ ముగ్గురికి సేవకుడని చెప్పండి"అన్నాడు మిత్రులపై అభిమానంతో.

"సరే! వీడి ఆలోచన కూడా బాగానే ఉన్నది. పైగా ఇన్ని రోజులు మనతో పాటు ఉన్నాడు కనుక ఆ స్నేహధర్మం కోసమయినా తీసుకుపోదాం"

అనుకుని వాడిని తమతో పాటు తీసుకువెళ్ళడానికి ఒప్పుకున్నారు మిగతా ముగ్గురూ.

నలుగురూ ప్రయాణమయ్యారు. అలా వెడుతూ వారు ఒక అడవిగుండా నడవసాగారు. అప్పుడు వారికి ఒక ఎముకల గుట్ట కనిపించింది.

దానిని చూసి ఆ ముగ్గురిలోని మొదటివాడు "ఈ ఎముకలు చూస్తుంటే సింహము వలె తోస్తున్నది. నా ప్రతిభతో ఈ ఎముకలతో దాని రూపాన్ని చేస్తాను చూడండి" అంటూ వాటిని పద్ధతిగా అమర్చాడు. అప్పుడు అది సింహపు ఆకారంలో కనిపించింది.

రెండోవాడు నవ్వి "ఓస్! ఎముకలు చూసి అవి ఏ జీవివో కనిపెడితే సరిపోతుందా! మరి, నా శక్తి చూడు. నా మహిమతో దీనికి రక్తమాంసాలు కూడా సృష్టిస్తాను" అంటూ దానికి రక్తమాంసాలను ప్రసాదించాడు. ఇప్పుడది జీవము లేని సింహము అయింది.

మూడోవాడు పకపకనవ్వి "చాలు చాల్లే! మీ ఇద్దరి గొప్పలు! ఆకారం

రూపొందిస్తే సరిపోతుందా? చూడండి మరి. నేను దీనికి ప్రాణం పోస్తాను" అన్నాడు గర్వంగా.

అప్పుడు విద్యావిహీనుడయిన నాలుగో మిత్రుడు" అయ్యో! మిత్రులారా మీకు ఏ మాత్రమైనా ఇంగితంలేదా? సింహాన్ని బ్రతికిస్తారా? మీకు బ్రతకాలని ఆశ లేదా?" అన్నాడు లబలబలాడుతూ.

"నువ్వు నోరుమూసుకో! పోనీలే కదా, అని నిన్ను మా వెంట రానిస్తే మాకే నీతులు చెబుతావా! ఇప్పుడు దీనికి ప్రాణం పోసి, దీన్ని తీసుకుని మన రాజువద్దకు పోయి మా యొక్క గొప్పతనాన్ని చాటుకుంటాం. దాంతో ఆయన కొలువులో మాకు మంచి పదవులు ఇస్తాడు" అన్నారు ఆ ముగ్గురు ఊహల్లో తేలుతూ

ఎన్ని విధాలుగా చెప్పినా, ఎంత బ్రతిమాలినా నాలుగోవాడి హితోక్తులు ఆ ముగ్గురూ వినకపోయేసరికి "సరే! వీళ్ళ ఖర్మ ఇలా ఉంటే నా మాటలు ఎందుకు వింటారు? ఎవరి ఖర్మను వారే అనుభవిస్తారు" అనుకుంటూ ఆ నాలుగోవాడు దగ్గరలోని చెట్టు ఎక్కికూర్చున్నాడు.

నాలుగో వాడు చెట్టు ఎక్కడాన్ని చూసిన మిగిలిన ముగ్గురు కడుపు చెక్కలయ్యేలా కాసేపు నవ్వుకొని తరువాత ఇద్దరు మిత్రులు 'మూడో మిత్రుడి గొప్పదనాన్ని' చూపమన్నారు.

అప్పుడు మూడోవాడు తన మహిమతో ఆ సింహానికి ప్రాణం పోశాడు. వెంటనే ఆ సింహం కళ్ళు తెరిచి తన ముందు కనిపిస్తున్న మనుషులను చూడగానే ఆకలితో బిగ్గరగా గర్జిస్తూ వారివెంట పడి తరిమి చివరకు వారిని పట్టి భక్షించింది.

ఆ కథ చెప్పి "ఆ విధంగా నీ పరిస్థితి కూడా తయారయింది మిత్రమా" అన్నాడు మూడోవాడు.

చక్రం మోస్తున్న నాలుగోవాడు "మిత్రమా! ఈనాడు నాపట్ల దైవం అనుకూలించక ఇలా అయ్యాను. నేనే కాదు. నా వలెనే, ఎంతో తెలివి కలిగిన రెండు చేపలు కూడా దైవానుగ్రహం లేక, తమకి తెలివి తేటలున్నా రాణించలేక మరణించాయి. నీకు ఆ వృత్తాంతం చెబుతా" అని ఆ కథ మొదలుపెట్టాడు.

నాలుగోవాడు చెప్పిన
దైవానుగ్రహం లేని రెండుచేపల కథ

దైవం వినాతి ప్రయత్నం కరోతి తద్విఫలమ్ (రా.సూ. అ-2; సూ-7)

'దైవం ప్రతికూలంగా ఉన్నప్పుడు ఎంత ప్రయత్నం చేసినా అది వ్యర్థమే అవుతుంది.'

ఒక మడుగులో రెండు చేపలు నివసిస్తుండేవి. ఆ మడుగులోకి కొత్తగా ఒక కప్ప వచ్చి చేరింది.

రెండు చేపల పేర్లు 'బుద్ధిశాలి', 'సూక్ష్మశాలి'.

కప్ప పేరు 'సమయాను కూలుడు'.

ఒకనాడు సమయానుకూలుడు చేపల వద్దకు వచ్చి "మిత్రులారా! మీరు నాకు ఎంతో మేలు చేశారు. అటువంటి మీకు త్వరలో అపాయం కలుగబోతుంది. కొన్ని రోజులలో ఈ మడుగులోని నీరు ఎండిపోతుం దంటూ ఒడ్డున ఎవరో చెప్పుకుంటుంటే విన్నాను. అదే గనుక జరిగితే మీరిరువురూ ఏ జాలరి బారినో పడి మీ ప్రాణాలు పోగొట్టుకుంటారు. కాబట్టి నామాట విని ఇక్కడికి దగ్గరలో ఉన్న నదిలోకి వెళ్ళిపోండి. మీతో పాటునేనుకూడా వస్తాను" అన్నది.

సమయానుకూలుని మాటలకు రెండు చేపలూ విరగబడి నవ్వాయి.

"మిత్రమా! నీవింత పిరికివాడివి ఏమిటి? ప్రాణాలు పోతుంటే మనం చూస్తూ ఊరుకుంటామా? మనకు తెలివి లేదా ఏమి? ఏదో ఒక పన్నాగం పన్ని ఆపదను తొలగించుకుంటాము" అన్నాయి చేపలు.

"అయ్యో! మరేదయినా అయితే మీరు చెప్పింది నాకు సమ్మతమే. కాని పోయేవి ప్రాణాలు. అందుకే నా మాట పెడచెవిన పెట్టకండి" అన్నది సమయానుకూలుడు.

"చూడు! నీవు మాకు పిరిగిమందు నూరిపోయకు. మేము నీకంటే ఎంతో తెలివైన వాళ్లం. మా ప్రాణాలు ఏ విధంగా కాపాడుకోవాలో మాకు తెలుసు. నీకు అంత భయంగా ఉంటే నువ్వు ఇక్కడి నుండి పారిపోయి నీ ప్రాణాలు కాపాడుకో" అన్నాయి ఆ రెండు చేపలు మూర్ఖంగా.

"సరే మిత్రులారా! మీరు నా మిత్రులని మీకు ఇంతగా చెప్పాను. కాని మీరు వినటంలేదు. మీతోపాటు నేను కూడా ఉండేవాడినే కానీ, నాకు భార్యా బిడ్డలు ఉండటం చేత, వారి రక్షణ యజమానిగా నా కర్తవ్యం కనుక మిమ్మల్ని విడిచి వెళుతున్నాను. నన్ను క్షమించండి" అంటూ అక్కడి

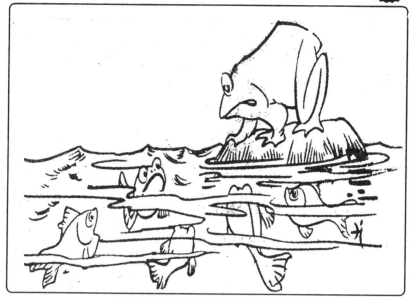

నుండి తన వారినందరిని వెంటబెట్టుకుని మరో చోటుకు వెళ్ళిపోయింది సమయానుకూలుడు అనే కప్ప.

కప్పలు వెళ్ళిపోవటంతో సూక్ష్మబుద్ధి అనే చేప సందేహిస్తూ "బుద్ధిశాలి! సమయానుకూలుడు చెప్పిన మాటలు నాకెందుకో నిజమేననిపిస్తున్నాయి. మనం కూడా ఇక్కడి నుండి వెళ్ళిపోతే మంచిదని నా ఉద్దేశ్యం" అంది.

"ఊరుకో! నీకేమైనా మతిపోయింది? మనమెవరం! బుద్ధిలో బృహస్పతి వంటివారమని పొగడ్తలు అందుకున్నవాళ్లం. ఎప్పుడో కలిగే ఆపదను తలచుకుని ఇప్పుడు సుఖంగా ఉన్న నివాసాన్ని వదిలిపోతామా? నీవిలా చేతకాని వాడిలా మాట్లాడకు" అన్నది బుద్ధిశాలి అనే చేప అహంకారంతో. ఇక మొదటి చేప మౌనం వహించింది.

ఆ తరువాత కొద్దిరోజులకే సమయానుకూలుడు చెపిప్నట్లు ఆ మడుగు లోని నీరు ఎండిపోయింది.

అప్పుడు జాలరి అక్కడికి వచ్చి "అహో! మన పంట పండింది" అను

కుంటూ అందులో ఉన్న చేపలను పట్టుకున్నాడు. జాలరి చేతికి సూక్ష్మబుద్ధి, బుద్ధిశాలి చిక్కుకున్నాయి. వాడిచేతినుండి తప్పించుకోవడానికి ఆ రెండు వేసిన ఏ ఎత్తులు ఫలించలేదు.

"అయ్యో! తెలివిగలవారమని మిడిసిపడ్డాము. మన అహంకారానికి తగిన శాస్తి జరిగింది" అనుకుంటూ ఆ రెండు చేపలూ తమ కుటుంబాలతో సహా మరణించాయి.

నాలుగోవాడు ఆ కథపూర్తి చేసి "చూశావా! దైవానుగ్రహం లేకపోవడం వల్లే ఆ రెండు చేపలూ, కప్ప చెప్పిన హితోక్తులను పెడచెవిన పెట్టి ప్రాణాలు పోగొట్టుకున్నాయి. నేనుకూడా అంతే! దైవానుగ్రహం కొరవడటం చేతే నీ హితవు పెడచెవిని పెట్టి వచ్చి యీ ప్రమాదంలో ఇరుక్కున్నాను" అన్నాడు నిస్పృహతో.

నాలుగోవాడి మాటలు విన్న మూడో వాడు నిట్టూర్చి "మిత్రమా! నీవు చెప్పింది నిజమే. నేను కాదనను కాని ఒక్కోసారి కేవలం దైవం మీదే ఆధార పడకుండా మిత్రుల మాటను కూడా వినాలి.లేకపోతే కుందేలు మాట వినని గార్దభానికి పట్టిన గతి పడుతుంది" అన్నాడు .

"ఎవరా గార్దభం? ఏమా కథ?" అడిగాడు నాలుగోవాడు.

మూడోవాడు చెప్పిన

కుందేలు - గాత్రశుద్ధి లేని గాడిద కథ

బాలాదపి యుక్తమర్థం శృణుయాత్ (రా.సూ.అ-3; సూ-1)

'బాలుడు చెప్పినా మంచివిషయం వినాలి.'

ఒక గ్రామములో ఒక చాకలి ఇంట గాడిద ఒక ఉండేది. అది పగలంతా ఎంతో కష్టపడి పని చేసినా యజమాని దానికి సరిగా తిండి పెట్టేవాడు కాదు.

పంచతంత్రం

దానితో ఆ గాడిద ఆకలికి ఆగలేక ఊరిలో ఉన్న జొన్నచేలపై పడి తినసాగేది. దీనికి ఉన్న అవలక్షణానికి తోడు గానకళ కూడా కాస్తో కూస్తో ఉండేది.

ఆ గాడిద అనేకసార్లు తన గార్దభస్వరంతో రాగాలు పాడబోయి తన్నులు కూడా తిన్నది. అయినా దాని తృష్ణ తీరలేదు.

ఒకనాడు చీకటిలో జొన్న చేలో పడి మేస్తున్న గార్దభం దగ్గరకు ఒక నక్క వచ్చింది. దానిని చూస్తూనే గాడిద "ఏయ్! ఎవరు నువ్వు? నీవు కూడా నా వలెనే దొంగతనంగా ఈ పొలములో జొన్న కంకులు తినడానికి వచ్చావా? అయితే ఎటువంటి శబ్దం చేయకుండా తిను. అలికిడి అయిందో ఈ పొలానికి కాపలా వున్నవాడు వచ్చి మన వీపులు వాయిస్తాడు" అన్నది.

ఆ మాటలకి "సరే" అని ఆ నక్క గాడిదతో పాటు చేలో పడి తినసాగింది. అలా కొద్దిరోజుల్లోనే అవి రెండు మంచి స్నేహితులయిపోయాయి. ఒకనాడు అవి రెండు వరిచేలో పడి మేస్తున్నాయి.

కాసేపటికి నక్కకి కడుపు నిండటంతో వెళ్ళి చెట్టు క్రింద కూర్చున్నది. గాడిదకు కూడా కడుపునిండాక నక్కను సమీపించి "ఓయీ నక్కమిత్రుడా! ఈ వెన్నెలరాత్రిని చూస్తుంటే నాలో ఉన్న గానకళ ఉప్పొంగుతోంది. నా సుమధుర కంఠంతో ఒక రాగాన్ని పాడి వినిపిస్తాను" అన్నది.

దాని మాటలు విన్న నక్క బెదిరిపోయి "ఓయీ గార్ధభమా! నీ స్వరము శుద్ధి లేనిది. దానిలోంచి రాగాలు రావు. వినేవారికి రోగాలు వస్తాయి. నీ పాటపక్కన పెట్టి నడు, పోదాం" అన్నది.

"ఛీ...ఛీ....! ఎవరికి కళా తృష్ణ అన్నదేలేదు. చివరకు మిత్రుడవైన నీవు కూడా నన్ను నిరుత్సాహపరుస్తావా"? అన్నది గాడిద విసుక్కొంటూ.

"అది కాదు మిత్రమా! నీ గానం వినడానికిది తగిన సమయం కాదు. నీవిప్పుడు నీగానకళను ప్రదర్శిస్తే కాపలావాడికి నీ గానమాధుర్యం చెవిసోకి మనిద్దరికీ భజన చేస్తాడు. మరోసారి నీ విద్యను ప్రదర్శించుదువులే" అన్నది నక్క వివరిస్తూ

నక్క మాట వినని ఆ మూర్ఖపు గాడిద 'పాడతానని' మొండిపట్టు పట్టింది. ఇక దానిపాట వినక తప్పలేదు నక్కకు.

ఎందుకయినా మంచిదని నక్క ఎవరికి కనబడకుండా చెట్లను చాటు చేసుకుని నిలబడి "పాడు మిత్రమా!" అన్నది.

అంతే! ఆ గాడిద కర్ణకఠోరంగా ఓండ్ర పెడుతూ నాట్యం చేయసాగింది. దాని అరుపులకు మెలకువ వచ్చిన ఆ పొలం యజమాని కర్ర తీసుకుని వచ్చి గంగవెర్రులెత్తి పోతూ ఆ గాడిదను బాది దగ్గరలో వున్న రోలును దాని మెడకు కట్టాడు.

ఆ దెబ్బలకు గాడిద ఒళ్ళు హూనం అయిపోగా, రోలు బరువును మోస్తూ ఎలాగో అలా అక్కడినుండి తప్పించుకుని పారిపోయి వచ్చేసింది.

గాడిద అవస్థను చూసి దానికంటే ముందే పారిపోయి వచ్చి దానికోసం

ఎదురు చూస్తున్న నక్క " నా మాట విన్నావా! అందుకే నీకిప్పుడు ఈ పరిస్థితి ఏర్పడింది" అన్నది వెటకారంగా.

ఆ కథను విన్న నాలుగో మిత్రుడు నిట్టూర్చి "నిజమే! నీ వంటి 'మిత్రుని మాట వినక ప్రాణం పోగొట్టుకున్న సాలెవాడు' రీతిగా ఉన్నది నాపని కూడా" అన్నాడు బాధగా.

"ఎవరా సాలెవాడు? ఏమా కథ?" అడిగాడు మూడోవాడు.

నాలుగోవాడు చెప్పిన

మూర్ఖపు కోరిక కోరిన సాలెవాడి కథ

అప్రియే కృతం ప్రియమపి ద్వేష్యం భవతి (రా.సూ.అ-3; సూ-7)
'అప్రియుడికి ప్రియమైనది చెప్పినా దానిని అతడు ద్వేషిస్తాడు.'

ఒక గ్రామంలో ఒక పేద సాలెవాడు నివసిస్తుండేవాడు. అతడు ఎంతకష్టపడినా ఉదరపోషణ కూడా భారంగా గడిచేది. ఇలా కష్టంలో ఉండగా మూలిగే నక్కమీద తాటికాయ పడ్డట్లు అతడు నేసే మగ్గము విరిగిపోయింది.

అంతట ఆ సాలెవాడు మరో మగ్గము తయారు చేసుకోడానికి, గొడ్డలి తీసుకుని అడవికి పోయి మంచి కలపను వెతుక్కుంటూ ఆ అడవి మార్గాన పోతుండగా దృఢమైన వృక్షము ఒకటి కనిపించింది. దానిని చూసిన సాలెవాడు గొడ్డలితో నకరబోయినాడు.

అప్పుడు ఆ వృక్షము "నన్ను నరకవద్దు!" అన్నది.

ఈ మాటలు విన్నసాలెవాడు ఉలిక్కిపడి 'వృక్షము మాట్లాడటం ఏమిటి?' అనుకొని ఆశ్చర్యపోతూ మళ్లీ గొడ్డలితో ఆ వృక్షమును నరకబోయాడు.

అపుడు ఆ వృక్షము నుండి ఒక దివ్యపురుషుడు ప్రత్యక్షమయి "ఓయీ!

ఇది నేను నివాసముంటున్న వృక్షము. దీనిని నరకవద్దు. నిన్ను చూస్తుంటే కడుబీదవానివలె కనిపిస్తున్నావు. ఏదన్నా వరం కోరుకో, ఇస్తాను" అన్నాడు.

ఆ సాలెవాడు మూర్ఖుడు. అందుకని అతడు "నాకు ఒక మిత్రుడున్నాడు. నేను అతడి వద్దకు పోయి ఏమి కోరుకోమంటాడో అడిగి వస్తాను" అన్నాడు.

అందుకు ఆ దివ్య పురుషుడు నవ్వి "సరే... అలాగే పోయిరా నీవు వచ్చేదాకా ఇక్కడే ఉంటాను" అన్నాడు.

ఆ సాలెవాడు తన మిత్రుని వద్దకు పోయి "మిత్రమా! నేను అడవికి పోయి ఒక వృక్షమును నరకబోతుండగా అందుండి ఒక దివ్యపురుషుడు ప్రత్యక్షమయ్యి ఆ వృక్షమును నరకవద్దని అందుకు బదులు వరంఇస్తాను కోరుకోమన్నాడు. ఏ వరం కోరుకోవాలో తెలియక నీ దగ్గరకు వచ్చాను" అన్నాడు.

అపుడు ఆ మిత్రుడు "మిత్రమా! ప్రజలకు రాజంటే దైవంతో సమానము కదా! నీవు ఆ పదవిని కోరుకో! అపుడు అందరూ నిన్ను దైవంతో సమానంగా చూస్తారు" అన్నాడు.

పంచతంత్రం

మిత్రుడి మాటలు విన్న ఆ సాలెవాడు "సరే! ఈ విషయము నా భార్యతో కూడా ఒకసారి సంప్రదిస్తాను" అన్నాడు.

సాలెవాడి మాటలు వింటూనే ఆ మిత్రుడు "వద్దు నీవు ఆపని మాత్రం చేయకు. ఆడవారికి ఏ విషయమునందూ సరియైన అవగాహన ఉండదు. కాబట్టి నీవు సరాసరి అడవికిపోయి ఆ మహాత్ముడిని నేను చెప్పిన కోరికనే కోరుకో" అన్నాడు.

స్నేహితుని మాటలకు 'సరే' అని అంటూనే సాలెవాడు అడవికి వెళ్ళకుండా భార్య దగ్గరికి పోయి జరిగినదంతా చెప్పాడు.

అందుకు ఆ సాలెవాని భార్య "మీ మిత్రుడి సలహా బాగానే ఉన్నది కాని రాజ్యమన్నా, రాజన్నా అతడి బ్రతుకు కత్తిమీద సాములాగా అవుతుంది. యుద్ధాలు, రాచకార్యాలతో ఒక్కక్షణం కూడా తీరిక ఉండదు. పోయి పోయి ఇటువంటి కోరికను ఎందుకు కోరాలి. మన జీవితం హాయిగా వెళ్ళిపోయే కోరికనే కోరండి" అన్నది.

భార్య మాటలు నచ్చిన సాలెవాడు వెంటనే అడవికి పోయి మిత్రుడు చెప్పిన హితవుని ఆ దివ్య పురుషునితో చెప్పకుండా తన భార్య సలహా పాటిస్తూ "మహాత్మా! నేను నా కులవృత్తి ఆధారంగా రోజుకొక వస్త్రాన్ని నేసి దానితో చాలీచాలని బ్రతుకు గడుపుతున్నాను. రోజుకు రెండువస్త్రాలు నేస్తే నా బాధలు తీరిపోతాయి. నాకుఎటువంటి కష్టము ఉండదు. అలా జరగాలంటేనాకు మరో రెండు చేతులు ఒక తల కావాలి. ఇదే నా కోరిక" అన్నాడు.

సాలెవాడి మాటలు విన్న దివ్య పురుషుడు 'మిత్రుడి మాటలు కాదన్న ఈ మూర్ఖునికి నా హితబోధలు కూడా పనిచేయవు కాబట్టి ఇతడి ఖర్మ ఇంతే' అనుకుని " నువ్వు కోరుకున్నదే ఇస్తాను తథాస్తు" అక్కడి నుండి అదృశ్యమై పోయాడు.

ఆ వెంటనే ఆ సాలెవానికి మరో రెండు చేతులు, తలకాయ వచ్చింది. వాడు తన కొత్త రూపాన్ని చూసుకుని పరమానందం పొందుతూ ఊళ్ళోకి పోయాడు.

సాలె వాడిని చూసిన గ్రామస్థులు 'ఎవడో రెండు తలల రాక్షసుడు గ్రామంలోకి వస్తున్నాడని' భయపడి కర్రలతో బాది వాడిని చంపేసారు. ఆ విధంగా మిత్రుడి మాట వినక తన ప్రాణాలు కోల్పోయాడు ఆ సాలెవాడు.

నాలుగోవాడు ఆ కథ చెప్పి "వాడిలాగేనేనుకూడా మూర్ఖంగా నీ మాటలు వినక ప్రాణాల మీదకు తెచ్చుకున్నాను. ఇప్పుడు నా పని 'అర్థం లేని' కలలు కంటూ చేతికి అందినదాన్ని కూడా పోగొట్టుకున్న బ్రాహ్మణుడి' వలె నున్నది" అన్నాడు నాలుగోవాడు విచారంతో.

"ఎవరా బ్రాహ్మణుడు? ఏమా కథ?" అడిగాడు మూడోవాడు కుతూహలంతో.

నాలుగోవాడు చెప్పిన
కలలు కంటూ పిండి పోగొట్టుకున్న బ్రాహ్మడి కథ

అలసేన లబ్ధమపి రక్షితుం న శక్యతే (రా.స్థూ.అ-1; సూ-39)
'సోమరి దొరికిన దాన్ని కూడా రక్షించుకోలేడు.'

ఒకప్పుడు శివశర్మ అనే పేద బ్రాహ్మణుడు సోమనాథపురంలో నివసిస్తుండేవాడు. వాడి జీవనభృతి కోసం ఎక్కడికంటే అక్కడికి పోయి పూజలు నిర్వహించి వాళ్ళు ఇచ్చింది తెచ్చుకునేవాడు.

ఒకరోజు శివశర్మ ఒక గ్రామానికి పోగా ఆ గ్రామంలోని ఒక దంపతులు శివశర్మకు ఒక పాత్రనిండుగా జొన్నపిండిని ఇచ్చారు.

శివశర్మ దానిని తీసుకుని వస్తూ మార్గమధ్యంలో విశ్రాంతికై ఒక చెట్టుకింద చేరి పిండిపాత్రను తన తలవద్ద పెట్టుకుని విశ్రమిస్తూ ఊహా లోకంలో విహరించసాగాడు.

ఆ ఊహల్లో వాడు తనకు సంక్రమించిన పిండిని అమ్మి దానితో వచ్చిన డబ్బుతో గేదెలు కొని, వాటి పాలను తీసి ఊరిలో అందరికి అమ్మి, ఆ వచ్చిన ధనంతో మరికొన్ని ఆవులు, గేదెలు కొని, వాటి పాలను ప్రక్క గ్రామాల్లో కూడా అమ్ముతూ తద్వారా బాగా డబ్బు సంపాదించి పెద్దపెద్ద భవంతులు కట్టుకున్నట్లు....

మిత్రులందరూ తనఅభివృద్ధిని చూసి తనకు పెద్ద పండుగ చేసినట్లు ఆపండుగలో తను మిత్రులతో కలిసి చిందులు వేస్తున్నట్లు భావిస్తూ ...

కళ్ళు మూసుకుని కలలు కంటున్న ఆ బ్రాహ్మణుడు కాళ్ళు చేతులను అటూ ఇటూ ఊపసాగాడు.

అప్పుడు వాడి తల దగ్గర ఉన్న పిండి పాత్రకు అతడి చేయి తగిలి చెంబుదొర్లి పిండంతా నేలపాలయింది.

ఆ చప్పుడికి నిద్రలేచి నేలపాలయిన పిండిని చూసిన ఆ బ్రాహ్మణుడు "అయ్యో! దురదృష్టం అంటే నాదే. చేతికి చిక్కిన దాన్ని పోగొట్టుకున్నాను" అనుకుని ఏడుస్తూ ఇంటిదారి పట్టాడు.

ఆ కథను విన్న మూడోవాడు "నిజమే మిత్రమా! నిన్ను చూస్తుంటే నాకు అవినీతి పరుడై అత్యాశకు తన పరివారాన్నంతటిని పోగొట్టుకున్న చంద్రసేనుడి కథ గుర్తొస్తోంది" అన్నాడు.

"ఎవరా చంద్రసేనుడు? ఏమాకథ?"అడిగాడు నాలుగోవాడు ఉత్సాహంగా

నాలుగోవాడు చెప్పిన
అవినీతి పరుడైన చంద్రసేనుడి కథ

అవినీత స్వామిలాభాత్ అస్వామిలాభః శ్రేయాన్ (రా.సూ.అ–1; సూ–14)

'అవినీతిపరుడైన ప్రభువు దొరకటంకంటే ప్రభువు లేకపోవడమే మంచిది.'

పంచతంత్రం 327

ఒక రాజ్యమును చంద్రసేనుడను రాజు పాలిస్తుండేవాడు. అతడు ఎంతో నిర్ధయుడు. అతడి క్రూరత్వానికి ఎందరో మనుషులు ప్రాణాలు పోగొట్టు కున్నారు.

కాలం అలా సాగుతుండగా ఆ రాజ్యానికి కొన్ని వానరములు వలస వస్తుండసాగాయి. అవి తమ కోతి చేష్టలతో అక్కడి ప్రజలను ఆనంద పరుస్తుండేవి.

ఆ విషయం వేగుల ద్వారా తెలుసుకున్న చంద్రసేనుడు "ఏమిటీ! కోతుల ఆటలు చూసి ఆనంద పడతారా ఆ మూర్ఖులు! వాళ్ల ఆనందం ఎంతసేపో చూస్తాను" అని తన భటులను పిలిచి తక్షణమే ఆ వానరాలన్నింటిని బంధించి చంపేయమన్నాడు.

రాజభటులు ఆ విధముగానే వానరాలన్నింటినీ చంపేశారు. ఈ సంగతి వృద్ధుడైన మేఘసేనుడను వానరునికి తెలిసి "అయ్యో! ఆ రాజు మూర్ఖుడు, క్రూరుడు అని చెబుతున్నా వినక వెళ్ళి నా పరివారమంతా ప్రాణాలను పోగొట్టుకున్నారు. అయినా దయమాలినవాడు,దుష్టుడు, అవినీతిపరుడు రాజ్యాన్ని ఏలటానికి పనికిరాడు. అతడితో పాటు ఆ పరివారం కూడా అతడివలె దుష్టులు, క్రూరులై ఉంటారు లేకపోతే వాడు చంపమనగానే జాలి, దయ లేకుండా నా వానరులందర్ని చంపుతారా? ఆ రాజుతో సహా వారందరిని కూడా చంపి నా జాతి ప్రాణాలు బలి గొన్నందుకు తగిన ప్రతీకారం తీర్చుకుంటాను" అని నిశ్చయించుకొని సలహా కోసం తన మిత్రుడైన నక్కను సంప్రదించింది.

ఆ నక్క, మేఘసేనుడితో "మిత్రమా! నేను ఈ విషయంలో ఏం సహాయం చేయగలను? ఈ మానవులు మా నక్క జాతికంటే జిత్తులమారులు. వీరినందరిని మన జంతుజాతి మొత్తం ఏకమయినా ఏమి చేయలేము. కాని ఇక్కడికి దగ్గరలోనే ఒక సరస్సు ఉన్నది దానిలో ఒక రాక్షసుడు

ఉన్నాడు. వాడు తప్పక నీకు సాయ చేస్తాడు. కనుక అక్కడకు వెళ్ళ" మని సలహా ఇచ్చింది నక్క.

ఆ నక్క చెప్పిన విధంగానే ఆ వానరోత్తముడు సరస్సు దగ్గరకు పోయి "రాక్షసా! రాక్షసా!" అని పిలిచాడు. ఆ పిలుపు సరస్సులో దాగివున్న రాక్షసుడికి వినిపించింది.

"నన్ను చూడటానికి, నా పేరు వినడానికి అందరూ భయంతో వణికి పోతారు. అందుకు విరుద్ధంగా కోరి కోరి నన్ను పిలుస్తున్నాడంటే వీడెవడో పరమ ధైర్యశాలి అయిఉండాలి" అనుకుంటూ నీటిలోంచి పైకి వచ్చాడు సరస్సులోని రాక్షసుడు.

రాక్షసుడిని చూసిన మేఘసేనుడు వినయంగా నమస్కరించి "రాక్షసా! నన్ను మేఘసేనుడంటారు. నీ వల్ల ఒక కార్యము సాధించుకోడానికి ఇక్కడకు వచ్చాను. నాకు నీ సాయం కావాలి" అన్నాడు.

" ఏమిటీ! నా వంటి రాక్షసుని వద్దకు వచ్చి సాయం కోరుతున్నావా? నీకు తెలియదా. నేను మనిషి జంతువు అనే తేడా లేకుండా అందరినీ [illegible]పారేస్తానని. ఇప్పుడు నిన్ను చంపితే నీ గతిఏమిటి? అయినా భయపడకు. నీ ధైర్యము నాకు ముచ్చటేసింది. పైగా నా వద్దకు ప్రాణాలకి తెగించి వచ్చావంటే దాని వెనుక ఏదో పెద్ద కారణము ఉండి ఉంటుంది. అదేమిటో చెప్పు" అన్నాడు ఆ రాక్షసుడు.

వాడిమాటలకు మేఘసేనుడు కిచకిచలాడి "రాక్షసోత్తమా! నీవు రాక్షసుడివి కాబట్టి దయలేకుండా అందరిని చంపి తింటావు. కాని మానవులకు దయా, జాలి, కరుణ అన్నీ ఉండాలి. కాని వాటన్నింటిని విస్మరించి చంద్రసేనుడనే రాజు తన ప్రజలను నా[illegible] హింసలకు గురిచేసి, నోరులేని మావంటి జీవాలను కూడా చంపుతున్నాడు. అలాంటి వాడి పీడను తొలగించటం కోసం నీ సాయం కోరుతున్నాను" అన్నాడు.

పంచతంత్రం

"కారణం ఏదయినా నేను నీపని చేస్తాను అయితే ఒక షరతు నాకు నరమాంసం అంటే మిక్కిలి ప్రీతి. నీవు నాకు నరమాంసం ఇవ్వగలవా" అన్నాడు రాక్షసుడు.

"తప్పకుండా! నీవు చేయవలసిన పని అదే! నేను మాయచేసి ఆ చంద్రసేనుడి మూకను ఇక్కడికి తీసుకువచ్చి నీ సరస్సులోకి ప్రవేశించేలా చేస్తాను. నీవు వారందరిని ఒక్కడిని కూడా మిగల్చకుండా భక్షించు" అన్నాడు మేఘసేనుడు. దానికి ఆ రాక్షసుడు ఆనందంగా ఒప్పుకున్నాడు.

ఆ తరువాత మేఘసేనుడు రాజు వద్దకుపోయి "చంద్రసేన మహారాజుల వారికి ప్రణామములు. నన్ను క్షమించండి. మీకు వానరములంటే గిట్టదని తెలిసి కూడా విలువైన సంపదలు మీ చేయి జారిపోకూడదనే ఇక్కడికి వచ్చాను" అంటూ నమ్మకంగా పలికాడు.

"ఏమా సంపదలు? ఎక్కడ ఉన్నాయి?" అని చంద్రసేనుడు అడిగాడు.
"రాజా! ఇక్కడికి ఉత్తరదిక్కున ఒక పెద్ద సరస్సు ఉన్నది దానిలో ఎన్నో

మణులు మాణిక్యాలు ఉన్నవి. ఆ సరస్సు ఒక గంధర్వుని నివాసం. ఈ రోజుపౌర్ణమి కనుక ఆ సరస్సును అంటిపెట్టుకున్న గంధర్వుడు దైవసేవ కోసం స్వర్గానికి వెళ్ళాడు. కనుక ఇప్పుడు మీరు ఆ సరస్సులోకి దిగితే ఆమణిమాణిక్యాలన్ని మీ సొంతమవుతాయి" అన్నాడు మేఘసేనుడు.

"నీవు చెప్పిన దాన్ని మేమెలా నమ్మటం?" అన్నాడు ఆ రాజు.

అప్పుడు మేఘసేనుడు తన మెడలోని హారాన్ని చూపుతూ"రాజా! ఇదుగోండి ఆనవాలు దీనిని చూడండి. మేలుజాతి వజ్రాలతో పొదగబడింది" అంటూ ఒక నగను అతడికి చూపించాడు.

వెంటనే రాజు వజ్రాలవర్తకుని రావించి ఆ హారాన్ని అతడికి చూపించాడు. దాని నాణ్యతను పరీక్షించిన వజ్రాల వ్యాపారి "రాజా! ఇంతటి విలువైన వజ్రాలను నేను ఎన్నడూ చూడలేదు. దీని విలువ అసామాన్యము!" అన్నాడు.

నిజానికి ఆ హారము మేఘసేనుడికి అడవిలో దొరికింది. ఒకనాడు కొందరు దొంగలు ఎక్కడినుండో దొంగతనం చేసి అడవి మార్గము గుండా పోతుండగా వారి వద్దనున్నమూటలనుండి ఆ హారము జారిపడింది. అప్పటినుండి ఆ నగను తన మెడలోనే వేసుకుని తిరుగుతున్నాడు మేఘసేనుడు. ఇప్పుడు అది అతడి పగ తీర్చుకోవడానికి ఇలా ప్రధాన అస్త్రముగా ఉపయోగపడింది.

ఆ కోతి మాటలను నమ్మిన చంద్రసేనుడు తన భటులను అందరిని తీసుకుని సరస్సు దగ్గరికి తీసుకువెళ్ళి "ఓ భటులారా! పరివారులారా! ఈ సరస్సులోపల మిక్కిలి ధనరాశులున్నాయి. కనుక మీరంతా తక్షణమే నీటిలోపలికి పోయి వాటిని తీసుకురండి. నేను మీ కోసం ఇక్కడ నిరీక్షిస్తాను" అన్నాడు.

రాజుమాటలు విన్నవారందరూ వెంటనే సరస్సులోకి దూకారు. అలా

దూకినవార్ని దూకినట్లే తన కడుపులోకి చేర్చుకున్నాడు ఆ రాక్షసుడు.

అలా చాలా సమయం గడిచింది. తన పరివారమంతా ఎంతకీ తిరిగి రాకపోవడంతో చంద్రసేనుడు "వానరోత్తమా! మా వాళ్లింకా రాలేదేం?" అని అడిగాడు.

చంద్రసేనుడి మాటలు విన్న మేఘసేనుడు కిచికిచ నవ్వుతూ" రాజా! నీవాళ్ళు ఇంక ఎప్పటికి తిరిగి రారు. స్వర్గంలో నావాళ్ళతో కలిసి ఉంటారు" అన్నాడు.

"ఏమిటి నువ్వనేది?" అని కోపంగా అడిగాడు చంద్రసేనుడు.

"రాజా! నా తోటి కోతులందరిని చంపించావు. గుర్తున్నదా? దానికి ప్రతీకారంగానే ఇదంతా చేశాను. నీవు కూడా నావలె నీ వారందరినీ కోల్పోయి దుఃఖించాలనే నాటకం ఆడి నీవారందరిని నీ చేతనే ఈ సరస్సులోకి పంపించాను. ఇందులో ఒక రాక్షసుడు ఉంటున్నాడు. వాడు ఈ పాటికి నీ వారందర్నీ భక్షించి వేసుంటాడు. ఇక నువ్వొక్కడివే మిగిలావు.

ప్రాణాలు దక్కించుకొనిపారిపో. లేదా, ఈ సరస్సులోని రాక్షసుడు నిన్ను కూడా స్వాహా చేస్తాడు. పో! ఇక నుంచయినా నీ క్రూరబుద్ధిని మార్చుకో. పో!" అన్నాడు మేఘసేనుడు ఆగ్రహావేశాలు కురిపిస్తూ.

అంతట చంద్రసేనుడు దుఃఖితుడయి అక్కడి నుండి వెళ్ళిపోయాడు.

ఆ తరువాత కొద్దిసేపటికి రాక్షసుడు సరస్సునుండి బయటకురాగా మేఘసేనుడు ఆ రాక్షసుని సహాయానికి కృతజ్ఞతలు చెప్పుకుని వెళ్ళిపోయాడు అని చెప్పి ఆ కథను ముగించాడు నాలుగోవాడు.

ఆ కథవిన్న మూడోవాడు "మిత్రుడా! ఇక నేను వెళ్ళడానికి అనుమతించు. లేదా నాక్కూడా నీ వలెనే అపాయం కలుగుతుందేమో" అన్నాడు. నాలుగోవాడు బాధతో "మిత్రుడా! నన్ను కష్టములో వదిలి వెళ్ళుట నీకు న్యాయమా?" అని అడిగాడు.

"మిత్రమా! నీకు కలిగిన కష్టాన్ని నేను తీర్చగలిగేవాడను కాను. నీ ముఖం మరి కొద్దిసేపటికి వికారంగా తయారవుతుంది. నీ వికారత్వమును చూడలేను. ఒక కోతి వికారాన్ని చూడలేక వెళ్ళిపోయిన రాక్షసుడి లాగా నిన్ను విడిచిపోవాలనుకుంటున్నాను" అన్నాడు.

"ఎవరా రాక్షసుడు? ఏమా కథ?" అడిగాడు నాలుగోవాడు.

మూడోవాడు చెప్పిన
ఆపదలో ఇరుక్కున్న కోతి కథ

రూపానువర్తీ గుణః (రా.సూ.అ-8; సూ-4)

'రూపాన్ని అనుసరించి గుణం ఉంటుంది.'

ఒక రాజ్యములో ఒక రాక్షసుడు ఉండేవాడు. వాడు ఎవరిని బడితే

వారిని పట్టి ఆవహిస్తూ, వారిని హింసిస్తూ భక్షించి ఆనందపడేవాడు. వాడి బాధకు భయపడిన ఆ రాజ్య పౌరులందరూ తమ చేతులకు తాయత్తులు కట్టుకుని వాడి బాధనుండి తప్పించుకున్నారు.

అయితే వాడు తాయత్తులున్న మనుషులను ఆవహించలేక వారి ఆవులు, గేదెలు, గుర్రాలలోకి ప్రవేశించి వాటిని హింసించి భక్షిస్తుండేవాడు.

ఒకనాడు ఆ దేశపు రాజు తన మంత్రిని పిలిచి "మహామంత్రీ! ఈ రాక్షసుడు ప్రజల కంటిపై కునుకు లేకుండా చేశాడు. వీడిని ఎలాగైనా ఉపాయంతో వదిలించాలి" అన్నాడు.

ఆ సమయంలో అక్కడికి వచ్చిన ఆ రాక్షసునికి వారి మాటలు మరోలా వినిపించి "అయితే ఈ అంతఃపురంలో నేను కాక మరొక రాక్షసుడుకూడా ఉన్నాడన్నమాట! భలే....భలే...! అదను చూసి వాడితో నేస్తం కట్టి వీళ్లందర్నీ ఒక ఆట ఆడిస్తాను" అనుకుని రాజుగారి గుఱ్ఱపు శాలలోకి వెళ్ళి ఒక గుఱ్ఱాన్ని పూని ఉన్నాడు.

ఆరోజు రాత్రే ఒక దొంగ రాజుగారి ధనాగారాన్ని దోచుకుపోవడానికి వచ్చాడు. వాడు ఒంటికి నల్లరంగు పూసుకుని బాగా బలిసి ఉండటం చేత అచ్చం రాక్షసుని వలెనే ఉన్నాడు. వాడి రాకను కనిపెట్టిన భటులు వాడిని పట్టుకోవడానికి వెంటబడ్డారు.

ఆ దొంగ వారినుండి తప్పించుకుంటూ గుఱ్ఱపుశాల వద్దకు వచ్చి రక్కసుడు ఆవహించిన గుఱ్ఱము ఎక్కాడు.

వాడు ఆ గుర్రము ఎక్కీ ఎక్కగానే దానిని పూని ఉన్న రక్కసుడు "అయితే వీడే ఆ రక్కసుడు అనుకుంటా! వీడిని ఇక్కడి నుండి దూరంగా ఉన్న అడవిలోకి తీసుకుపోతాను" అని దౌడు తీయసాగాడు.

గుఱ్ఱం వేగానికి ఆ దొంగ బెదిరిపోయి "బాబోయ్! ఈ మాయదారి గుఱ్ఱం నా ప్రాణాలు తీసేటట్లున్నది. భటుల నుండి తప్పించుకున్న నా ప్రాణం ఈ జంతువు చేతిలో పోయేటట్లున్నది" అనుకుంటూ ఏదైనా ఆసరా దొరుకుతుందేమోనని చుట్టూ చూడసాగాడు.

ఆ దొంగకి ఊరి చివరల్లో ఉన్న మర్రిచెట్టు కనబడింది. గుఱ్ఱం ఆ చెట్టు క్రిందకు రాగానే దొంగ ఆ మర్రి ఊడలను పట్టుకుని చెట్టుమీదకు ఎక్కేశాడు.

'చేతికిదొరికిన మిత్రుడు చేజారి పోయినాడే' అనుకుంటూ "అయ్యో! మిత్రమా! నేను కూడా నీవలెనే రాక్షసుడిని కావాలంటే చూడు" అంటూ ఆ రాక్షసుడు తన అసలు రూపాన్ని ధరించాడు. అదిచూసి ఆ దొంగకు ఎక్కడలేని భయంపట్టుకున్నది.

అంతలో ఆ చెట్టు మీద ఉన్న ఒక కోతి ఆ రాక్షసుని అజ్ఞానానికి నవ్వుకుని "ఓయీ రాక్షసా! నీవింత మూర్ఖుడి వేమయ్యా! వీడు నీలాంటి రాక్షసుడు కాదు, మనిషి" అన్నది.

ఆ కోతి మాటలకు దొంగకు ఎక్కడలేని కోపం వచ్చి దాన్ని తోకను పట్టుకుని తన చేతులలో నలుపసాగాడు. అపుడు దాని ముఖం బాధతో వికృతంగా మారసాగింది.

అది చూసిన రాక్షసుడు నవ్వుతూ "ఒసే వానరమా! నీ తిక్క కుదిరిందా! నన్నే ఎగతాళి చేస్తావా? ఇప్పుడు నీ ప్రాణం కాపాడుకొనే మార్గము ఆలోచించుకో! లేకపోతే వాడి చేతుల్లో బాధపడుతూ వికృత మొహంతో అలాగే నలిగిచస్తావు" అని అక్కడి నుండి వెళ్ళిపోయాడు.

ఆ కథను చెప్పిన మూడోవాడు "అంతేకాదు మిత్రమా! నీకు సహాయము చేద్దామని నేను ఇక్కడ ఉండిపోతే; నేను కూడా రెండుముఖాల పక్షివలె ప్రమాదంలో చిక్కుకుంటాను" అన్నాడు.

"ఎవరా రెండు ముఖాలపక్షి? ఏమా కథ?" అడిగాడు నాలుగోవాడు కుతూహలంగా....

మూడోవాడు చెప్పిన
రెండుముఖాల పక్షి కథ

పరాయత్తే షూత్కాణాం న కుర్యాత్ (రా.సూ.అ-7; సూ-21)
'పరాధీనమైన వాటి విషయంలో అత్యంతాసక్తి చూపకూడదు.'

ఒకానొక అడవిలో రెండుముఖాలు గల అద్భుత పక్షి ఒకటి జీవిస్తున్నది. దానిని చూసిన పక్షులన్నీ "ఇదేదో దెవతా పక్షి అయ్యుంటుంది. అందుకే దీనికి రెండుముఖాలు ఉన్నవి" అనుకుంటుండేవి.

ఒకనాడు ఆ పక్షికి అద్భుతమైన హారం ఒకటి దొరికింది. ఆ పక్షి ఆ హారాన్ని మొదటి ముఖంమెడలో వేసుకుని చాలా రోజులు ఆనందంగా తిరిగింది.

అప్పుడు రెండవ ముఖము, మొదటి ముఖంతో "నీవు ఆ నగను చాలా రోజులు మెడలో వేసుకున్నావు కదా! కొన్ని రోజులు నాకు కూడా ఇవ్వు నేను కూడా వేసుకుంటాను" అన్నది. కాని మొదటి ముఖం అందుకు ఒప్పుకోలేదు.

ఆ నగ ధగధగ మెరుస్తూ ఎంతో అందంగా ఉండేసరికి పక్షులన్నీ ఆముఖాన్ని చూసి "అబ్బా! ఎంత అందంగా ఉన్నావు? అసలు నీ మెడకు ఏది వేసినా అందంగా ఉంటుందిలే" అంటూ పొగడటం మొదలు పెట్టాయి.

వాటి పొగడ్తలకు రెండవ ముఖానికి ఎక్కడలేని కోపం వచ్చేది. ఈ కోపం కాస్తా మొదటి ముఖంపై కక్షగా మారింది.

"ఇది హారంతో ఇంత అందంగా మెరుస్తూ ఉంటుందా? నాకు ఒక్కసారి కూడా ఇమ్మంటే ఇవ్వదా! దీని సంగతేదో అవకాశం దొరికినపుడు తేలుస్తాను" అనుకన్నది.

ఒకనాడు అడవిలో విహరిస్తుండగా రెండవ ముఖానికి మంచి బలమైన అడవి తీగె ఒకటి పువ్వులతో విరగకాసి ఉన్నది తగిలింది. ఆ ముఖం తన వాడియైన దంతాలతో ఆ తీగెను తెంపి మొదటి ముఖానికి ఇస్తూ ఎగతాళిగా "ఓయీ సుందరముఖమా! ఈ పూల తీగెను కూడా మెడలో వేసుకో" అంటూ దానిమెడలో వేసి బలంగా బిగించసాగింది.

అప్పుడు మొదటి ముఖం ఊపిరాడక "నీవు నా మీద కక్షతో నన్ను

చంపాలనుకుంటున్నావు కదూ? కానీ నీవూ, నేనూ ఒకే శరీరానికి చెందినవారమే! నేను ఊపిరాడక మరణిస్తే నీవు కూడా మరణిస్తావు" అన్నది.

" అయినా పర్వాలేదు. నీ మీద నా కక్ష తీరుతుంది అది చాలు" అంటూ ఆ రెండో ముఖంమూర్ఖత్వంతో ఆ తీగెను దాని మెడకు గట్టిగా బిగించింది. కొద్ది సేపటికి రెండు ముఖాలు గల పక్షి ఊపిరాడక మరణించింది.

ఆ విధంగా ఆ కథ ముగించిన మూడోవాడు "కాబట్టి మిత్రమా! పై కథల్లో చెప్పినట్లు కొద్దిసేపటిలో నీ ముఖం కూడా వికారంగా మారుతుంది. అంతకుముందే నేను నిన్ను వదిలి వెళ్ళకపోతే అ తరువాత మూర్ఖపు పక్షివలె తెలిసి తెలిసి ప్రాణాలు కోల్పోయినవాడినవుతాను. అందుకే నిన్ను వదిలిపోవాలనుకుంటున్నాను" అన్నాడు.

ఆ మాటలకు"నిజమే మిత్రమా! నీవు ఇక్కడి నుండి వెళ్ళిపో! నీవు నావంటి తెలివి హీనుడవు కావద్దు. కానీ ప్రయాణములో జాగ్రత్త. ఎవరినో ఒకరిని తోడుగా తీసుకువెళ్ళు. తోడుంటే 'తేలుచే రక్షింపబడిన బ్రాహ్మణుడి వలె' నీవు కూడా ఏదయినా ఆపదవస్తే బయటపడవచ్చు" అన్నాడు నాలుగోవాడు.

"ఎవరా బ్రాహ్మణుడు? ఏమాకథ?" అడిగాడు మూడోవాడు.

నాలుగోవాడు చెప్పిన
బ్రాహ్మణుడు తోడు తెచ్చుకున్న తేలు కథ

అసహాయః పథి న గచ్ఛేత్ (రా.సూ.అ-8; సూ-11)
'తోడు లేకుండా ప్రయాణాలు చేయకూడదు.'

ఒకసారి ఒక వృద్ధ పూజారికి పక్క ఊరిలోని దేవాలయములో పూజలు నిర్వర్తించడానికి పోవలసి వచ్చింది. ఆ మార్గంలో కొద్దిదూరం నిర్జన

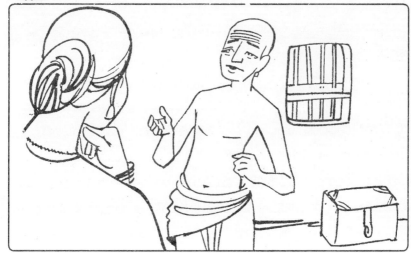

ప్రదేశంలో కూడా నడవవలసి ఉంటుంది.

ఆ సంగతి అతడి కుమార్తెకు తెలిసి "నాన్నా! నీవు వృద్ధుడివి. పైగా నీవద్ద పూజకు సంబంధించిన వెండిసామాను కూడా ఉన్నది. ఎవరినయినా వెంటతీసుకుని పోరాదా?" అన్నది.

ఆ పూజారినవ్వి తన కుమార్తెతో "అమ్మా! అనుకోకుండా తటస్థించిన ప్రయాణం కాబట్టి ఎవరిని సహాయం రమ్మని అడుగడానికి కూడా వీలు కుదరలేదు. అయినా నీవు భయపడకు. నేను జాగ్రత్తగా పోయివస్తాను" అంటూ కుమార్తెకు ధైర్యంచెప్పి ఆ వృద్ధుడు బయలుదేరాడు. మార్గమధ్యంలో అతడికి ఒక తేలు కనిపించింది.

తేలుని చూసి ఆ పూజారి "కనీసం దుర్మార్గుడయినా ప్రయాణములో తోడు ఉండాలని పెద్దలు చెబుతారు. కనుక దీనిని నా వెంట తీసుకుపోతాను" అని ఆ తేలుని తన వద్ద నున్నపూజా సామాగ్రి పెట్టెలో భద్రపరిచాడు.

పూజారి అలా వెళుతూ మధ్యాహ్నం కాగా ఎండ వేడికి ఒక చెట్టునీడన కూలబడ్డాడు. ఆ చెట్టు నీడన కూర్చొన్న అతడికి చల్లగాలికి తెలియకుండానే నిద్రపట్టింది.

అప్పుడు ఒక చోరుడు ఆ పూజారిని చూసి "వీడెవడో తిక్కలోడు

పంచతంత్రం 339

లాగున్నాడు. లేకపోతే ఒంటరిగా ఇటువంటి నిర్జన ప్రదేశంలో ఆగుతాడా" అనుకుంటూ పూజారి దగ్గరికి పోయి అతడి చేతిలోని సంచిని తీసుకుని మొత్తం వెతకగా వాడికొక పెట్టె కనిపించింది. దానిని తెరిచి అందులో చెయ్యిపెట్టగా పెట్టెలో ఓ మూలన ఉన్న తేలు తన కొండెముతో వాడిని కుట్టింది.

ఆ తేలు కాటుకు భగ్గున చేయి మండి ఆ దొంగ అరుస్తూ గెంతులు వేస్తూ పెట్టెను జారవిడిచాడు.

ఈ అరుపుకు మెలకువ వచ్చిన పూజారి తన పెట్టె తెరిచి వుండటం, దొంగ కిందపడి పొర్లడం, వాడి సమీపంలో తేలు ఉండటం చూసి "అయితే వీడు నా పెట్టెను దొంగిలించబోతే ఈ తేలు నన్నుఆదుకున్నదన్నమాట" అనుకుంటూ పెట్టెనుఅందుకుని ఊరు దగ్గరలోనే ఉన్నది కాబట్టి తేలును అక్కడే వదిలి వెళ్ళిపోయాడు.

ఆ కథను పూర్తిచేసి "కాబట్టి మిత్రమా! నీవు కూడా ఎవరినయినా సహాయం తీసుకుని గమ్యస్థానాన్ని సురక్షితంగా చేరుకో" అన్నాడు నాలుగో వాడు.

"అలాగే" నంటూ తన మిత్రుని దురవస్థకు చింతిస్తూనే అక్కడి నుండి బయలుదేరాడు మూడో వాడు.

ఈ విధంగా కథలు చెప్పిన న్యాయాధికారిని చూస్తూ ఆ బ్రాహ్మణుడు " "ఈ మంగలి కూడా నేను చేసినట్లే చేశాడే కాని వెనక ముందులు యోచించ లేదు. అందుకు తగిన ఫలితాన్ని అనుభవిస్తున్నాడు సరే, ఇక తమరి ఆజ్ఞ అయితేనేను సెలవు తీసుకుంటాను" అని న్యాయాధికారి అనుమతి తీసుకుని తన గృహమునకు బయలుదేరాడు ఆ బ్రాహ్మణుడు.

అలా అనేక నీతికథలతో కూడిన 'అపరీక్షిత కారత్వం' ముగించాడు విష్ణుశర్మ.

'పంచతంత్రం' ఐదవభాగము

'అపరీక్షిత కారత్వం' సమాప్తం

పంచతంత్రం

విష్ణుశర్మ ఉద్బోధించిన

తుదిపలుకు

ఆనాటితో ముగ్గురు రాకుమారుల గురుకులవాసం ముగిసింది. ఆరుమాసాల గడువు కూడా పూర్తయింది.

అక్కడికి వచ్చిన నాడు ఆ రాకుమారులు విద్యాబుద్ధులు నేర్వని సోమరులు, తుంటరులు. ఇప్పుడు న్యాయ, ధర్మ, వేద, విజ్ఞాన శాస్త్రాలలో అపార జ్ఞానం సంపాదించుకున్న ఘనులు. అర్ధశాస్త్రాన్ని అభ్యసించి రాజనీతిని క్షుణ్ణంగా అధ్యయనం చేసిన బాల మేధావులు.

'మూర్ఖులనీ, ఎందుకూ కొరగాని వాళ్లని' ఒకప్పుడు హేళన చేసిన వాళ్ల చేతనే ఇప్పుడు ప్రశంసలు అందుకునే స్థాయికి ఎదిగిన సమర్థులు. అయినా వాళ్ల ముఖాల్లో ఆ సంతోషం కానరావడం లేదు.

రాకుమారులే కాదు, వాళ్లకి నేస్తాలయిన ఆశ్రమ నివాస జంతువులు, పశు పక్ష్యాదులు కూడా ఆనాడు నిశ్శబ్ధంగా, ఉలుకూ పలుకూ లేకుండా ఉన్నాయి. వాటి కలకలారావాలు, కిచకిచలు, బెకబెకలూ, కావుకావులు ఆ పూట అస్సలు వినిపించలేదు.

రాకుమారులు ఆనాడు తమ స్వగృహానికి వెళ్లిపోతున్నారు. ఆరునెలల స్నేహానికి వీడ్కోలు చెప్పి వాళ్లు వెళ్లిపోతున్నారు. ఆరుమాసాల పాటు అనుభవించిన ఆటపాటల ఆనందం, ఉషారు, స్నేహం, అనుబంధం ఆనాటినించీ 'మధురస్మృతి'గా మారిపోతుంది.

మళ్లీ కలుసుకుంటామో? లేదో?

ఇలాంటి ఆనందాలు మళ్లీ దొరుకుతాయో? లేదో?

ఇంత గొప్ప స్నేహితులు మళ్లీ లభిస్తారో? లేదో?

మానవులైన రాకుమారుల్లోనూ, మానవులతో అనుబంధం పెంచుకున్న ఆ మూగజీవాల్లోనూ అదే ఆవేదన... అదే బాధ...

ఒకర్నొకరు విడిచి ఉండాలంటే ఏదో తెలియని బాధ వాళ్లని వేధిస్తోంది.

అందుకే... ఇంటికి వెళ్తున్నామన్న ఆనందం, తల్లిదండ్రులను చూస్తామన్న సంతోషం రాకుమారుల ముఖాల్లో ఏమాత్రం కన్పించడం లేదు.

గురుకులవాసాన్నీ, స్నేహితులైన పశుపక్ష్యాదులని విడిచిపోతున్నామన్న బాధ వాళ్ల మౌనంలో గూడుకట్టుకొని ఉంది.

విష్ణుశర్మ వస్తూనే వాళ్ల ముఖాలు చిన్నబోయివుండటం చూసి కారణాన్ని గ్రహించాడు. ఆయన తన ఆసనం మీద సుఖాశీనుడై "మధుర భాషిణీ... ఓ మధురభాషిణీ... ఇటురా" అని పిలిచాడు.

రామచిలుక మధురభాషిణి రెక్కలు చప్పుడు చెయ్యకుండా ఎగురుతూ వచ్చి అక్కడ వాలి "ప్రణామం గురుదేవా..." అంది నిర్లిప్తంగా.

విష్ణుశర్మ రామచిలుకని చేతుల్లోకి తీసుకొని ఆప్యాయంగా దాని వీపు నిమిరి "మధురభాషిణీ... ఏదీ... రాజనీతి సూత్రాణిలోంచి సత్పురుషుడి ధర్మం ఏమిటో వివరించమ్మా..." అని అడిగాడు.

చిలకమ్మ ఓసారి గొంతు సవరించుకుని "ఆర్య చాణక్యుల వారి రాజనీతి సూత్రాణిలో **ఆరవ అధ్యాయం, సూత్రం డెబ్భైయేడు... 'స్వధర్మ హేతుః సత్పురుషః'... అంటే స్వధర్మం నిలబెట్టే వాడే సత్పురుషుడు...**" అని పలికింది మధురభాషిణి.

"భేష్... భేష్..." అంటూ చిలుక పలుకుల్ని మెచ్చుకుని విష్ణుశర్మ మందహాసం చేసి "అలాంటి సత్పురుషులని ఎప్పుడు గౌరవిస్తారు?" అని అడిగాడు.

అప్పుడు చిలకమ్మ మళ్ళీ గొంతు సవరించుకొని "ఆర్యచాణక్యుల వారి రాజనీతి సూత్రాణిలో పంచమాధ్యాయం, సూత్రం పదిహేను... 'స్థాన ఏవ నరాః పూజ్యాః' అంటే, సత్పురుషులు వాళ్ళుండవల్సిన స్థానంలో ఉన్నప్పుడే వారిని పూజ్యులుగా భావిస్తారు మనుషులు" అని పలికింది.

"శభాష్..." అంటూ విష్ణుశర్మ మెచ్చుకొని "మరి, సత్పురుషులుగా మారిన యీ రాకుమారులు ఉండవల్సిన స్థానం ఏది?" అని ప్రశ్నించాడు.

"రాజభవనం... రాజభవనంలో నివశిస్తూ ధర్మబద్ధంగా రాజ్యాన్ని పాలిస్తున్నప్పుడే యీ రాకుమారులు స్వధర్మాన్ని నిలబెట్టిన సత్పురుషులని పించుకుంటారు. అప్పుడే అందరిచేతా మన్ననలందుకొని పూజనీయులవు తారు" అని పలికింది మధురభాషిణి

"విన్నారుగా, రాకుమారులారా... మీరు రాజవంశానికి వారసులు గానే ఇక్కడికి వచ్చారు. మీ తండ్రిగారు కూడా మిమ్మల్ని ప్రయోజకులుగా తీర్చిదిద్ది పంపమనే నన్ను అభ్యర్థించారు. అది పూర్తయింది. ధర్మమార్గాన నడిచే వాళ్లనే లోకం గౌరవిస్తుంది. స్వధర్మాన్ని ఆచరించే శిష్యుల వల్లే గురువుకి గౌరవం లభిస్తుంది. అనుబంధాలనేవి ధర్మాచరణకి అడ్డు కాకూడదు. కనుక మీరిక మీ స్వస్థానానికి తిరిగి వెళ్లడమే మన ఉభయులకీ గౌరవప్రదం. మీకు సమయం దొరికినప్పుడల్లా ఇక్కడికి రండి. మీ నేస్తాలతో కులాసాగా కబుర్లు చెప్పుకోండి. మీ స్వధర్మాన్ని ఆచరిస్తూనే యీ స్నేహ బంధాన్ని కొనసాగించండి" అని హితవు పలికాడు విష్ణుశర్మ.

ఆ మాటలు వినగానే పశుపక్ష్యాదులన్నీ ఒక్కసారిగా మౌనం వీడి తమ తమ స్వరాలతో హర్షం ప్రకటించాయి. రాకుమారులు వినయంగా చేతులు జోడించి "మీ అభిమతాన్ని పాటిస్తాం గురుదేవా! స్వధర్మాన్ని ఆచరించి మీకు తగ్గ శిష్యులం అనిపించుకుంటాం. అనూహ్యామైన రీతిలో, అతి తక్కువ కాలంలో మమ్మల్ని ఇంతవాళ్లని చేసిన మీమేలు ఎప్పటికీ మరిచిపోం" అన్నారు కృతజ్ఞతగా.

విష్ణుశర్మ మందహాసం చేసి "మీరు మరిచిపోకూడనిది నేను చేసిన

మేలు కాదు" నేను నేర్పిన 'రాజనీతి'ని... రాకుమారులారా... ఆర్యచాణక్యుల వారు నిర్దేశించిన రాజనీతి ప్రపంచదేశాల రాజనీతి సూత్రాలన్నింట్లో అగ్రగణ్యమైనది... ఆర్యుల వారి రాజనీతిలో ముఖ్యమైన సూత్రాలను మరోసారి గుర్తు చేస్తాను" అంటూ ఇలా వివరించసాగాడు....

- రాజ్యస్య మూలమిన్ద్రియజయః (రా.సూ.అ-1; సూ-4)
  'రాజ్యాధికారానికి మూలం ఇంద్రియాల్ని జయించడం.'
- అర్థసంపత్ ప్రకృతి సంపదం కరోతి (రా.సూ.అ-1; సూ-11)
  'అర్థసంపద ప్రకృతి సంపదని ఇస్తుంది. అమాత్యులు, మిత్రులు, ధనాగారం, రాష్ట్రం, దుర్గం, సైన్యం... ఈ ఆరింటికీ ప్రకృతులని పేరు. పరిపాలనకి కావల్సినవి ఈ ఆరే. ఆర్థిక సంపద బాగుంటే ఇవన్నీ బాగుంటాయి.'
- శ్రుతవన్త ముపధాశుద్ధం మన్త్రిణం కుర్వీత (రా.సూ.అ-1; సూ.21)
  'శాస్త్రజ్ఞానం ఉండి ఏ ప్రలోభాలకీ లొంగనివాణ్ణి మంత్రిగా చేసుకోవాలి. ధనం, స్త్రీ మొదలైన వాటిని, ఎరచూపి రహస్యంగా పరీక్షించడం 'ఉపధ'. అలాంటి పరీక్షల్లో పరిశుద్ధుడుగా తేలినవాడు 'ఉపధాశుద్ధుడు'.'
- మన్త్ర మూలాః సర్వారమ్భాః (రా.సూ.అ-1; సూ.22)
  'అన్ని పనులకీ మూలం మంచి యంత్రాంగం.'
- మన్త్ర సంపదా రాజ్యం వర్థతే (రా.సూ.అ-1; సూ-27)
  'యంత్రాంగం బాగుంటే రాజ్యం వృద్ధిలోకి వస్తుంది.'
- తచ్చ రాజ్య తన్త్రమాయత్తం నీతి శాస్త్రేషు (రా.సూ.అ-1; సూ-43)
  'రాజ్యతంత్రం అంతా నీతిశాస్త్రం మీద ఆధారపడి ఉంటుంది.'
- నీతిశాస్త్రానుగో రాజా (రా.సూ.అ-1; సూ-48)
  'నీతిశాస్త్రాన్ని అనుసరించేవాడే రాజు'.
- అలబ్ధలాబాధి చతుష్టయమ్ రాజ్యతన్త్రమ్ (రా.సూ.అ-1; సూ.-42)
  'లేనిదాన్ని సంపాదించడం, సంపాదించిన దాన్ని రక్షించుకోవడం, దాన్ని వృద్ధిచేసుకోవడం, తగిన రీతిలో వినియోగించడం - ఈ నాలుగే రాజ్యతంత్రం.'

విష్ణుశర్మ నీతిసూత్రాలు ప్రబోధించి "రాకుమారులారా! ఈ నాలుగు రాజ్యతంత్రాలను సురక్షితం చేసుకోవడానికి ఉపయోగించాల్సిన ఐదవ తంత్రమే 'కౌటిల్యం'. ఇదే పంచతంత్రం. ఈ పంచతంత్రంలోని నీతి సూత్రాలని పాటించినవాడే తన ప్రజలని కన్నబిడ్డల్లా పాలించగలడు. ఈ హితోక్తిని జ్ఞాపకం ఉంచుకోండి. మంచి పరిపాలకులుగా పేరుతెచ్చుకోండి. అదే నాకు గురుదక్షిణ. వెళ్లిరండి... శుభం భూయాత్" అని రాకుమారులను ఆశీర్వదించాడు.

మధురభాషిణి చిలకపలుకులతో వీడ్కోలు చెబుతుండగా పశు పక్ష్యాదులు హర్షధ్వానాలు చేస్తుండగా రాకుమారులు విజయహాసాలు చిందిస్తూ తమ రాజధానికి బయల్దేరారు.

-: పంచతంత్రం సంపూర్ణం :-